D1680246

தமிழ் – சமஸ்கிருத நிகண்டு உறவு

தமிழ் – சமஸ்கிருத நிகண்டு உறவு

ச. பால்ராஜ் (பி. 1988)

கடலூர் மாவட்டம், திட்டக்குடி நெடுங்குளம் கிராமத்தில் பிறந்தவர். இவர் இளங்கலைத் தமிழிலக்கியத்தைச் சென்னை இலயோலா கல்லூரியிலும், முதுகலைத் தமிழிலக்கியத்தைப் பாண்டிச்சேரி மத்தியப் பல்கலைக்கழகத்திலும், முதுகலை மொழியியல் படிப்பை அண்ணாமலைப் பல்கலைக் கழகத்திலும் (DDE), சென்னை சமஸ்கிருத பாரதியில் சமஸ்கிருதப் பட்டயப் படிப்பையும் முடித்து, புது தில்லியில் உள்ள ஜவஹர்லால் நேரு பல்கலைக்கழகத்தில் தமிழ் – சமஸ்கிருத நிகண்டுப் பொருண்மையில் ஒப்பாய்வுசெய்து இளமுனைவர் பட்டத்தையும் முனைவர் பட்டத்தையும் பெற்றுள்ளார். தமிழ் – சமஸ்கிருத நிகண்டு குறித்துத் தொடர்ந்து எழுதியும் சிந்தித்தும் வருகிறார். தற்பொழுது கோயம்புத்தூர் பிஎஸ்ஜி கலை அறிவியல் கல்லூரியில் தமிழ் உதவிப் பேராசிரியராகப் பணியாற்றிவருகிறார்.

ச. பால்ராஜ்

தமிழ் – சமஸ்கிருத நிகண்டு உறவு

காலச்சுவடு பதிப்பகம்

அன்பார்ந்த வாசகருக்கு,

வணக்கம்.

காலச்சுவடு நூலை வாங்கியமைக்கு நன்றி.

நூலின் உள்ளடக்கம், உருவாக்கம், அட்டைப்படம் இன்ன பிற அம்சங்கள் பற்றிய உங்கள் கருத்துகளையும் ஆலோசனைகளையும் காலச்சுவடு வரவேற்கிறது. தகவல், எழுத்து, வாக்கியப் பிழைகள் தென்பட்டால் கட்டாயம் தெரிவித்து உதவுங்கள். நூல் தயாரிப்பில் கடும் குறைபாடு இருப்பின் மாற்றுப் பிரதி உங்களுக்குக் கிடைக்கக் காலச்சுவடு ஏற்பாடு செய்யும்.

மின்னஞ்சல்: **publisher@kalachuvadu.com**

காலச்சுவடு நாகர்கோவில் தலைமையகத்துக்கும் கடிதம் அனுப்பலாம்.

தங்கள்
எஸ்.ஆர். சுந்தரம் (கண்ணன்)
பதிப்பாளர் — நிர்வாக இயக்குநர்

தமிழ்–சமஸ்கிருத நிகண்டு உறவு ✦ ஆய்வுநூல் ✦ ஆசிரியர்: ச. பால்ராஜ் ✦ © ச. பால்ராஜ் ✦ முதல் பதிப்பு: டிசம்பர் 2022 ✦ வெளியீடு: காலச்சுவடு, 669, கே.பி. சாலை, நாகர்கோவில் 629001

காலச்சுவடு பதிப்பக வெளியீடு: 1149

tamiz-samaskiruta nikaNTu uRavu ✦ Research Essays ✦ Author: S. Balraj ✦ © S. Balraj ✦ Language: Tamil ✦ First Edition: December 2022 ✦ Size: Demy 1 x 8 ✦ Paper: 18.6 kg maplitho ✦ Pages: 208

Published by Kalachuvadu, 669, K.P. Road, Nagercoil 629001, India ✦ Phone: 91-4652-278525 ✦ e-mail:publications@kalachuvadu.com ✦ Printed at Compuprint Premier Design House, Chennai 600086

ISBN: 978-93-5523-295-3

பேராசிரியர் கி. நாச்சிமுத்து அவர்களுக்கும்
பேராசிரியர் இரா. அறவேந்தன் அவர்களுக்கும்

பொருளடக்கம்

என் நெஞ்சில் . . .	11
அறிமுகம்	13
சுருக்கக் குறியீட்டு விளக்கம்	21
• சமஸ்கிருத நிகண்டு வரலாறும் நிருக்தமும்	25
• தமிழ் நிகண்டு வரலாறும் திவாகரமும்	67
• நிருக்தம் – திவாகரம் பொருட்புல வகைப்பாடு: ஒப்பீடு	95
அமைப்பு	97
பொருண்மை	153
கருத்து விளக்கமுறை	170
ஒற்றுமை வேற்றுமை	182
துணைநூற் பட்டியல்	203

என் நெஞ்சில் . . .

நிகண்டுத் துறை ஆய்வாளன் என்ற அடையாளத்தை எனக்கு உருவாக்கித் தந்த எனது இளமுனைவர் பட்ட நெறியாளர் பேராசிரியர் கி. நாச்சிமுத்து அவர்களுக்கும், எனது முனைவர் பட்ட ஆய்வு நெறியாளர் பேராசிரியர் இரா. அறவேந்தன் அவர்களுக்கும் என் முதற்கண் நன்றி.

தமிழ்ச் சூழலில் தமிழுடன் சமஸ்கிருத நிகண்டை ஒப்பிட்டு ஆய்வுசெய்ய வேண்டும் என்ற தேவையை எடுத்துக் கூறி, தமிழ்–சமஸ்கிருத மொழிகளில் ஒப்பாய்வு செய்யக் காரணமாக விளங்கிய பேராசிரியர் வ. ஜெயதேவன் அவர்களுக்கும், ஆய்வு தொடர்பான ஐயங்களுக்கு எப்பொழுது அணுகினாலும் இன்முகத்துடன் விளக்கம் கொடுத்துதவிய பேராசிரியர் மா. சற்குணம் அவர்களுக்கும், இலக்கணத் துறையில் ஆய்வு நிகழ்த்த வேண்டும் என்ற தேவையை எடுத்துரைத்த எழுத்தாளர் து. ரவிக்குமார், இ. ஜெயப்ரகாஷ் அவர்களுக்கும், இந்நூலினை முழுமையாக வாசித்து, நூலாக்கம் தொடர்பான கருத்துரை வழங்கி ஊக்கப்படுத்திய பேராசிரியர் சு. இராசாராம் அவர்களுக்கும் என் நெஞ்சம் நிறைந்த நன்றி.

இந்நூலினை வெளியிடும் காலச்சுவடு பதிப்பகத்திற்கும் சிறந்த முறையில் நூல் வெளிவரக் காரணமாக இருந்த காலச்சுவடு பதிப்பக நண்பர்களுக்கும் நன்றியைத் தெரிவித்துக் கொள்கிறேன்.

என்னை எனது ஊரின் முதல் முனைவராக உருவாக்கிய என் தாய் தமிழரசி, தந்தை சன்னாசி அவர்களையும், எனக்கு எல்லா வகையிலும் எப்பொழுதும் உறுதுணையாக இருக்கும் என் அன்பிற்கினிய மனைவி முனைவர் ம. சித்ரா அவர்களையும் இவ்வேளையில் நினைத்துப்பார்க்கிறேன்.

அறிமுகம்

தற்கால ஆய்வுலகில் ஒப்பாய்வு என்பது அறிவுத் துறை வளர்ச்சியில் முக்கிய இடத்தைப் பெற்றுத் திகழ்கிறது. அது உலகளாவிய ஆராய்ச்சிக் களத்தில், மொழிக் குடும்பங்களையும் மொழி நூல்களையும் பல்வேறு நோக்கில் ஆராய வழிசெய்கிறது. அவற்றில் பல்வேறு மொழிக் குடும்பங்களின் இலக்கண நூல்களை ஒப்பிடுவது இக்கால மொழி வளர்ச்சிக்கு அடிப்படையான ஒன்றாக இருந்துவருகிறது. அதனடிப்படையில் தமிழ், சமஸ்கிருத மொழிகளுக்குரிய நிகண்டு நூல்களை ஒப்பிட்டு ஆராய்வது இன்றியமையாததாகும்.

மொழியின் வளத்தையும் சொற்பொருள் செறிவின் நுட்பத்தையும் வெளிப்படுத்துவது நிகண்டாகும். நிகண்டு என்றால் சொற்களின் தொகுதி, கூட்டம் என்பது பொருள். மொழியின் அமைப்பை எவ்வாறு இலக்கணம் விளக்குகிறதோ அதுபோல், மொழியின் சொற்பொருளை நிகண்டு நூல்கள் விளக்குகின்றன. அது முதன்முதலில் வேதத்திலுள்ள பொருள் விளங்கா அரிதான சொற்களுக்குப் பொருள் விளக்கம் கூறவே சமஸ்கிருதத்தில் தோற்றுவிக்கப்பட்டுள்ளது. தமிழில் முற்காலத்தில் பொருள் விளங்காச் சொற்களுக்கு மட்டும் பொருள் கூறிவந்த அம்மரபு, பிற்காலத்தில் அனைத்துச் சொற்களுக்கும் பொருள் கூறும் தனி வகைமையாகத் தோற்றுவிக்கப்பெற்றுள்ளது.

சமஸ்கிருதத்தில் நிகண்டு வரலாறு, வேதாங்கத்தில் உள்ள நிருக்தத்திலிருந்து முதன்

முதலாகத் தொடங்குகிறது. அது வேதாங்கத்தின் ஓர் அங்கமாகவே இருந்துவருகிறது. தமிழ் மொழியில் தொல்காப்பியத்திலிருந்து சொற்பொருள் கூறும் மரபு தொடங்குகிறது. தற்காலத்தில் தமிழ் இலக்கிய வரலாற்றில் நிகண்டு நூல்கள் தனி இலக்கண வகையாகக் கருதப்பட்டுவருகின்றன. மு. அருணாசலம் (2005), 'நிகண்டைக் கூறுவதற்கு இலக்கணம் என்ற தலைப்பே பொருத்தமாகத் தெரிகிறது; இலக்கணம் ஒவ்வொன்றையும் வரையறுத்துக் கூறும்; அதுபோல, நிகண்டும் சொற்பொருளை வரையறுத்துக் கூறுவதாகும். ஆகவே, நிகண்டையும் இலக்கணம் என்ற தலைப்பில் பொருத்திப் பேசுவதில் தவறில்லை' என்கிறார். செ.வை. சண்முகம் (1994), 'இலக்கண உருவாக்கம்' எனும் நூலில் திவாகர நிகண்டை இலக்கணமாகக் கருதி ஒரு பகுதியாக ஆராய்ந்துள்ளார். பெ. மாதையன் (2005), 'இலக்கணம் மற்றும் இலக்கியத் தரவுகளை அடிப்படையாகக் கொண்டு உருவாவது நிகண்டு; இவ்வகையில் நிகண்டு இலக்கணங்களோடு ஒத்தவையாய் உள்ளது' என்கிறார். இந்நிலையில் அமையும் தமிழ், சமஸ்கிருத மொழிகளின் தொன்மையான நிகண்டு வரலாற்றை அறியவும், தமிழ், சமஸ்கிருத நிகண்டுகளின் பொருட்புலத் தொடர்பை அறியவும், அவற்றின்வழி தற்கால அகராதியியலின் வளர்ச்சியைத் திட்டமிடவும் நிகண்டு ஒப்பீட்டு ஆய்வு பயனளிப்பதாக அமைகின்றது.

இந்திய மொழிகளில் தமிழும் சமஸ்கிருதமும் மிகவும் தொன்மையான மொழிகளாகும். இவ்விரண்டும் தனித்தன்மை கொண்டு இயங்குவன. இவை முறையே திராவிட மொழிக் குடும்பத்தையும் இந்தோஆரியமொழிக் குடும்பத்தையும் சார்ந்தவையாக விளங்குகின்றன. இந்த இரண்டு மொழிகளுமே தமக்குள் இலக்கிய இலக்கணப் பரிமாற்ற உறவைக் கொண்டுள்ளன. இவ்வுறவு இரண்டு மொழிகளின் தாக்கத்தின் மூலம் நிகழ்ந்துள்ளது. இது பழங்காலந்தொட்டே இருந்துவந்துள்ளது. தமிழில் தொல்காப்பியம், சங்க இலக்கியம், அற இலக்கியம், சிற்றிலக்கியம், பிற்கால இலக்கண நூல்கள், நிகண்டு முதலான நூல்களில் சமஸ்கிருதம் தொடர்பான குறிப்புகள் காணப்பெறுகின்றன. தொல்காப்பியத்தில் நால்வகைச் சொற்களில் வடசொல் இடம்பெற்றுள்ளது. சங்க இலக்கியத்தில் 'மார்க்கண்டேயனார், உருத்திரன், வான்மீகியார், கங்கை, இமயம் முதலிய சொற்களும், காப்பியத்தில் கருமம், பாவனை, கந்தம், நரகர், அநித்தம் முதலிய சொற்களும் இடம்பெற்றுள்ளன' (தெ.பொ.மீ., 2007:198). 'கோவலர், உவணம், அவி, யூபம், தாபதம், நாஞ்சில், அந்தி, அமர், அரவம், நாகம், ஆரியர், உலகம், குடி முதலிய சொற்களும் கலந்துள்ளன' (எஸ். வையாபுரிப் பிள்ளை, 2010:106).

தமிழ் மொழியில் வடமொழித் தொடர்பு உள்ளதுபோல், வடமொழியிலும் தமிழ் மொழியின் தொடர்பு இருந்துள்ளது என்பதனை அறிஞர்கள் சுட்டிக்காட்டியுள்ளனர். கால்டுவெல் (1992:841–854), திராவிட மொழிகளிலிருந்து சமஸ்கிருதம் கடன் வாங்கியிருக்கும் சொற்களாக 'அடவி(காடு), அணி (ஆணி), கடுக (கடு, மிகுதி), கலா (கலை), குடி (வீடு), கூல (குளம்), நீர (தண்ணீர்), ப்ஹகே (பங்கு)' முதலிய சொற்களைக் குறிப்பிடுகிறார். மேலும், 'குண்ட (துளை), கோட (குதிரை), முக்தா (முத்து), ராத்ரி, விரல் முதலிய தமிழ்ச் சொற்களைக் குண்டர்ட்டும், ஆலி, ஆல், ஆம் ஆகிய தமிழ்ச் சொற்களைக் கிட்டலும் குறிப்பிட்டுள்ளார்கள்' என்கிறார். (கால்டுவெல், 1992:858–861). வடமொழியில் வேதகாலத்திலும் அதற்குப் பிற்பட்ட காலத்திலும் 'மயில், களம், பழம், கதை, ஏலம், புற்று' முதலிய பல தமிழ்ச் சொற்கள் பயன்படுத்தப்பட்டிருப்பதாக பர்ரோ, எமனோ குறித்துள்ளனர் (T. Burrow & M. B. Emeneau, 1984). எனவே, இவ்விரு மொழிகளையும் இவ்வாறான மொழி உறவுகள், தாக்கங்களின் அடிப்படையில் நோக்குகையில் வடமொழி நிருக்தத்தின் தாக்கம் திவாகர நிகண்டில் இருப்பதற்கும் வாய்ப்பு உண்டு எனலாம்.

தமிழ் மொழி ஆய்வுலகில் பலவகையான துறைசார் ஆய்வுகள் நிகழ்ந்துவரும் சூழலில், குறிப்பாக இலக்கிய ஆய்வுகளைவிட இலக்கண ஆய்வுகள் குறைவாகவே நடைபெற்றுவருகின்றன. இலக்கண ஆய்வுகளும் தமிழ் மொழிக்குள்ளேயே பெரும்பான்மை நடைபெறுகின்றன. பிறமொழி நூல்களோடு ஒப்பிட்டு ஆய்வு செய்யும் போக்கு மிகக் குறைவாகவே உள்ளது. நிகண்டுகள் தொடர்பான ஆய்வுகளும் தமிழ்மொழி நூல்களைக் களமாகக் கொண்டே நடைபெற்றுவருகின்றன.

தமிழ் நிகண்டைப் பிறமொழி நிகண்டுடன் ஒப்பிட்டுச் செய்துள்ள ஆய்வுகளும், திவாகரம், நிருக்தம் ஆகிய நூல்களை முதன்மையாகக் கொண்டு அமைந்துள்ள ஆய்வுகளும் இங்கு சுட்டப்பெறுகின்றன.

யாஸ்க நிருக்தம், 1973ஆம் ஆண்டு தமிழில் இராமானுஜ தாதாசாரியர் என்பவரால் பதிப்பிக்கப்பெற்றுள்ளது. இந்நூலின் முன்னுரை ஆய்வு நோக்கில் எழுதப்பட்டுள்ளது. அதில் நிகண்டு, நிருக்தம் வரலாறு, பொருண்மை, காலம், வேதம், வேதாங்கம் முதலியவை உட்பொருளாக அமைந்துள்ளன.

எஸ். வையாபுரிப் பிள்ளை, 'தமிழ்ப் பேரகராதி'யின் (1926–36) முன்னுரையில் தமிழ் அகராதியியல் வரலாற்றை எழுதியுள்ளார். அதில் அடிப்படைத் தகவல்களுடன் தமிழ் நிகண்டுகள் அறிமுகப்படுத்தப்பட்டுள்ளன. அதுவே, தமிழ்

நிகண்டுபற்றி எழுதப்பெற்ற முதல் வரலாறாக அறியப்பெறுகிறது. இவற்றை அடுத்து, 1965இல் சுந்தர சண்முகனார் எழுதிய 'அகராதிக்கலை' தமிழ் நிகண்டின் விரிவான ஆய்வு நூலாக அமைகிறது. அதில் திவாகரத்தின் வரலாறு, நூலின் செம்பாதி இடத்தினைப் பெற்றுள்ளது.

மு. அருணாசலம், 'திவாகரம்' (1975) எனும் பெயரில் விரிவாக ஆராய்ந்து தனி நூல் ஒன்றை எழுதினார். இந்நூல், நிகண்டின் பெயர், நிகண்டு என்ற சொல், யாஸ்கர், தொல்காப்பியர், நிகண்டின் பொருள், நிகண்டின் பொருட்புலப் பாகுபாடு அமைப்பு, திவாகரம், திவாகரர் வரலாறு, நூல் பிரிவுகள் முதலிய பொருண்மைகளில் அமைந்துள்ளது. மு. சண்முகம்பிள்ளை 'நிகண்டுச் சொற்பொருட் கோவை' (1982) எனும் நூலில் நிகண்டுகளின் பொது வரலாறு, தமிழ் நிகண்டுகளின் தோற்றமும் வளர்ச்சியும், நிகண்டுகளின் பொருட் பாகுபாடு, நிகண்டுகளில் கடவுள் வாழ்த்து, தெய்வப்பெயர் விளக்கம் எனும் பிரிவுகளில் நிகண்டுகள்பற்றி ஆராய்ந்துள்ளார். செ.வை. சண்முகம், 'இலக்கண உருவாக்கம்' (1994:92-141) நூலின் ஒரு பகுதியாய்த் 'திவாகரம்' எனும் தலைப்பில் நிகண்டு பொதுவிளக்கம், நிகண்டு பெயர் வரலாறு, திவாகரத்தின் பொதுப்பெயர், நிகண்டுக் கட்டமைப்பு, பன்னிரண்டு தொகுதிகள், வைப்புமுறை, திவாகரம் மூலமும் தனித்துவமும், திவாகரக் கல்வி, திவாகரச் சுவடிகள் எனும் தலைப்புகளில் ஆய்ந்துள்ளார்.

வ. ஜெயதேவன், 'தமிழ் அகராதியியல் வளர்ச்சி வரலாறு' (1980) எனும் தலைப்பில் மேற்கொண்ட ஆய்வில் நிகண்டுக்கு முற்பட்ட காலம், நிகண்டுக் காலம் எனும் பகுதிகளில் தமிழ் நிகண்டுகளின் வரலாற்றை ஆராய்ந்துள்ளார். மா. சற்குணம், மேற்கொண்ட 'தமிழ் நிகண்டுகள் ஆய்வு' (1984-88) எனும் முனைவர் பட்ட ஆய்வேடே தமிழ் நிகண்டுகள் என்ற பொருண்மையில் நிகழ்த்தப்பெற்ற தனிப்பெரும் ஆய்வாகும். அது இந்திய மொழிகளில் நிகண்டுகள், தமிழ் நிகண்டுகளின் வளர்ச்சி வரலாறு, தமிழ் நிகண்டுகளின் பதிப்பு வரலாறு, தமிழ் நிகண்டுகளின் பொது அமைப்பு, நிகண்டுகள் தமிழுக்கு அளித்த கொடை எனும் பகுதிகளில் அமைந்துள்ளது. பெ. மாதையன், 'தமிழ் நிகண்டுகள் வரலாற்றுப் பார்வை' (2005) எனும் நூலில் சமூகச் சூழலும் நிகண்டு உருவாக்கமும், நிகண்டு வரலாறு, நிகண்டு பொதுவமைப்பும் பதிவமைப்பு நெறியும், நிகண்டு பொருட்புல வகைப்பாடு, நிகண்டுச் சொற்றொகுதி ஆகிய பிரிவுகளில் சமஸ்கிருதம், தமிழ் நிகண்டுகளைப் பற்றிச் சுருக்கமாய் ஒப்பீடு செய்து விளக்கியுள்ளார். ச. பால்ராஜ், 'தமிழ்-வடமொழி நிகண்டு நூல் வரலாறு ஓர் ஒப்பாய்வு' (2013)

எனும் தலைப்பில் மேற்கொண்ட ஆய்வில் தமிழ், சமஸ்கிருத நிகண்டுத் தோற்றப் பின்புலம், தமிழ், சமஸ்கிருத நிகண்டுப் பொது வரலாறு, தமிழ், சமஸ்கிருத நிகண்டுகள் ஒப்பீடு எனும் பிரிவுகளில் இருமொழிகளின் நிகண்டு வரலாற்றை ஒப்பிட்டுள்ளார்.

சற்குணம், மாதையன் ஆகியோர் பிறமொழி நிகண்டுபற்றி, குறிப்பாகச் சமஸ்கிருத நிகண்டு வரலாறுகளைத் தங்களது நூல்களில் ஆராய்ந்துள்ளனர். அதில் சற்குணம், 'தமிழ் நிகண்டுகள் ஆய்வு' எனும் நூலில் சமஸ்கிருதம், தமிழ், பாலி, பிராகிருதம், தெலுங்கு, கன்னடம் ஆகிய மொழிகளின் நிகண்டு நூல்களின் பொதுவான வரலாற்றைத் தந்துள்ளார். ஆனால், தனி ஆய்வாக இருமொழி நிகண்டு நூல்களை ஒப்பிடவில்லை. மாதையன் 'தமிழ் நிகண்டுகள் வரலாற்றுப் பார்வை' எனும் நூலில் நிகண்டுத் தோற்ற வரலாறு, நிகண்டுப் பொதுவமைப்பும் பதிவமைப்பு நெறியும், நிகண்டு பொருட்புல வகைப்பாடு, நிகண்டுச் சொற்றொகுதி முதலிய பகுதிகளில் நிருக்தம், அமரகோசம், திவாகரம், பிங்கலம் நிகண்டுகளின் ஒற்றுமை, வேற்றுமைகளைச் சுருக்கமாக ஆராய்ந்துள்ளார். இதுவும் இருமொழி நிகண்டு நூல்களை ஒப்பிடவில்லை. ச. பால்ராஜ், (ஜவஹர்லால் நேரு பல்கலைக்கழகத்தில்) 'தமிழ் – வடமொழி நிகண்டு நூல் வரலாறு ஓர் ஒப்பாய்வு' என்னும் தலைப்பில் இருமொழி நிகண்டு வரலாற்றை ஒப்பிட்டு ஆராய்ந்துள்ளார். அதிலும் இருமொழி நிகண்டு நூல்கள் தனியாக ஒப்பிட்டு ஒப்பாய்வு செய்யப்பெற வில்லை. இதன்மூலம், தமிழ், சமஸ்கிருத மொழிகளில் உள்ள திவாகரம், யாஸ்க நிருக்தம் ஆகிய நூல்களின் பொருட்புல வகைப்பாட்டை ஒப்பிட்டுத் தனியே ஓர் ஆய்வு நூல் வெளிவந்த தாகத் தெரியவில்லை. ஆகவே, தமிழில் உள்ள திவாகரத்தையும் சமஸ்கிருதத்தில் உள்ள நிருக்தத்தையும் ஒப்பிட்டு எழுதப்பட்டுள்ள முதல் நூலாக இது அமைகிறது.

தமிழ்மொழித் திவாகரத்தையும் சமஸ்கிருதத்தின் யாஸ்க நிருக்தத்தையும் ஒப்பிடுவதும், இதன்வழி நிருக்தம், தமிழ் நிகண்டு நூல் பொருட்புல வகைப்பாட்டு *(Semantic Field)* மரபிற்கு அடிப்படையாக அமைந்துள்ளதா என்பதை இனங்காண்பதும் இந்நூலின் நோக்கங்களாகும்.

தமிழில் நிகண்டுகள் கி.பி. 8, 9 ஆம் நூற்றாண்டுகளிலிருந்து கிடைக்கின்றன. இதற்குமுன் தமிழில் இவ்வகை நூல்கள் கிடைப்பதாகத் தெரியவில்லை. எனவே, தமிழ் நிகண்டு நூல்கள் எதன் அடிப்படையில் உருவாக்கப்பட்டிருக்கும், எவை இவ்வாறான நூல்கள் தோன்றத் தூண்டுகோலாய் இருந்திருக்கும் என நோக்குகையில், இந்திய மொழிகளிலேயே வடமொழியில் வேதகாலம் முதற்கொண்டு சொற்பொருள்

விளக்கும் கருவிநூல் கிடைப்பதாக வடமொழி வரலாறுகள் தெரிவிக்கின்றன. அவற்றில் யாஸ்க நிருக்தமே முதலாவதாகக் கிடைக்கிறது. எனவே, நிருக்தத்தின் மரபைப் போன்று திவாகர நிகண்டின் பொருட்புல வகைப்பாடு அமைக்கப்பெற்று உருவாக்கப்பட்டிருக்கலாம் என்றும் தமிழில் தொல்காப்பியத்தில் சொற்பொருள் விளக்கும் மரபு இடம் பெற்றுள்ளதால் தொல்காப்பியத்தின் மரபு திவாகர நிகண்டின் பொருட்புல வகைப்பாடு உருவாகக் காரணமாக இருந்திருக்கலாம் என்றும் இருவிதமான கருத்துகள் தோன்றுகின்றன. எனவே, இவற்றை யெல்லாம் தெளிவாக அறிந்துகொள்ளத் திவாகரத்தைத் தொல்காப்பியத்துடனும், நிருக்தத்துடனும் ஒப்பிட்டு ஆராய்ந்தால் மெய்ம்மை புலப்படும். ஆகவே, நிருக்தத்தையும் திவாகரத்தையும் ஒப்பிட்டு இதன்வழி நிருக்தம், தமிழ் நிகண்டு நூல் பொருட்புல வகைப்பாட்டு மரபிற்கு அடிப்படையாக அமைந்துள்ளதா என்பதைக் காண்பதே இந்நூலின் நோக்கமாகும். மேற்கண்டவற்றின் அடிப்படையில் இந்நூல், சமஸ்கிருத நிகண்டு வரலாறும் நிருக்தமும், தமிழ் நிகண்டு வரலாறும் திவாகரமும், நிருக்தம் – திவாகரம் பொருட்புல வகைப்பாடு: ஒப்பீடு எனும் மூன்று பகுதிகளைக் கொண்டு அமைந்துள்ளது.

தமிழில் முதன்முதலில் நிருக்தத்தினை ஆய்வுப் பொருளாகக் கொண்டு ஆராயப்பெறும் இந்நூலில் தமிழ் மொழியில் அவ்வளவாக அறிமுகமில்லாத நிருக்தத்தை முதலில் அறிமுகப்படுத்தும் நோக்கில் அமைந்துள்ளது முதற்பகுதி. அத்துடன், நிகண்டுடன் நிருக்தம் இணைந்திருப்பதாலும் பிற நிகண்டுகளின் உருவாக்கத்திற்கு அது முன்மாதிரியாகத் திகழ்ந்துள்ளதாலும் நிருக்தம் பற்றிய அறிமுகப் பகுதியான இப்பகுதியில் சமஸ்கிருத நிகண்டுத் தோற்றப் பின்புலமும் அவற்றின் வரலாறும் இடம்பெற்றுள்ளன.

இரண்டாம் பகுதி, திவாகரத்தின் வரலாற்றை விளக்குகிறது. தமிழ் நிகண்டுச் சொல்லமைவு, தமிழ் நிகண்டு வரலாறு, திவாகரர் வாழ்விடம், சமயம், காலம், தோற்றப் பின்புலம், திவாகரம் உள்ளமைப்பு, பெயர் தொடர்பான கருத்துகளும் விளக்கங்களும் என்ற பொருண்மையின்கீழ்த் திவாகர வரலாறு அறிமுகப் படுத்தப்பட்டுள்ளது. திவாகரம், தமிழ் நிகண்டுகளுக்கெல்லாம் முன்மாதிரியாக அமைந்திருப்பதால் தமிழ் நிகண்டுகளின் வரலாறும் கூறப்பட்டுள்ளது.

மூன்றாம் பகுதி, நூலின் முதன்மைப் பகுதியாக அமையும் நிருக்தம், திவாகரம் ஆகிய நூல்களின் பொருட்புல வகைப்பாட்டை ஒப்பிடுகிறது. இப்பகுதியின் பொருண்மைகள் நான்கு பெரும் பிரிவுகளில் விளக்கப்பட்டுள்ளன. அவை

தனித்தனிப் பகுதிகளாக அமைக்கப்பெற்றால் பொருண்மை நீட்சியின்மையும் கருத்துமுடிவுத் தொடர்பின்மையும் ஏற்படும் என்பதால் ஒரே பகுதியில் நான்கு பிரிவுகளாக அமைக்கப் பெற்றுள்ளன. அவ்வாறு அமையும் பிரிவுகள் வருமாறு:

- அமைப்பு
- பொருண்மை
- கருத்து விளக்கமுறை
- ஒற்றுமை வேற்றுமை

அமைப்பு எனும் பகுதியில் நிகண்டு, நிருக்தம், திவாகரம் ஆகிய நூல்களின் அமைப்புகள் நிகண்டு அமைப்பு, நிருக்தம் அமைப்பு, திவாகரம் அமைப்பு, அமைப்பு – ஒப்பீடு எனும் பிரிவுகளில் ஒப்பிட்டு விளக்கப்பட்டுள்ளன.

பொருண்மை எனும் பகுதி நிருக்தம், திவாகரம் நூல்களின் பொருண்மைகளை நிகண்டுப் பொருண்மை, நிருக்தத்தின் பொருண்மை திவாகரத்தின் பொருண்மை, பொருண்மை – ஒப்பீடு எனும் உட்பிரிவுகளில் விளக்குகிறது.

கருத்து விளக்கமுறை எனும் பகுதி நிருக்தம், திவாகரம் நூல்களின் கருத்து விளக்கமுறையினை ஒப்பிட்டு விளக்குகிறது.

ஒற்றுமை வேற்றுமை எனும் பகுதி நிருக்தம், திவாகரம் நூல்களின் ஒற்றுமை வேற்றுமைகளை இரண்டு நூல்களின் வரலாறு, அமைப்பு, பொருண்மை விளக்கம், மரபுப் பின்புலம் முதலியவற்றின்வழி ஒப்பிட்டு விளக்குகிறது.

மொழிக்கையாள்கை முறை: நிருக்தத்தின் தேவநாகரி எழுத்துருவில் அமைந்த பாடல்கள், ஆய்வின் வாசிப்பு நீரோட்டத்தைப் பாதிக்கும் எனக் கருதி அவை, நூலில் சான்றுகளுக்குப் பயன்படுத்தப்படும் இடங்களில் தேவநாகரி எழுத்துருவில் அளிக்காமல், தமிழ் மொழிபெயர்ப்பு வடிவில் அளிக்கப்பெற்றுள்ளன. அத்தியாயத்தின் இறுதியில் குறிப்புகள் என்ற பகுதியில் தேவநாகரி எழுத்துரு நிருக்தப் பாடல்களும், அதன் எழுத்துப் பெயர்ப்பும் அளிக்கப்பெற்றுள்ளன. இந்நூலில் அப்பாடல்கள் அடிக்குறிப்பு எண்ணிட்டுக் காட்டப் பெற்றுள்ளன.

சமஸ்கிருதச் சொற்கள் இடம்பெறும் இடங்கள் இயன்றவரை அந்த ஒலியியல்புக்கு ஏற்பத் தமிழ் எழுத்துகளால் குறிக்கப்பெற்றுள்ளன. தவிர்க்க இயலாத இடங்களில் 'ஸ,ஹ, ஷ, க்ஷ' முதலிய எழுத்துகளும் சில நிருக்தத்தின் சொற்களும் சமஸ்கிருதப் பொருண்மையிலும் அப்படியே பயன்படுத்தப்பெற்றுள்ளன.

இந்நூலில் அமைந்துள்ள நிருக்தச் சொற்கள், பாடல்களின் மொழிபெயர்ப்பு விளக்கம் முதலியவை இராமானுஜ தாதாசாரியரால் தமிழில் பதிப்பிக்கப்பெற்ற யாஸ்க நிருக்தத்தை அடியொற்றி அமைந்துள்ளன.

தமிழ், சமஸ்கிருத நிகண்டுத் தோற்ற வரலாற்றையும், சொற்பொருள் அமைப்பு வகைப்பாட்டையும், நிருக்தம், திவாகரம் பொருட்புல வகைப்பாட்டு விளக்கங்களின் மூலம் வெளிப்படுத்துவதாக அமைகிறது இந்நூல். குறிப்பாகத் தமிழ்மொழி வரலாற்றிற்குச் சமஸ்கிருத மொழியின் நிகண்டு வரலாற்றையும், சொற்பொருள் அமைப்பு முறையினையும் தமிழ்த் திவாகரம், தொல்காப்பியம் ஆகியவற்றோடு இணைத்து அதனால், ஏற்படும் சிறப்பினை வெளிப்படுத்துகிறது. மேலும், தமிழ், சமஸ்கிருத மொழிகளின் நிகண்டுப் பொருட்புல வகைப்பாட்டினை மதிப்பிடுவதற்கும் இந்நூல் பயன்படும்.

சுருக்கக் குறியீட்டு விளக்கம்

அகத்.	–	அகத்திணை
அத்.	–	அத்தியாயம்
உ. ஆ.	–	உரை ஆசிரியர்
உரி.	–	உரியியல்
ஒலி. பெ. தொ.	–	ஒலி பற்றிய பெயர்த் தொகுதி
தொ.	–	தொகுதி
தொ. ஆ.	–	தொகுப்பு ஆசிரியர்
தொகு.	–	தொகுதிகள்
தொல்.	–	தொல்காப்பியம்
ப. ஆ.	–	பதிப்பு ஆசிரியர்
ப. கு.	–	பதிப்புக் குழு
பண்பு. பெ. தொ.	–	பண்பு பெயர்த் தொகுதி
பல். கூ. ஒ. தொ.	–	பல்பொருட் கூட்டத்து ஒருபெயர்த் தொகுதி
பெய.	–	பெயரியல்
பொருள்.	–	பொருளியல்
மக். பெ. தொ.	–	மக்கட் பெயர்த் தொகுதி
மணி.	–	மணிமேகலை
மர.	–	மரபியல்
மொ. ஆ.	–	மொழிபெயர்ப்பு ஆசிரியர்
வில. பெ. தொ.	–	விலங்கின் பெயர்த் தொகுதி

Adyar, MSS.	– Descriptive Catalogue Manuscripts in the Adyar Library.
AISM (Adyar)/	– Alphabetical Index of Sanskrit Manuscripts in the Adyar Library
AISM (Madras).	– Alphabetical List of Manuscripts in the Government Oriental Manuscripts Library, Madras.
BBRASDC.	– Descriptive Catalogue of Sanskrit and Prakrit Manuscripts in the Bombay Branch of Royal Asiatic Society.
BUDC.	– Descriptive Catalogue of Manuscripts in the Bombay University Library.
Cat. Cat.	– Catalogue Catalogorum
Chap.	– Chapter
Ed.	– Editor
Eds.	– Editors
TDC or TMDC.	– Descriptive Catalogue of Sanskrit Manuscripts in the Sarasvati Mahal Library, Thanjavur.
Trans.	– Translator(s)
Vol.	– Volume
Vols.	– Volumes

தமிழ் – சமஸ்கிருத நிகண்டு உறவு

சமஸ்கிருத நிகண்டு வரலாறும் நிருக்தமும்

இந்திய மொழிகளில் கிடைக்கப்பெறும் சொற்பொருள் உரைக்கும் நூல்களில், சமஸ்கிருத மொழி நூல்களே தொன்மை வாய்ந்தவையாக உள்ளன. அவை, நிகண்டு என்ற பொதுப்பெயரால் அழைக்கப்பெறுகின்றன. அவ்வகை நூல்கள் நவீன கால நோக்கு நூலான அகராதி போன்று அகரவரிசை முறையில் அமையாமல், மரபுவழிப் பட்டதாகவும் யாப்பால் கட்டப்பட்டதாகவும் ஒரு குறிப்பிட்ட பொருண்மை வகைப்பாட்டை உள்ளடக்கியதாகவும் அமைந்துள்ளன. தற்போது கிடைக்கும் நிகண்டுகளில் யாஸ்க நிருக்தமே முதல் நூலாக அறியப்பெறுகிறது. அது வேதத்தில் பொருள் விளங்காத அரிய சொற்களைக் கொண்ட சொற்றொகுப்பிற்கு மட்டும் பொருள் கூறி, வேதக்கல்வியின் கற்றல் மூலம் வேத மந்திரங்களை முறையாகப் பொருளுடன் ஒலிக்க வேண்டும் என்ற நோக்கத்திற்காக இயற்றப் பெற்றிருக்கிறது.

சொற்பொருள் வழங்கும் மரபு சார்ந்த நூலை நிகண்டு என்று அழைப்பதால் அச்சொல்லுக்கான பொருளை விளக்குவது இன்றியமையாததாகிறது. நிகண்டு எனும் சொல்லிற்கு வேதச் சொற்றொகுப்பு, வேத அருஞ்சொற்பொருள், வேதத்தின் பொருள் விளங்காத அரிதான சொற்றொகுப்பு என்பது பொருள். அதனை, யாஸ்க நிருக்தமும் கோசங்களும் அகராதிகளும் கீழ்வருமாறு விளக்குகின்றன.

நிருக்தத்தில் நிகண்டு என்ற சொல்லின் பொருள் என்ன, அது அவ்வாறு ஏன் கூறப்படுகிறது என்ற விளக்கம் முதல் அத்தியாயம் முதல் பாடத்தில் கூறப்பட்டுள்ளது. அதாவது, வேதத்திலிருந்து எடுத்தோதப்பட்டுள்ள சொற்களின் தொகுப்பு நிகண்டு என்று அழைக்கப்பெறுகிறது. நிகண்டென்று ஏன் கூறப்படுகிறதென்றால், நிகமம் எனப்படும் வேதத்திலிருந்தே சொற்கள் எடுக்கப்பட்டிருப்பதால், நிகமம் என்பதற்கு மாற்றாக நிகண்டு என்று சொல்லப்படுகிறது. தொகுக்கப்பட்டு ஓதப்படும் சொற்களின் பொருள்கள் தெளிவாக விளக்கப்படு கின்றன. இதனால் இங்கு எடுக்கப்பட்ட சொற்கள் நிகந்து என்ற பெயரைப் பெறுகின்றன. நிகந்து என்று சொல்லப்பட வேண்டியது எழுத்துகளின் மாறுதலால் (க^{2}கரம் க^{3}ககரமாகவும், நகரம் ணகரமாகவும், தகரம் டகரமாகவும்) நிகண்டு என்று கூறப்படுகின்றது. வேதத்திலிருந்து எடுக்கப்பெற்ற சொற்கள் படிக்கப்பட்டன என்ற காரணத்தினாலும் நிகண்டு என்று கூறப்படுகிறது. சொற்கள் வேதத்திலிருந்து எடுத்துக்கொண்டு வரப்பட்டவை என்ற பொருளிலும் நிகண்டு என்ற பெயர் வந்திருக்கின்றது[1].

வைதிக நிர்வச்ன கோசம் : வேதத்தில் ஆங்காங்கே கூறப்படும் சொற்களைச் சேர்த்து, ஓரிடத்தில் விளக்கமாகக் கூறப்படும் சொற்பொருள் விளக்கம் நிகண்டில் கூறப்பெற்றுள்ளது. ஔபமன்யவ என்று கூறப்படும் முனி, இப்பொருளைத் தெளிவுபடக் கூறும் நூலை நிகண்டு என்கிறார் என்று குறிப்பிடுகிறது[2]. *சமஸ்கிருதம் – ஹிந்தி கோசம்:* நிகண்டு என்பது சமஸ்கிருத வேதச்சொற்களின் சிறப்புச் சொற்றொகுப்பு என்று பொருள் கூறுகிறது[3].

மோனியர் வில்லியம்ஸின் *(Monier Williams)* சமஸ்கிருத ஆங்கில அகராதி, சொற்களின் சொல்லகராதித் தொகுதி, யாஸ்க நிருக்தாவின் வேத அருஞ்சொற்பொருள் தொகுதி என்றும், சமஸ்கிருத இலக்கிய அகராதிச் சொற்களஞ்சியம் *(Encyclopedic Dictionary of Sanskrit literature)*, வேத மந்திரத்தில் பொருள் புரிந்துகொள்ள அரிதாக உள்ள சொற்களுக்குப் பொருள் கூறும் சொற்றொகுதி என்றும், சமஸ்கிருத இலக்கண அகராதி *(A Dictionary of Sanskrit Grammar)*, குறிப்பாக வேதச் சொற்களின் தொகுப்பென்றும் நிகண்டு என்பதற்குப் பொருள் தருகின்றன.

சமஸ்கிருத நிகண்டு வரலாறு

சமஸ்கிருத மொழியில் நிகண்டு நூல்கள்: கோசம், நாநார்த்தம், அனேகார்த்தம், நாமசம்கரகம், ரத்தினாகரம், சம்கரகம்,

நாமஷேசம், பாஷார்ணம், தீபிகை, சப்தார்ணம், சிந்தாமணி, மஞ்சரி முதலிய பெயர்களில் அமைந்துள்ளன. இம்மொழியின் நிகண்டு வரலாறு, இலக்கிய வரலாறுகளில் சூத்திரங்கள் பகுதியிலிருந்து தொடங்குகிறது. இதன் வளர்ச்சி நிலை வேதாங்கம் தொட்டுக் கி.பி. *19*ஆம் நூற்றாண்டு வரை பரந்து விரிந்து காணப்படுகின்றது. யாஸ்க நிருக்தமே தற்பொழுது முதலாவதாகக் கிடைப்பதால் இதிலிருந்தே சமஸ்கிருத நிகண்டு வரலாறும் தொடங்குகின்றது. சொற்பொருள் விளக்கும் நூல்கள், தொடக்க காலத்தில் வேதச் சொற்களுக்குப் பொருள் விளக்கம் தரும் நூலாகத் தோற்றம் பெற்றுப் பின்பு, அமரகோசத்திலிருந்து வழக்கு மற்றும் இலக்கியம் சார்ந்த சொற்களுக்கும் பொருள் உரைக்கும் நூல்களாகத் தோன்றியுள்ளன. இவ்வகை நூல்கள் சமஸ்கிருதத்தில் நிகண்டு, கோசம் எனும் பெயர்களில் அழைக்கப்படுகின்றன.

யாஸ்க நிருக்தத்திற்குப் பிறகு, அமரகோசம் கிடைக்கிறது. இவ்விரு நூல்களுக்கும் இடைப்பட்ட காலப்பரப்பில் 'சப்தார்ணவம் (Ṣabdārṇva) நிகண்டை வாசஸ்பதியும் (Vācaspati), உத்பலினி (Utpalini) நிகண்டை வியாடியும் (Vyādi), ஸம்சாரவர்த்த (Smsāravarta) நிகண்டை விக்ரமாதித்யாவும் (Vikramāditya) இயற்றியுள்ளனர் எனத் தெரிகின்றது. ஆனால், இவை தற்போது கிடைக்கப்பெறவில்லை' என புருஷோத்தம தேவரின் ஹாராவளி (Hārāvali) குறிப்பிடுவதாக எடுத்துரைக்கிறார் கிளவுஸ் வோகல் (Claus Vogel, *1979:306*).

அமரகோசம் (अमरकोष): யாஸ்கருக்குப் பிறகு, அறியப்பெறும் சொற்பொருள் நூலாகும். இதனை, நாமலிங்கானுசாசனம் (नामलिङ्गानुशासनम्) என்ற பெயராலும் அழைப்பர். இது 'திரிகாண்டம் எனும் பெயராலும் அறியப்பெறுகிறது' (M. M. Patkar,*1981: 20*). இதன் ஆசிரியர் அமரசிம்மர் ஆவர். இவர் ஒரு பௌத்தராகவும், சமணராகவும் அடையாளப் படுத்தப்படுகிறார். இந்நூல் அநுஸ்டுப் சந்தத்திலான *1608* ஸ்லோகங்களைக் கொண்டுள்ளது. இது மூன்று காண்டங்களையும், உட்பிரிவாக வர்க்கங்களையும் கொண்டு அமைந்துள்ளது. இதில் பால் பாகுபாட்டடிப்படையில் சொற்களுக்குப் பொருள் விளக்கம் தரப்பட்டுள்ளது. இதன் தோற்றத்திற்குப் பிறகு, நிகண்டு நூல்கள் பெரும்பான்மையாக இயற்றப்பெற்று வந்துள்ளன. வேதச்சொற்களுக்கு மட்டுமே சொற்கோவை இயற்றப்பட்ட நிருக்த மரபிற்குப் பின் இலக்கியம், வழக்கு ஆகிய அனைத்துச் சொற்களுக்கும் பொருள் விளக்கம் தரும் நிகண்டு நூல்கள் இயற்றும் வழக்கம் தோன்றலாயிற்று அவற்றிற்கு அமரகோசம்

அடிப்படை எனலாம். ஆதலால், இது இன்றுவரை புகழ் பெற்று விளங்கும் நூலாகவே இருந்துவருகிறது.

அமரகோசத்திற்குப் பிறகு, சமஸ்கிருத நிகண்டு வரலாற்றில் சாஸ்வதா எழுதிய 'அனேகார்த்த சமுச்சயம்' (अनेकार्थसमुच्चय) தோன்றியுள்ளது. இதற்கு சாஸ்வதகோசம் என்ற மற்றொரு பெயரும் வழங்கப்பெறுகிறது. இது பலபொருள் ஒருசொல் (Homonyms) விளக்கும் நூலாகும். இதனை, கிளவுஸ் வோகல் 'இது அமரகோசத்தைக் காட்டிலும் பழமையானது' என்று குறிப்பிடுகிறார். (Claus Vogel, *1979:318*).

அனேகார்த்ததொனிமஞ்சரி (अनेकार्थध्वनिमञ्जरी): மகாக்ஷபணகர் என்பவரால் கி.பி. 925 இல் இயற்றப்பெற்றுள்ளது. இதற்கு அனேகார்த்தபாடமஞ்சரி (अनेकार्थपाडमन्जरि) என்ற பெயரும் உண்டு. இது அநுஷ்டுப் யாப்பினால் ஆன பலபொருள் ஒருசொல் குறித்த நிகண்டு.

அபிதானரத்தினமாலை (अभिधानरत्नमाला): கி.பி.10ஆம் நூற்றாண்டில் ஹலாயுதர் இயற்றிய ஒருசொல் பலபொருள் (Synonyms), பலபொருள் ஒருசொல் குறித்துவரும் ஒரு சிறிய நிகண்டாகும். இந்நிகண்டு ஐந்து காண்டங்களையும், பல்வகையான யாப்புகளைக் கொண்டும் உருவாக்கப்பட்டுள்ளது.

யாதவப்பிரகாசரின் வைஜயந்திகோசம் (वैजयन्तीकोष): *(கி.பி. 1017–1137)* ஒருசொல் பலபொருள், பலபொருள் ஒருசொல் (பால் பாகுபாட்டால் பிரிக்கப்பட்டுள்ளது) பகுதிகளை விளக்குகிறது. இந்நூல் எட்டுக் காண்டங்களைக் கொண்டு அதற்கு 43 அத்தியாயங்களில் பொருள் விளக்கம் தருகிறது. இதன் ஆசிரியர் தென்னாட்டைச் சேர்ந்த திருப்புட்குளி (காஞ்சிபுரம்) பகுதியைச் சேர்ந்தவராக அறியப்பெறுகிறார்.

நாமமாலிகா (नाममालिका): இது போஜ (Bhoja) நிகண்டு என்ற வேறுபெயரையும் பெற்றுள்ளது. போஜபரமாரர் என்பவரால் கி.பி. 11ஆம் நூற்றாண்டு இயற்றப்பட்டுள்ளது. ஒருபொருட் பலபெயர்க் குறித்த சூத்திரங்களை மூன்று பிரிவினுள் கொண்டு அமைந்துள்ளது.

நாநார்த்தசங்கரஹம் (नानार्थसङ्ग्रहम्): கி.பி. 12ஆம் நூற்றாண்டில் ஆசிரியர் அஜயபாலா என்பவரால் இயற்றப்பெற்றுள்ளது. இதன் மற்றொருபெயர் அனேகார்த்த கோசம் (अनेकार्थकोष) ஆகும். இது பலபொருள் ஒருசொல் (Homonyms) குறித்த நூலாகும். மேலும், இது 'க்ஷ' என்ற சொல்லை சிறப்புப் பகுதியாக இறுதியில் அமைத்துள்ளது. ஒவ்வொரு பகுதியின் இறுதியிலும் பெயர்கள் வகைப்படுத்திக் கொடுக்கப்பட்டுள்ளன.

தரணிகோசம் (तरनिकोष): அனேகார்த்தசார (अनेकार्थसार) என்றும் அழைக்கப்படுகிறது. கி.பி. 12ஆம் நூற்றாண்டில் தரணிதாசர் என்பவரால் இயற்றப்பெற்றுள்ளது. இது பலபொருள் ஒருபெயராலான சொற்களுக்குப் பொருள் தருகிறது. சொற்கள், அகரவரிசை முறையில் அமைந்தும், இறுதி மெய்யெழுத்து அடிப்படையிலும், அசைகளின் எண்ணிக்கை அடிப்படையிலும் தொகுத்தமைக்கப் பெற்றுள்ளன எனத் தெரிகிறது.

நாமமாலா (नाममाला): நிகண்டின் ஆசிரியர் தனஞ்ஜெயர் ஆவர். இவரின் பெற்றோர் வாசுதேவ, ஸ்ரீதேவி. இந்நூல் கி.பி. 1123ஆம் ஆண்டில் இயற்றப்பெற்றுள்ளது. இவர் கர்நாடகத்தில் திகம்பர பிரிவைச் சார்ந்த ஜைன மதத்தவர். நிகண்டு சமயா என்பது இதன் வேறுபெயர். இது ஒருபொருள் குறித்த பலபெயர்ச் சொற்களைக் கொண்டுள்ளது.

பரியாயசப்தரத்னம் (पर्यायशब्दरत्न): தனஞ்ஜெய பட்டாச்சாரியர் என்பவரால் இயற்றப்பட்டது. இது 86 செய்யுள்களைக் கொண்டு மூன்று பிரிவுகளில் ஒருசொல் பலபொருள் குறித்த நூலாக அமைகின்றது.

விஸ்வபிரகாசம் (विश्वप्रकाश): (கி.பி. 1111–12) ஆசிரியர் மகேஷ்வரர் ஆவர். 2200 செய்யுள்களைக் கொண்டது. பலபொருள் ஒருசொல் தன்மையது. விஸ்வபிரகாசத்தில் ‘இந்நூல் ஆசிரியரே சப்தபேதபிரகாசம் (सब्डपेदप्रकाश), சாஹசாங்கசரிதம் (साहसान्कसरितम्) என்னும் இணைப்பு ஒன்றை உருவாக்கியுள்ளார்’ (M.M. Patkar, 1981:72).

புருஷோத்தம தேவர்: கி.பி. 1081 (1159/60) காலகட்டத்தில் வாழ்ந்தவர். இவர் 15 க்கும் மேற்பட்ட இலக்கணம், அகராதியியல் நூல்களைச் செய்துள்ளதாகச் சர்வாணந்தா (Sarvāṉanda) தனது திகாசரவாஸ்வா (Ṭikāsarvasva) நூலில் குறிப்பிட்டுள்ளார். (Claus Vogel, 1979:331). இவரின் முதல் நிகண்டு என அறியப்படுவது திரிகாண்டசேஷம் (त्रिकाण्डशेषम्): இது அமரகோசத்திற்கு இணைப்பாகச் செய்யப்பெற்றது. அமரகோசத்தின் அமைப்பையே ஏற்றுள்ளது. இதன் நோக்கம் ‘அமரகோசத்தில் விடுபட்ட சொற்களைக் கூறுவதே ஆகும்’ (R. Sarma, 1928:xxii-xxiii). இது ஒருபொருட் பலசொற்களை மட்டும் விளக்குகிறது.

ஹாராவளி (हारावली) என்ற நிகண்டும் இவ்வாசிரியரின் வேலைப்பாடே. இது ‘திரிகாண்ட சேஷத்தின் நோக்கத்துடனே ஒத்துள்ளது; ஆனால், விளக்க முறையில் மாறுபட்டுள்ளது’ என்று கிளவுஸ் வோகல் கூறுகிறார். (Claus Vogel, 1979:332). இது 270 செய்யுள்களையும் இரண்டு பிரிவுகளில் மூன்று உட்பிரிவு களைக் கொண்டும், ஒருபொருட் பன்மொழிச் சொற்களையும்

பலபொருட் சொற்களையும் கொண்டு அமைந்துள்ளது. இந்நூலைத் தொகுத்தமைக்கப் பன்னிரெண்டு ஆண்டுகள் கடந்தன என்று நூலிறுதியில் குறிப்பிட்டுள்ளார் இவ்வாசிரியர். மேலும், இவ்வாசிரியரால் இயற்றப்பெற்ற பிற நூல்கள்: ஏகாட்சரகோசம் (एकाक्षरकोष) *(32 அல்லது 38 பாடல்கள்)*, த்விருபகோசம் (द्विरूपकोष) *(75 பாடல்கள்)*, வர்ணதேசனா (वर्णदेशना) ஆகியவையாகும். அனேகார்த்தகோசம் (अनेकार्थकोष): மங்கா இதன் ஆசிரியர் ஆவார். இது பலபொருள் ஒருசொல் நூலாகும். 1007 செய்யுட்களைக் கொண்டுள்ளது.

அடுத்து, இடைக்கால அகராதியின் அரசன் என்று அறியப் பெறும் ஹேமச்சந்திரர் அமரசிம்மாவிற்குப் பிறகு, அகராதி உருவாக்கத்திற்கு முன்மாதிரியாகத் திகழ்ந்தவர் ஆவர். இவர் எழுதிய நிகண்டு நூல்களான அபிதான சிந்தாமணி நாமமாலை (अभिधानचिन्तामणि नाममाला): ஒருபொருட் பலசொல் பற்றியது. ஐந்து காண்டங்களில் 1524 செய்யுள்களைக் கொண்டுள்ளது. அனேகார்த்தசங்கரஹம் (अनेकार्थसङ्ग्रहम्): பலபொருள் ஒருசொல் பற்றியது. இது ஏழு பகுதிகளில் 1829 சுலோகங்களைக் கொண்டு அமைந்துள்ளது. தேஷனமாலை (देशनमाला): இது ஒரு பிராகிருத மொழி நூலாகும். நிகண்டுசேஷம் (निघण्ट्शेषम्): தாவரவியல் நூலாகும். இவ்வாறு பிறமொழிகளிலும், பிற பொருண்மைகளிலும் நிகண்டுகளை உருவாக்கித் தனக்கான தனித்துவத்தின் மூலம் முன்மாதிரியாகத் திகழ்ந்தவர் ஹேமச்சந்திரர்.

நாநார்த்தணவசம்ஷேசபம் (नानार्थाणवसङ्क्षेप): (கி.பி. 12, 13) இதன் ஆசிரியர் கேசவசுவாமி. இந்நூல் ராஜராஜ்யா என்றும் அழைக்கப்படுகிறது. இதன் முன்னுரையின் மூலம் இது குலோத்துங்க சோழனின் காலத்தில் உருவாக்கப்பட்டதாக அறியமுடிகிறது. இந்நூல், பலபொருள் ஒருசொல் தொகுப்பாகும். ஆறு காண்டங்களைக் கொண்டுள்ளது. ஆண்பால், பெண்பால், முதல் உயிரெழுத்து அல்லது மெய்யெழுத்து அடிப்படையில் அமைக்கப்பட்டுள்ளது இந்நிகண்டின் சிறப்பாகும்.

நாநார்த்தசப்தகோசம் (नानार्थशब्दकोष): (கி.பி. 13) மேதினிகாரரின் நாநார்த்த சப்தகோசம் என்று அறியப்பெறுகிறது. இதற்கு விஸ்வபிரகாசம் நிகண்டே அடிப்படையாக அமைந்துள்ளது. இது பலபொருள் ஒருசொல்லான 2400 செய்யுட்களைக் (பாடல்கள்) கொண்டுள்ளது.

விஷ்வலோச்சனா (विश्वलोचन): திகம்பர ஜைன மத்தைச் சேர்ந்த ஸ்ரீதரசேனா என்பவரால் இயற்றப்பட்டுள்ளது. இதன் மற்றொரு பெயர் முக்தாவளி (मुक्तावली) ஆகும். இந்நூல், கி.பி. 13ஆம் நூற்றாண்டு இயற்றப்பெற்றுள்ளது. இது ஒருசொல்

பலபொருள், பலபொருள் ஒருசொல் விளக்க முறையில் பொருள் விளக்கம் தருகிறது.

பூரிப்பிரயோகம் (भूरिप्रयोगम्): (கி.பி.14) பத்மநாததத்தர் என்பவர் இயற்றியுள்ளார். இது ஒருசொல் பலபொருள், பலபொருள் ஒருசொல் பொருண்மையை விளக்கும் தன்மையது. இதன் அமைப்பு முறை அமரகோசத்தை ஒட்டியுள்ளது. இது மூன்று பகுதிகளில் பதினான்கு இயல்களைக் கொண்டு அமைந்துள்ளது.

சப்தரத்னாகரம் (शब्दरत्नाकर): (கி.பி. 14) இந்நூலினை இயற்றியவர் மகீபர். இது 'அனேகார்த்ததிலகம் (अनेकार्थतिलक) என்றும், நாநார்த்ததிலகம் (नानार्थतिलक) என்றும் மகீபாகோசம் (मगिबाकोष) போன்ற வேறு பெயர்களைக் கொண்டுள்ளது' (Claus Vogel, *1979:351*). இந்நூலில் உள்ள பலபொருள் ஒருசொல் பகுதிக்கு அனேகார்த்த அல்லது நாநார்த்த திலகம் என்று பெயர்.

நாநார்த்தரத்தினமாலை (नानार्थरत्नमाला): இதன் ஆசிரியர் இருகா (Irugā)அல்லது இருகபா (Irugapā) என்று அறியப்படுகிறார். இவர் விஜயநகரப் பேரரசின் இரண்டாம் ஹரிகர மன்னர் *(1377–1404)* காலத்தில் வாழ்ந்தவர் ஆவர். இது பலபொருள் ஒருசொல் பற்றியதாகும். ஆறு காண்டங்களை அநுஷ்டுப் யாப்பினைக் கொண்டு அமைந்துள்ளது.

நாநார்த்தமஞ்சரி (नानार्थमञ्जरी): ராகவா இதன் ஆசிரியர் ஆவார். தென்னிந்தியப் பகுதியின் பலபொருள் ஒருபெயர்ச் சொற்களைத் தொகுத்து விளக்கும் *1600* செய்யுள்களைக் கொண்டுள்ளது இந்நூல்.

சப்தரத்னாகரம் (शब्दरत्नाकर): வாமனபட்ட பாணர் இதனை இயற்றியுள்ளார். இவர் விஜயநகரப் பேரரசின் இரண்டாம் ஹரிகரர் காலத்தவர் (கி.பி. 14) என்று அறியப்பெறுகிறார். இந்நூல் ஒருசொல் பலபொருள், பலபொருள் ஒருசொல் தொகுதிகளைக் கொண்டுள்ளது. இவை அநுஷ்டுப் யாப்பல்லா பாவகையால் பெரும்பான்மையாக அமைந்துள்ளன. இவ்வாசிரியரே இயற்றிய மற்றொரு நூல் சப்தசந்திரிகா (शब्दचन्द्रिका): இது இன்னும் பதிப்பிக்கப்பெறவில்லை எனத் தெரிகிறது. 'இது ஒரு விரிவான ஒருசொல் பலபொருள் நிகண்டாகும்' (Claus Vogel, *1979:355*). இந்நூல் ஐந்து சர்க்கங்களைக் கொண்டுள்ளது.

பரமானந்திய நாமமாலை (परमानन्दियनाममाला) நிகண்டின் ஆசிரியர் மகரந்ததாசர் ஆவார். இது 1835 பாடல்களைக் கொண்ட பன்மொழி நிகண்டு ஆகும். இதனை அடுத்து ஹர்சகீர்த்தி என்பவரின் நிகண்டுகளான சாரதியாக்கிய நாமமாலை (शारदीयाख्यनाममाला), அனேகார்த்த நாமமாலை (अनेकार्थनाममाला),

சப்தானேகார்த்தம் (शब्दअनेकार्थ) ஆகியவை அமைகின்றன. கி.பி. 16ஆம் நூற்றாண்டில் புகழ்பெற்ற நிகண்டு நூல் ஆசிரியர்களில் இவரும் ஒருவர்.

சாரதியாக்ய நாமமாலை (शारदीयाख्यनाममाला) அல்லது சாரதியபிதான நாமமாலை (शारदीयअभिधाननाममाला), இந்நிகண்டின் ஆசிரியர் ஹர்ஷகீர்த்தி 1590–1610 காலத்திற்கு உட்பட்டவராவார். இந்நூல் ஒருசொல் பலபொருள் அமைப்பைக் கொண்டது. மூன்று காண்டங்களையும், உட்பிரிவாக வர்க்கங்களையும் 465 செய்யுட்களையும் கொண்டுள்ளது. இவர் இயற்றிய மற்றொரு நூலான அனேகார்த்த நாமமாலை (अनेकार्थनाममाला) அல்லது அனேகார்த்தசாரம் (अनेकार्थसार) 120 சுலோகங்களை உள்ளடக்கியுள்ளது. இறுதி மெய்யெழுத்தை அடிப்படையாகக் கொண்டு அகரவரிசையில் அமைந்துள்ளது. இது மூன்று அதிகாரங் களை உடையது.

ரூபமஞ்சரி நாமமாலை (रूपमञ्जरीनाममाला) ரூபசந்திரரால் இயற்றப்பட்டது. இவரின் காலம் அக்பர் வாழ்ந்த காலம் (கி.பி. 1644) என அறியப்பெறுகிறது. இது பலபொருள் ஒருசொல் தொகுப்பைப் பத்து இயல்களில் உள்ள வர்க்கப் பிரிவில் விளக்குகிறது.

சீக்கிரபோதினி நாமமாலை (शीघ्रबोधिनीनाममाला): (கி.பி. 16) கர்நாடகத்தின் ஜமதக்கனி பிரிவின் பிராமணர் வகுப்பைச் சார்ந்த புண்டரீக வித்தாலர் இதன் ஆசிரியர். இந்நூல் நான்கு பகுதியாகப் பிரிக்கப்பட்டு அமைக்கப்பட்டுள்ளது.

நாமசங்கரஹமாலை (नामसङ्ग्रहमाला): கி.பி. 16ஆம் நூற்றாண்டில் அப்பய தீட்க்ஷிதரால் எழுதப்பட்டது. இவர் காஞ்சிபுரம் பகுதியைச் சார்ந்த பரத்வாஜ் கோத்திர பிராமண வகுப்பைச் சேர்ந்தவர். இது ஒருபொருள் பலசொல் நூலாகும். இன்னும் பதிப்பிக்கப்படவில்லை.

சித்தசப்தார்னவம் (सिद्धशब्दार्णव): கி.பி. 17ஆம் நூற்றாண்டில் சஹஜகீர்த்தியால் உருவாக்கப்பெற்றது. இவர் ஸ்வேதம்பர ஜைனப் பிரிவினர். இந்நூல் ஒருசொல் பலபொருள் குறித்ததாகும். இது ஆறு காண்டங்களையும், துணைப் பிரிவாக அதிகாரத்தையும் கொண்டுள்ளது. இதில் அநுஷ்டுப் மற்றும் பிற யாப்பு வகைகள் பயன்படுத்தப்பட்டுள்ளன.

கோசகல்பதுரு (कोषकल्पतरु): (கி.பி.17) விஸ்வநாதரால் செய்யப்பட்டது. இது ஒருபொருள் பலசொல், பலபொருள் ஒருசொல் குறித்த நூலாகும். இந்நூற்பாடல்கள் பல சந்தத்தால்

ஆக்கப்பெற்றன, இவை ஐந்து காண்டங்களாகவும் உட்பிரிவாக வர்க்கங்களாகவும் பகுக்கப்பட்டுள்ளன.

பஞ்சத்துவப்பிரகாசம் (पञ्चतत्त्वप्रकाश): (கி.பி. 17) வெணிதத்தரால் இயற்றப்பட்டது. இது ஒருபொருள் பலசொல் குறித்த நூல். நாலாயிரம் பாடல்களையும், ஐந்து இயல்களையும் உள்ளடக்கியது.

அசலாதிபிரகாசம் (असलातिप्रकाश): மிராமிராசுதா (Mirāmirāsudā) அல்லது மிராமிராவின் மகனால் இயற்றப்பெற்றதாக அறியப்படுகிறது. இது ஒருபொருள் பலசொல்லை ஐந்து இயல்களில் கொண்டு அமைந்துள்ளது.

கல்பதுருகோசம் (कल्पतरुकोष): கேசவா என்பவர் இதன் ஆசிரியர். 4300 சுலோகங்களைக் கொண்ட பெரிய ஒருபொருள் பலசொல் நிகண்டாகும்.

சப்தரத்னசமன்வயம் (शब्दरत्नसमन्वय): கி.பி. 17ஆம் நூற்றாண்டில் தஞ்சை சஹாஜியால் இயற்றப்பட்டது. இது சொற்களின் வரிவடிவங்கள் பற்றி எழுந்த நிகண்டாகும். இதனை, ராஜாகோசம் என்றும் அழைப்பர். பலபொருள் ஒருசொல் நூலாக அமைகிறது. முப்பத்து நான்கு வர்க்கங்களைக் கொண்டுள்ளது. மேலும், திரியம்பக மிஸ்ராவால் இயற்றப்பட்ட விசேஷாம்ருதமும், சரித்வல்ல மிஸ்ராவால் இயற்றப்பட்ட சரஸ்வதி விலாசமும் இவ்வகையைச் சேர்ந்த நிகண்டுகளாகும்.

லோகபிரகாசம் (लोगप्रकाश): க்ஷேமேந்திரரால் இயற்றப்பட்டது. இவர் காஷ்மீர் பகுதியினர் ஆவார். இந்நூல் நான்கு பகுதிகளைக் கொண்ட சிறிய நூலாகும். ஒருபொருள் பலசொல் பெயர்த் தொகுதியை உடையது.

வைதிககோசம் (वैदिककोष): பாஸ்கரர் என்பவரால் கி.பி. 18ஆம் நூற்றாண்டு செய்யப்பெற்றது. இது வேதச்சொற்களை விளக்கும் மிகச்சிறிய நூலாகும். இதன் பிரிவுகள் காண்டங்களாலும், வர்க்கங்களாலும் அமைந்துள்ளன.

கோஷாவதம்ஸ் (कोषावतम्स): 1820இல் ராகவப்பகாண்டேகர் என்பவரால் இயற்றப்பட்டுள்ளது. இந்நூல் இரண்டு பிரிவுகளில் அமைந்துள்ளது. முதல் பகுதி அடிப்படையாக மொழியைக் கற்பவர்க்குப் பயன்படும் வண்ணமும், இரண்டாம் பகுதி பலபொருள் ஒருசொல் விளக்கும் தன்மையாகவும் உருவாக்கப்பட்டுள்ளன.

இந்நிகண்டுகளுக்குப் பிறகான காலகட்டத்தில் அதாவது கி.பி. 1820க்குப் பிறகு, நவீன அகராதிகள் உருவாகத் தொடங்கின. அதன் தொடக்க நூலாக 1822ஆம் ஆண்டு இராஜாராதாகாந்த

தேவர் இயற்றிய 'சப்தகல்பதுருமம்' முதல் அகராதி வேலைப்பாடாக அமைகின்றது.

நிகண்டு வரலாற்றை நோக்குகையில் அமரகோசத்திற்குப் பிறகு, சொற்பொருள் உரைக்கும் நூல்கள் பெரும்பான்மையாகத் தோற்றம்பெற்று வந்துள்ளன. கி.பி. 7, 8, 9ஆம் நூற்றாண்டுகளில் நிகண்டு நூல்கள் கிடைப்பதாகத் தெரியவில்லை. கி.பி. 10ஆம் நூற்றாண்டில் தொடங்கும் இவ்வகை நூல்களின் உருவாக்கம் தொடர்ந்து கி.பி. 18ஆம் நூற்றாண்டு வரை நிகழ்ந்துள்ளது. குறிப்பாக கி.பி. 12ஆம் நூற்றாண்டு, சமஸ்கிருத நிகண்டுகால வரலாற்றில் பொற்காலமாகக் குறிப்பிடப்படுகிறது. ஏனெனில் அக்காலத்தில்தான் பதின்மூன்றிற்கும் அதிகமான நூல்கள் தோற்றம் பெற்றுள்ளன. பிறகு, கி.பி. 14, 16, 17ஆம் நூற்றாண்டுகளில் ஓரளவிற்கு மட்டுமே குறிப்பிடும்படியான நூல்கள் தோன்றியுள்ளன. இந்நூல்கள் ஒரு பொருள் பலசொல், பல பொருள் ஒருசொல் வகை நூல்களாகவும் இயற்றப்பெற்று, பிற்காலத்தில் இப்பொருண்மைகளைத் தனித்தனியாக விளக்கும் வகை (Category) நூல்களாகவும் உருவாக்கப்பெற்றுள்ளன.

இந்தியாவில் உள்ள பிற மொழிகளில் கிடைக்கும் நிகண்டு நூல்களைவிட சமஸ்கிருதத்தில்தான் மிகுதியான நூல்களும் பழைமையான நூல்களும் கிடைக்கின்றன. அவை பல்வேறு இடங்களில் வாழ்ந்துள்ள அறிஞர்களால் இயற்றப்பெற்றுள்ளன. இதனை வங்காளத்தைச் சேர்ந்த நாநார்த்தசங்கரஹம் இயற்றிய அஜயபாலர், ராஜஸ்தானைச் சேர்ந்த சித்தஷப்தார்ணவம் ஆசிரியர் சகஜகீர்த்தி, வைஜயந்தி இயற்றிய காஞ்சிபுரம் யாதவப்பிரகாசர் ஆகியோரின் வரலாறுகள் புலப்படுத்துகின்றன.

பல்வேறு சமயத்தைச் சார்ந்தவர்களும் நிகண்டுகளை இயற்றியுள்ளனர். இதனை, சித்தஷப்தார்ணவம் இயற்றிய சகஜகீர்த்தி ஸ்வேதம்பர சமண சமயத்தைச் சார்ந்தவர், சமண, பௌத்த சமயத்தைச் சார்ந்தவராகக் கருதப்பெறும் அமரசிம்மன், பிராமண வகுப்பைச் சார்ந்த பூரிப்பிரயோகம் இயற்றிய பத்மநாததத்தர், நாமசங்கரஹமாலையின் அப்பயதீட்சிதர் முதலிய ஆசிரியர்களின் சமயக் குறிப்புகள் மூலம் விளங்கலாம். இதனால், சமஸ்கிருத மொழி வளர்ச்சிக்கு சமயம் கடந்த பங்களிப்புகளும் நிகழ்ந்துள்ளதை அறியமுடிகிறது.

சமஸ்கிருத நிகண்டுகளின் நூற்பெயர் அமைவு: பொதுவாக ஒன்றின் பெயரமைவை இரண்டு தன்மைக்குள் அடக்கலாம். ஒன்று சிறப்புக் கருதியது; மற்றொன்று காரணம் கருதியது. இவ்வகையில் நிகண்டு நூல்களின் பெயர்கள் சிறப்புப் பெயர்களாகவும் காரணப் பெயர்களாகவும் அமைந்துள்ளன.

அப்பெயர்கள், நூல் ஆக்கியோன் பெயராலும் நூலின் தன்மையாலும் யாப்பு வடிவாலும் பொருண்மையாலும் அமைப்பினாலும் அமையப்பெறும். சமஸ்கிருத நிகண்டுகள் பெரும்பான்மையாக ஆக்கியோன் பெயராலும் நூலின் தன்மையாலும் பொதுப்பெயராலும் அமைந்துள்ளன.

நிருக்தம் எனும் நூலை யாஸ்கர் என்பவர் இயற்றியதால் அது யாஸ்க நிருக்தம் என்று அவர் பெயராலே அழைக்கப்படு கின்றது. அமரகோசம் என்பதற்கு நாமலிங்கானுசாசனம் எனும் பெயர் இருப்பினும் அதனை அதன் ஆசிரியர் பெயருடன் இணைத்தே அழைக்கின்றனர். இதனை, ஸ்ரீநிவாசன், "இந்நூலாசிரியர் அமரசிம்ஹனின் பெயராலேயே இந்தக் கோசம் அழைக்கப்படுகிறது. அமரசிம்ஹன் இயற்றிய கோசம் என்ற காரணத்தால் இந்த நூலின் தொடக்கச்சொல் 'அமர' என்ற சொல்லைக் கொண்டு ஆரம்பிப்பதாலும் இந்தக் கோசத்தை அமரகோசம் என்று அழைக்கின்றனர். ஆயினும் இந்நூலாசிரியர் இந்நூலுக்கு நாமலிங்கானுசாசனம் என்றே பெயர் வைத்துள்ளார்" என்கிறார் *(2006:8)*.

புருஷோத்தமரின் திரிகாண்டசேஷமும் ஒன்று. '*இது திரிகாண்டம் என்ற பெயராலும் அழைக்கப்பெறுகிறது*' (M.M. Patkar, *1981:20*). இந்நூல் அமரகோசத்தில் விடுபட்ட சொற்களைக் கூறுவதற்காக இயற்றப்பட்டுள்ளது. எனவே, அமரகோசத்தை அடிப்படையாகக் கொண்டு அமைந்துள்ளதால் இதற்குத் திரிகாண்டசேஷம் என்ற பெயர் வழங்கப்பட்டுள்ளது. வேதச் சொற்றொகுதிகளை மட்டும் கொண்டுள்ளதால் கி.பி. 1800இல் பாஸ்கரராயா என்பவரால் இயற்றப்பட்ட வைதிககோசம், வைதிககோசம் என்றே பெயரிட்டு அழைக்கப்படுகிறது. இது நூலின் பொருளமைப்பின் அடிப்படையில் அமையப்பெற்றுள்ள தால் இப்பெயரைப் பெற்றுள்ளது. கி.பி. 16ஆம் நூற்றாண்டில் ஹர்சகீர்த்தி என்பவரால் இயற்றப்பெற்ற சாரதியாக்ய நாமமாலை அனேகார்த்தநாமமாலை, மங்காவின் அனேகார்த்தகோசம் முதலியவை நூலின் தன்மையால் பெயர் பெற்றுள்ளன. ஹேமச்சந்திரரின் அபிதானசிந்தாமணி நாமமாலை முதலியவை பொதுப்பெயரால் அமைந்துள்ளன.

சமஸ்கிருத மொழியில் 55 க்கும் மேற்பட்ட நிகண்டு நூல்களின் வரலாறுகள் கிடைக்கின்றன. பெயரளவில் சில நிகண்டுகள் கிடைக்கின்றன. இதனை, பாட்கர் (Patkar) தனது *சமஸ்கிருத அகராதியியல் வரலாறு* (History of sanskrit lexicography) *(1981)* எனும் நூலில் பட்டியலிட்டுள்ளார். சுவடிகளாகச் சென்னை, கல்கத்தா, தஞ்சாவூர், புனே முதலிய நகரங்களில் உள்ள நூலகங்களிலும் பல்கலைக்கழகங்களிலும் (சென்னை, கேரளா)

உள்ளன. மேலும், நிகண்டுகளின் வரலாற்றில், அந்நிகண்டுகளின் வரலாறுகளைத் தவிர பிற நிகண்டுகள் பற்றிய செய்திகள், பிற நூல்களின் முன்னுரைகளாலும் சுவடிக்குறிப்புகளாலும் நூல்களின் மேற்கோள்களாலும் தெரியவருகின்றன.

சமஸ்கிருத நிகண்டுகளின் வரலாற்றை நோக்குகையில் ஒருவகையான தொடர்பு நீட்சியும், பரந்துபட்ட பொருண்மை வெளிப்பாடும் புலப்படுகின்றன. மேலும், சொற்பொருள் விளக்கும் முறையானது பல்பரிமாண வளர்ச்சியினைப் பெற்று வந்துள்ளது புலனாகின்றது. சமஸ்கிருதத்தில் சொற்பொருள் உரைக்கும் நூல்களின் தோற்றுவாய்க்கு நிகண்டுகள் அடிப்படையாகவும் முதன்மையாகவும் அமைகின்றன. எனவே, இவற்றை முதல் நூல் எனலாம். நிகண்டு நூலில் உள்ள வேதச்சொற்களுக்குப் பொருள் விளக்கம் தரும் நிருக்தம், அதன் வழிநூலாக அமைகின்றது. சொல்லுக்கான பொருளைத் தொடர்புப்படுத்திக் கண்டறிதல், கூறுதல் ஆகிய மரபினை இந்நூலே தோற்றுவித்துள்ளது என்பதால் பிற்காலத்தில் சொற்பொருள் தரும் நூல்கள் தோன்ற இதுவே அடிப்படையாக இருந்துள்ளது. இதன் மரபே பின்னாளில் பிறவடிவான வளர்ச்சியினைக் கண்டு, காலச்சூழலுக்கு ஏற்ப நிகண்டு நூல் உருவாக ஏதுவாக அமைந்துள்ளது. எனவே, யாஸ்கரின் நிருக்தம் ஒரு வழிநூலாக உருபெற்றிருந்தாலும் பிற்காலத்தில் இவ்வகையான நூல்களுக்கு இதுவே முதல் நூலாக அமைகின்றது எனலாம்.

வேதத்தினை அறியும் பொருட்டு ஆறங்கம் எனும் வேதாங்கம் உருவாக்கப்பெற்றுள்ளது. அதில் நிருக்தமும் ஓர் அங்கமாக உள்ளது. இதன் மூலம் வேதாங்கம் ஒன்றின் காரணத்தால் உருவாக்கப் பெற்றுள்ளதென்பது தெரிகின்றது. பண்டைக் காலத்தில் நிருக்தக்காரர்கள் இவ்வகை நூல்களைப் பெருவாரி யாக இயற்றியிருந்தாலும் அவை தற்பொழுது கிடைக்கவில்லை. ஆனால், யாஸ்க நிருக்தம் மட்டும் கிடைக்கின்றது. இந்நூலின் மரபுப் பின்புலம், காலம், தோற்றப் பின்புலம், மூலநூல் குறித்தான கருத்துகள் பின்வருமாறு அமைகின்றன.

மரபுப் பின்புலம்

சமஸ்கிருத மொழியில் உள்ள தொடக்ககால இலக்கியங்கள் மற்றும் புலவர்கள் பற்றிய முழுமையான வரலாறு இன்றுவரை நம்பத்தகுந்த அளவிற்குக் கிடைக்கவில்லை. அதனால், வரலாற்றை இலக்கியச் சான்றுகளிலிருந்தும் பிற குறிப்புகளிலிருந்தும் கண்டறிந்து மீட்டெடுக்க வேண்டிய தேவை ஏற்படுகின்றது. எனவே, அந்த வகையிலேயே யாஸ்கரின் வரலாற்றையும் நோக்க வேண்டியுள்ளது.

யாஸ்கரின் வரலாற்றைக் கூற இரண்டு வகையான ஆய்வாளர்கள் முற்பட்டிருக்கிறார்கள். அவர்களை,

1. வேதத்தை ஆய்வு செய்த அறிஞர்கள்
2. நிகண்டு, நிருக்தம் தொடர்பான மீளெழுதுதல், பதிப்பு, மொழிபெயர்ப்பு முதலிய செயல்களில் ஈடுபட்டவர்கள்

என்று வகைப்படுத்தலாம். இந்த இரண்டு வகை அறிஞர்களும் ஆய்வாளர்களும் புத்தருடைய காலத்தையும் பாணினியினுடைய காலத்தையும் அடிப்படை எல்லையாகக் கொண்டு யாஸ்கரின் வரலாற்றை முன்னுக்கு எடுத்துச் செல்கிறார்கள். இதனால், இவர்களுக்கு முற்பட்ட இலக்கியச் சான்றுகளிலிருந்து யாஸ்கரின் பிறப்புத் தொடர்பான கருத்துகள் காட்டப்பெறுகின்றன.

ரூடால்ப் ரோத் (Rudolph Roth), விளக்கத்தின்படி யாஸ்கர், மூன்று விதமான குடும்ப மரபைச் சேர்ந்தவராகக் கருதப்படுகிறார். 'கண்டானு கர்மாவின் தைத்ரேய சம்ஹிதாவில் பைங்கி (Paingi) என அழைக்கப்படும் பிங்கா (Pinga) மரபினர் வேதத் தொகுதியை மீளெழுதுபவர்கள் ஆவர். இவர்கள் இம்முறையினை வைசம்பாயனா (Vaisampayana) யாஸ்கருக்கும் இவர் டிட்ரிக்கும் (Tittiri) இவர் உகாவுக்கும் (Ukha) இவர் அட்ரேயாவுக்கும் (Atreya) கற்றுக்கொடுத்ததாக அறியமுடிகிறது. இதனால், பிங்கா என்று யாஸ்கர் அறியப்படுபவராக இருக்கலாம். அஸ்வலயனாவின் (Asvalayana) ஸ்ரௌத சூத்திரம், யாஸ்கரை அங்கிரசஸ் (Angirasas) மரபுவழி வந்தவராகக் குறிப்பிடுகிறது. இதே பகுதியின் வேறு செய்திகளில் யாஸ்கர், பிருகு (Bhrgu) மரபின் வழி வந்தவராகவும் குறிப்பிடப்படுகிறார். இவற்றில் பிங்கா மரபினராக யாஸ்கரைக் கருதினால் பிராமண வகுப்பைச் சேர்ந்தவராக எடுத்துக்கொள்ளலாம்' (Rudolph Roth, *1919:1–2*).

யாஸ்கர், நிகண்டையும் நிருக்தத்தையும் இயற்றியதோடல்லாமல் வேறுசில நூலையும் இயற்றியிருக்கலாம் என்று நம்பப்படுகிறது. இதனை 'பிங்கலாவின் சூத்திரம் எனப்படும் சந்தஸ் (யாப்பு) நூலை இயற்றியதாகவும் அதில் காணப்படும் ஒரு சந்தம் நிருக்த சூத்திரத்துடன் ஒத்தமைவதாலும் அதை யாஸ்கர் இயற்றியிருக்கலாம்; ஆனால், அது கிடைக்கப்பெறாமல் இருந்திருக்கலாம் என்றும், வேறு எந்த இடத்திலும் அது தொடர்பாகக் காணமுடியவில்லை' என்றும் கோல்புரூக் (Colebrooke) கூறுவதாகக் குறிப்பிடுகிறார் ரூடால்ப் ரோத் (Rudolph Roth, *1919:2*). மேலும், இக்கருத்து யாஸ்கருடன் தொடர்புடையதா இல்லையா எனக்கூற விழையும் ரூடால்ப் ரோத், இக்கருத்து உள்ளதென்றும் யாஸ்காவுடன் தொடர்புடையதென்றும் உரைத்து, இதற்கு எந்தச் சான்றும் தற்பொழுது இல்லை என்று

கூறி, இக்கருத்து பழங்காலத்தில் கிடைக்கப்பெறும் மற்றொரு பெயருடன் தொடர்புடையதாகவும் எண்ணலாம் என்கிறார். அதாவது,'பழமையான சந்தஸாகக் கருதப்படும் பிராதிசாக்யாவை எழுதியவராகவும் கற்பித்தவராகவும் குறிக்கப்பெறும் வையாஸ்கா (Vaiyaska) என்ற பெயர் கிடைக்கிறது. இது ரிக்வேத சம்ஹிதையில் மட்டும் உள்ளது. வேறு எங்கேயும் உள்ளதாகப் புலப்படவில்லை. இந்நூல் யாஸ்கர் காலத்திற்கு முற்பட்டதாகக் கருதப்படுகிறது.

எனவே, வையாஸ்கா என்பதற்கும் இந்த சந்தஸ் நூலுக்கும் தொடர்புடையவராக யாஸ்கரை ஏற்க வாய்ப்பில்லை. அப்படி யாஸ்கர்தான் அந்தச் சந்தஸை இயற்றியிருந்தார் என்றால் அதில் தொடர்புடைய பெயரான ஸ்கந்தோகிரிவி (Skandhogrivi) உரோப்ராதி (Urobrati) ஆகியவற்றை யாஸ்கர், தனது நூலான நிருக்தத்தில் முதலில் கூறியிருப்பார். ஆனால், அவை நிகண்டிலும் நிருக்தத்திலும் காணவில்லை. எனவே, இவை எல்லாம் குழப்பம் நிறைந்தவையாக உள்ளன. இவற்றை யெல்லாம் உண்மையானதாகவும் நம்பத்தகுந்தவையாகவும் கருத இந்திய இலக்கிய வரலாற்றில் சான்றுகள் இல்லை என்று கூறுகிறார்' (1919:3–4). இவ்விளக்கங்களின் மூலம் பிராதிசாக்கியத்தில் காணப்படும் வையாஸ்காவும், யாஸ்காவும் ஒன்று அல்ல என்றும் அறியமுடிகிறது.

நிகண்டுடன் நிருக்தத்தைத் தமிழில் பதிப்பித்துள்ள இராமானுஜ தாதாசாரியர், நூல் முன்னுரையில் யாஸ்கரின் காலத்தை விளக்குகையில் அவரின் வரலாற்றுக் குறிப்புகளைத் தந்துள்ளார். அதன் மூலம் அவரின் பின்புலம் தொடர்பான சில பழைய செய்திகளும் வெளிப்படுகின்றன. 'யாஸ்கர், நிருக்த நூலில் நைகருக்தர்கள் என்று குறிப்பிடுவதோடு ஔபமந்னியவர், கார்கி, காலலர், சாகபூணி முதலிய நிருக்தக்காரர் களையும் குறிப்பிடுகிறார். ஆபஸ்தம்பர் (அதவீத ஹவ்யா யாஸ்கவாதூல மௌனமௌகா), போதாயனர் (யஸ்கா மௌநொமூகோவாதுல:), முதலிய கல்ப சூத்ரக்காரர்கள் தங்களுடைய ப்ரபராத்யாயங்களிலும், வியாகரண மஹா பாஷ்யகாரரான பதஞ்சலியும் (நாமசதாது ஜமாஹயாஸ்க: சகடஸ்யசதோகம்) யாஸ்கர், யஸ்கர் என்று குறிப்பிடுகின்றனர். சதபத ப்ராஹ்மணத்தில் ரிஷிகளின் வம்சத்தைக் குறிப்பிடுகையில் யாஸ்கருடைய பெயர் காணப்படுகிறது. மஹாபாரதத்தில் யாஸ்கர் தன்னைச் சிபிவிஷ்டன் என்ற சொல்லால் பல வேள்விகளில் வழிபட்டுள்ளார். பாரஸ்கர் என்று பல ஏட்டுச் சுவடிகளில் யாஸ்கரின் பெயர் காணப்படுகிறது. பாரஸ்கர் என்ற சொல் ஒரு நாட்டைக் குறிப்பிடுகின்றதென்று மஹாபாஷ்யகாரர்

பதஞ்சலி பாரஸ்கரோதேச: என்று கூறுகின்றார். இதனால், யாஸ்கர் பாரஸ்கரத் தேசத்தைச் சேர்ந்தவர்' என்று நினைக்க இடமிருப்பதாக சிவதத்தசர்மா கூறுவதை எடுத்துரைக்கிறார்' *(1973:44).*

நிருக்தத்தின் காலம்

யாஸ்கரின் பிறப்பு வரலாற்றை இறுதி செய்ய இயலாமல் பல்வேறு செய்திகள் கிடைப்பதைப் போலவே நிருக்தத்தின் காலம் தொடர்பாகவும் பல கருத்துகள் வெளிப்படுகின்றன. லஷ்மண் ஸரூப் (Lakshman sarup) இருபதாம் நூற்றாண்டில் *(1920)* யாஸ்கர் நிருக்தத்தை நிகண்டுடன் ஆங்கிலத்தில் மொழிபெயர்த்து வெளியிட்டுள்ளார். இவர் 'நிருக்தத்தின் காலத்தைத் துல்லிய மாகக் கணக்கிட்டுக் கூற முடியவில்லை. இருப்பினும் கி.மு 700 லிருந்து கி.மு. 500 க்கு இடைப்பட்ட காலத்துக்குரியது என்று கருதி, யாஸ்கர், கிரேக்க அறிஞர் பிளாட்டோ வாழ்ந்த ஒரு நூற்றாண்டுக்கு முன்பு வாழ்ந்தவராக இருக்கலாம்; எனவே, அக்காலத்தில் நிருக்தம் எழுதப்பட்டிருக்கலாம்' என்கிறார் *(1920:54).* பெல்வால்கர் (Belvalkar) தனது System of Sanskrit grammar எனும் நூலில் 'யாஸ்கர், கி.மு. 800 க்கும் 700 க்கும் இடைப்பட்ட காலத்தில் வாழ்ந்திருக்க வேண்டும்' எனக் கூறுகிறார் *(2004:6).* இவர் கருத்தினை ஏற்று, பின்னாளில் வெளிவந்த History of Sanskrit lexicography நூலில் பாட்கர் 'யாஸ்கரின் காலம் கி.மு. 800 லிருந்து 700 க்கும் உட்பட்டது' என்று பதிவு செய்கிறார் (M.M. Patkar, *1981:5–6).* ஆர். சர்மா, கேசவாவின் கல்பதுருகோசம் நூலில் (A Brief survey of the history and development of Indian lexicography) 'யாஸ்கர், பாணினியின் காலத்திற்கு (கி.மு. 4) முன்பு வாழ்ந்தவராகக் கருதப்படுகிறார்' என்கிறார் (R. Sarma, *1928*:vii). இதன் மூலம் கி.மு. 4ஆம் நூற்றாண்டுக்கு முற்பட்ட நூலாக யாஸ்கரின் நிருக்தம் இருக்கலாம் என்று சர்மா கருதுவது தெரிகிறது.

இவ்வாறான கருத்துகள் சமஸ்கிருத அறிஞர்களிடம் வெளிப்படுகையில், ஐரோப்பிய சமஸ்கிருத அறிஞர்கள் வேறுவகையான கருத்துகளைக் கொண்டுள்ளனர். அவை வருமாறு: மெக்டோனெல், *சமஸ்கிருத இலக்கிய வரலாறு* (History of Sanskrit literature) எனும் நூலில் வேதாங்கத்தைச் சூத்திரக் காலப்பகுதியில் விளக்கியுள்ளார். இதில் நிருக்தமும் ஓர் அங்கமாக உள்ளது. இவ்வங்க நூல்களின் காலத்தைக் 'கி.மு. 500 லிருந்து கி.மு. 200 வரை' என்று வரையறுத்துள்ளார் (MacDonell, *1899:244).* மாக்ஸ் முல்லர், தனது *பண்டைய சமஸ்கிருத இலக்கிய வரலாறு* (History of Ancient Sanskrit Literature) எனும் நூலில் சூத்திரகால இலக்கியங்களின் காலமாகக் 'கி.மு. 600–200' ஐக் குறிப்பிடுகிறார் (Max Mullar, *1859:244);* இப்பகுதியிலே வேதாங்கத்தை விளக்கியுள்ளார்.

நிருக்தத்தின் காலம் தொடர்பான மேற்குறிப்பிட்ட இருவேறு அறிஞர்களின் கருத்துகளில் ஏதேனும் ஒன்றினை ஏற்பவர்களாகத் தமிழ்மொழி ஆய்வாளர்கள் திகழ்கிறார்கள். சமஸ்கிருத இலக்கிய வரலாற்றைத் தமிழில் எழுதிய கா. கைலாசநாத குருக்கள் (1981), சூத்திரங்கள் என்ற பிரிவில் வேதாங்கத்தைக் குறிப்பிட்டுள்ளார். இராமானுஜ தாதாசாரியர், யாஸ்க நிருக்தம் முன்னுரையில் யாஸ்கரைக் 'கி.மு. 6ஆம் நூற்றாண்டுக்கு முற்பட்டவர்' என்று கூறுகிறார் (1973:45). வே. ராகவன், 'நிருக்தம் கி.மு. 700க்கு முன் இயற்றப்பெற்றது' என்றும் (1954:440), மு. அருணாசலம், 'கி.மு. 5ஆம் நூற்றாண்டை உடையது' என்றும் (2005:70), வ. ஜெயதேவன் (1985:60), 'கி.மு. 700க்கு முன் இயற்றப்பெற்றது' என்ற வே. ராகவன் கருத்தை ஏற்றும், மா. சற்குணம் (2002:27), கல்பதுருகோசத்தின் பதிப்பாசிரியர் ஆர். சர்மா கூறியுள்ள கி.மு. 700 என்ற கருத்தையும் பாணினிக்கு முற்பட்ட நூல் என்ற எண்ணப்பாட்டை ஏற்றும், செ.வை. சண்முகம் (2012:121), கி.மு. 4 அல்லது 5 ஆம் நூற்றாண்டைச் சார்ந்தது என்றும் கூறியுள்ளனர்.

கிரேக்க அறிஞர் பிளாட்டோவை (Plato) முன்வைத்துக் குறிப்பிடும் காலம் தொடர்பான கருத்துகளாவன: லஷ்மண் ஸரூப், 'பிளாட்டோ வாழ்ந்த ஒரு நூற்றாண்டுக்கு முன் வாழ்ந்தவர் யாஸ்கர் (Yaska lived at least about a century earlier than Plato)' என்று கூறுகிறார் (Lakshman sarup, 1920:54). இவர் யாஸ்கர் காலத்தைக் கி.மு. 700–500 க்குள் இருக்கும் என்று கூறுவதால் பிளாட்டோவின் காலத்தைக் கி.மு. 4 என்று ஏற்கிறார். இதனால், லஷ்மண் ஸரூப் கூறும் காலம் தொடர்பான கருத்தில் முரண்பாடு காணப்படவில்லை.

'கிரேக்க அறிஞர் பிளாட்டோ சொற்களுக்கும் பொருளுக்கும் உள்ள உறவைக் கண்டுபிடிப்பது முடியாத செயல் என்று அம்முயற்சியை விட்டுவிட்டார். ஆனால், அதே காலத்தில் பாரத தேசத்தில் வாழ்ந்து வந்த நிருக்தக்காரர்கள் இக்கூற்றை ஏற்று சொல்லுக்கும் பொருளுக்கும் உள்ள உறவை மொழியியல் அடிப்படையில் கண்டறிந்து கூறுகிறார்கள்' என்கிறார் இராமானுஜ தாதாசாரியர் (1973:2). இவர் யாஸ்கர் காலத்தைக் கி.மு. 6 என்று வரையறை செய்துகொண்டு, பிளாட்டோ வாழ்ந்த காலத்தில் வாழ்ந்திருக்கலாம் என்று கருதுவது முரண்பாடுடையதாக அமைகிறது. 'பிளாட்டோவின் காலம் கி.மு. 427ஆம் நூற்றாண்டு என வரலாற்றில் அறியப்படுகிறது' (R.S. Bluck, 1949:15). இவர் காலத்தில் யாஸ்கர் வாழ்ந்தவராகத் துணிந்தால் யாஸ்கரின் காலமும் கி.மு. 5ஆம் நூற்றாண்டுக்கு உரியதாகவே தாதாசாரியர் கூற்று இருக்க முடியும். ஆனால்,

இக்கருத்தை விடுத்துக் கி.மு. 6 என்று கூறுவது இருவேறுபட்ட முடிவை வெளிப்படுத்துகிறது. யாஸ்கர், பிளாட்டோவிற்கு முன்பு வாழ்ந்தவரென்று லக்ஷ்மண் ஸரூப்பும், பிளாட்டோவும் யாஸ்கரும் ஒரே காலத்தில் வாழ்ந்தவர்களென்று இராமானுஜ தாதாசாரியரும் கூறுவது முரண்பட்டுள்ளது. ஆக, இதுவரை விளக்கப்பட்ட கருத்துகளை ஏழு வகைக்குரியனவாக வகைப் படுத்தலாம்.

1. கி.மு. 800 க்கும் 700 க்கும் இடைப்பட்ட நூலாக ஏற்றல்.
2. கி.மு.700 க்கும் 500 க்கும் இடைப்பட்ட காலத்திற்குரியதாகக் கருதுதல்.
3. கி.மு. 600 மற்றும் 500 க்கும் முற்காலத்தில் தோன்றியிருக்க லாம் எனக் கருதுதல்.
4. வேதாங்கம் காலமான கி.மு. 500–200 க்குள் இயற்றப் பெற்றிருக்கலாம்.
5. பாணினி (கி.மு. 4) காலத்திற்கு முன்பு எழுதப்பட்டது.
6. சூத்திரக் காலப்பகுதி என்று மட்டும் கூறி அக்காலத்திற் குரிய நூலாக ஏற்றல்.
7. யாஸ்கர், பிளாட்டோ வாழ்ந்த காலத்திற்கு முன்பு வாழ்ந்தவராகக் கருதுதல்.

இவ்வாறு பல்வேறுபட்ட கருத்துகள் நிலவுவதால் பாணினியின் காலமும் சூத்திரக் காலமும் தெளிவாக இறுதி செய்த பிறகே, நிருக்தம் எந்த நூற்றாண்டுக்கு முந்தையது என்ற ஓர் எல்லையைக் கொண்டு ஓரளவு ஏற்கும் நிலையிலான முடிவினையெட்ட இயலும். யாஸ்கர், பாணினிக்கு முன்பு வாழ்ந்தவர் என ஏற்றால் பாணினியின் காலம், தற்காலம் வரையும் சரியாக இறுதி செய்யப்படாமல் கி.மு. 700 லிருந்து 300 வரையெனக் குறிப்பிடப்படுகின்றது. இதில் கி.மு. 700 என்று கருதினால் இக்காலத்திற்கு முன்பாக நிருக்தம் எழுதப்பட் டிருக்கலாம் என்றும், கி.மு. 3 அல்லது 4 என்று கருதினால் இக்காலத்திற்கு முன்பாகத் தோன்றியதாகவும் கருதமுடியும். சூத்திரக் காலத்தைச் சேர்ந்தது என்று கொண்டால் கி.மு. 500–200 க்கும் இடைப்பட்ட காலத்தில் நிருக்தம் இயற்றப்பெற்றிருக்கலாம் எனலாம். நிகண்டாய்வாளர்கள் குறிப்பிடும் பிளாட்டோவின் கால எல்லைத் தொடர்பாக அமையும் கருத்து இருவேறு நிலையில் அமைந்தாலும் லக்ஷ்மண் ஸரூப், இராமானுஜதாதாசாரியர் கால வரையறையின்படி நிருக்தம், பிளாட்டோவுக்கு முன்போ ஒரே காலத்திலோ எழுதப்பட்டிருக்கலாம் எனக் கருதலாம்.

ஆக, கி.மு. 800 க்கும் 200 க்கும் உட்பட்ட காலகட்டத்தில் ஏதேனும் ஒன்று அறிஞர்களால் குறிப்பிடப்பெற்று வருவதால் இக்காலங்களுக்கு இடைப்பட்ட ஏதாவதொரு காலகட்டத்தில் நிருக்தம் இயற்றப்பெற்றிருக்கலாம். மேலும், பெரும்பாலான அறிஞர்கள் கி.மு. 4ஆம் நூற்றாண்டுக்கு முன்பெனத் துணிவதும் கவனத்தில் கொள்ளத்தக்கதாகும்.

தோற்றப் பின்புலம்

சமஸ்கிருத இலக்கியங்கள்: வேதகாலம், பின் வேதகாலம், பாணினிக்குப் பிற்பட்ட காலம் என்ற காலகட்டங்களில் தோற்றம் பெற்றுள்ளன. தோற்றம் பெற்றவை வேதகால இலக்கியம், பின் வேதகால இலக்கியம், இதிகாச புராணங்கள், காவியங்கள், இடைக்கால இலக்கியம், பிற்கால இலக்கியம் என்று பகுக்கப்பெறுகின்றன. நிகண்டு நூல்கள், சொற்பொருள் விளக்கத்தையும் வேர்ச்சொற்களையும் ஒலி வேறுபாட்டையும் விளக்குவதால் அவை இலக்கண வகையிலே அடக்கப்பெறுகின்றன. தோற்றுவிக்கப்படும் ஒவ்வொன்றிற்கும் ஒவ்வொரு வகையான தேவை இருக்கும்; அந்த வகையில் நிகண்டுக்கான தோற்றப் பின்புலம் என்ன என்பதை விளக்குவது அடிப்படையான ஒன்றாக அமைகின்றது. சமஸ்கிருத நிகண்டின் தோற்றப் பின்னணியின் மூலவேர் என்று வேதத்தைக் கூறலாம். சமஸ்கிருத வரலாறுகளும் நிகண்டு ஆராய்ச்சிகளும் இதைத்தான் முதன்மை யாகக் குறிப்பிடுகின்றன. எனவே, வேதகாலச் சமூக மொழிச்சூழல், பண்டைக்காலக் கல்விமுறை ஆகியவற்றைக் களன்களாகக் கொண்டு அப்பின்புலச் சூழல் விளக்கப்படுகிறது.

மொழிச்சூழல்: சமஸ்கிருத மொழி இரண்டு தன்மைகளைக் கொண்டுள்ளது. வேத காலத்தின் மொழி வைதிக மொழியென்றும் பாணினி காலத்திற்குப் பிற்பட்ட மொழி, செப்பனிடப்பட்ட சமஸ்கிருதம் என்றும் கருதப்படுகிறது. இதனை, கைலாசநாதக் குருக்கள் *(1981:19),* "வேதங்களின் மொழியை வைதிக மொழி யென்றும், பாணினியின் இலக்கண விதிகளால் செப்பனிடப்பட்ட மொழியைச் சமஸ்கிருத மொழியென்றும், தனித்தனியாகக் குறிப்பிட்டு வேறுபடுத்திக் கூறுவோம்" என்று தனது வடமொழி இலக்கிய வரலாற்றில் பிரித்து விளக்குவதன் மூலம் அறியலாம். ஆனால், தற்காலத்தில் வைதிக மொழி, வைதிக சமஸ்கிருதம் (Vedic Sanskrit) என்று குறிப்பிடப்பட்டு சமஸ்கிருதமாகவே எண்ணப்படுகிறது. இம்மொழி மிகவும் கடினத் தன்மையானது என்று அறிஞர் கூறுகின்றனர். இதனை, ராகுல சாங்கிருத்தியாயன் *(2011:212),* "ரிக்வேத மொழி மிகப் பழமையானது. அது தாமிரயுகச் சமூகத்தின் மொழி, வளராத மொழி, அறிமுகமில்லாத கடினச்

சொற்களைக் கொண்ட மொழி" என்று கூறுவதன் மூலம் விளங்கலாம்.

ரிக் வேதகாலத்தில் கிளை மொழிகளும் இருந்துள்ளன. அவ்வாறான மொழிகளின் சொற்களும் அக்காலச் சமூக மக்களிடையே புழக்கத்தில் இருந்துள்ளன. அவை அக்காலத்திய இலக்கியத்திலும் இடம்பெற்றுள்ளன. வேதப்பாடல்களின் தொகுதிகள் ஒருவரால் இயற்றப்படவில்லை. அவை பலரால் பல்வேறு இடங்களிலிருந்து இயற்றப்பெற்றுள்ளன. இக்கருத்திற் கேற்ப வேதத்தில் பல கிளைமொழிகளின் சொற்களும் கலந்திருக்க வாய்ப்புண்டென்று துணியலாம். இந்திய மொழிகள் எனும் நூலில் ரிக்வேதகாலக் கிளைமொழிகள், கிளைமொழிகள் ஆகிய பகுதிகளில் அகத்தியலிங்கம் (2000:105), 'ரிக்வேதகாலத்தில் மூன்றுக்கும் மிகுதியான கிளைமொழிகள் இருந்தன. யாஸ்கரும் கிளைமொழிகள் பற்றிக் கூறியுள்ளார். பாணினி, காத்யாயனர், பதஞ்சலி ஆகியோரும் கிளை மொழிகள் பற்றிக் கூறியுள்ளனர்' என்கிறார். இதன் மூலம் யாஸ்கர், கிளைமொழிகளின் சொற்களுக்கும் விளக்கம் தந்துள்ளார் என்று அறிய முடிகிறது. எனவே, வேதகால மொழிச்சூழலில் சில கிளைமொழிகளும் இருந்துள்ளன என்பது தெரிகிறது.

வேதகால மக்கள் சோமபானம், சுராபானம் அருந்தி சூதாட்டம் ஆடி வாழ்ந்து வந்துள்ளனர். அக்காலகட்டச் சமூகத்தில் ஒன்றை வேண்டிப் பெறவும் அவ்வாறு பெற்றவுடன் பொருள் வழங்கியவர்களைப் புகழவும் களியாடி மகிழும் போதும் பாடல்களைப் பாடியுள்ளார்கள் என்பதை ராகுல சாங்கிருத்தியாயன்,

ஓ இந்திரனே, அக்கினியே! நீங்கள் மருமகன் மச்சானைவிட அதிகமாகக் கொடை வழங்குபவர்களென்று கேள்விப் பட்டோம். ஆகவே, சோமத்தை அளிக்கும்போது உங்களுக்காக நான் புதிய ஸ்தோமத்தை இயற்றுகிறேன் (2011:214)

என்று ரிக்வேதப் பாடலை எடுத்தியம்புவதன் மூலம் அறிய முடிகிறது. அக்காலத்தில் வேள்வி செய்யும் முறை வழக்கில் இருந்துள்ளது. அவ்வாறான நிகழ்வில் வேதப் பாடல்களை ஓதும்போது எந்தவிதமான பிழையும் இல்லாமல் ஒலித்தால்தான் அதற்குரிய பலன் கிடைக்கும் என்று எண்ணப்பட்டதுடன் அதைப் பிழைபட ஒலித்தால் தீங்கு விளையும் என்றும் நம்பப்பட்டது. அதனால், வேள்வி செய்பவர்கள் வேதப் பாடல்களை மிகக் கவனமாக ஒலிப்பதையும் அதற்குரிய வழிமுறைகளைக் காணுவதையும் அவசியமாகக் கருதியுள்ளனர்.

கல்வி முறை

வேதகாலத்தில் குருகுலக் கல்விமுறை இருந்துள்ளது. அதில் வேதம், வானசாஸ்திரம், ஜோதிடம் முதலிய பாடங்கள் பயிற்றுவிக்கப்பட்டன. அவற்றில் முதன்மையானதாக வேதம் கருதப்பட்டுள்ளது. அது வாய்மொழியாகவே கற்பிக்கப்பட்டு வந்துள்ளது. அவ்வாறு வாய்மொழியாகக் கற்பிக்கும் போது வேதத்தை எப்பிழையுமின்றிக் கற்பிக்க வேதாங்கம் எனப்படும் வேத அங்கங்கள் தோற்றுவிக்கப்பட்டன.

இவ்வாறான கருத்துப்போக்குகள் சமஸ்கிருத மொழி ஆய்வுலகில் இன்றுவரை பொதுவாக நிலவி வருகின்றன. ஆனால், இவற்றிற்கும் அப்பால் அக்காலச் சமூகத்தை வரலாற்றடிப்படையில் அணுகும்போது மேலும், சில புரிதல்கள் வெளிப்படுகின்றன. அதாவது, வேதகாலச் சமூக மாற்றத்தையும் அல்வைதிக சமய வளர்ச்சியையும் ஒப்பிட்டு நோக்குகையில் சொற்பொருள் உரைக்கும் நிகண்டு நூல் உருவாக்கத்திற்கான வரலாற்றுப் பின்புலம் புலனாகிறது.

நிகண்டிற்கு மூலவூற்று வேதம் என்பதால் அதன் பொருள், சூழல், தன்மைகள் முதன்மையானதாக விளங்குகின்றன. வைதிக மொழியில் வேதங்கள் அமைந்துள்ளன. அவற்றில் முதன்மையானது ரிக்வேதம். ரிக் என்பதற்குப் பாட்டு என்று பொருள். இது பாட்டுக்களை மட்டுமே கொண்டுள்ளதால் வேதம் எனப் பெயர் பெற்றுள்ளது. வேதகாலத்தில் பலவகை இலக்கியங்கள் இருந்துள்ளன. அவ்விலக்கியங்களில் ரிக்வேதம் மட்டும் பழமையானதாகக் கருதப்பெற்று வருகிறது. ஆனால், அது மட்டுமே பழைமையும் உயர்ந்த ஒன்றும் அல்ல, அது உயர்வான ஒன்றாக ஆக்கப்பட்டிருக்கிறது என்ற கருத்தும் ஆய்வுலகில் நிலவுகின்றது. இதனை, அம்பேத்கர் "இந்துக்களின் மத இலக்கியங்களில் வேதங்கள், பிராமணங்கள், ஆரண்யங்கள், உபநிடதங்கள், சூத்திரங்கள், இதிகாசங்கள், ஸ்மிருதிகள், புராணங்கள் ஆகியவை அடங்கியுள்ளன. இவையெல்லாம் ஒரே அந்தஸ்து பெற்றிருந்த காலம் ஒன்று இருந்தது. இவற்றில் உயர்ந்தது, தாழ்ந்தது, புனிதமானது, சாதாரணமானது, பொய்ப்பது, பொய்யாதது என்ற வேறுபாடு ஏதும் இருக்கவில்லை. பின்னர், ஒரு காலத்தில் பிராமணர்கள் வேதங்களுக்கும் மற்ற வகையான மத இலக்கியங்களுக்கும் இடையே ஒரு சிறப்பு வேறுபாட்டை உண்டாக்க வேண்டுமென்று நினைத்தார்கள். அவர்கள் வேதங்களை மற்ற வகை மத இலக்கியங்களைவிட உயர்ந்ததாக ஆக்கியதோடு, அவை புனிதமானவை என்றும்

பொய்யாதவை என்றும் கூறினார்கள்" (2008, தொ. 8: 69–70) என்று எடுத்துரைக்கிறார்.

'இது தொடர்பான வாதங்கள் அறிவுக்குப் பொருந்தாதவையாக இருப்பதைக் காணும்பொழுது, பிராமணர்கள் இப்படியொரு முடிவை, நிலை நிறுத்துவதற்கு முயன்றது ஏன் என்ற கேள்வி எழுகிறது. இதன் மூலம், பிராமணர்கள் என்ன ஆதாயம் அடைய விரும்பினார்கள். பிராமணர்களை எல்லாவற்றுக்கும் அதிபதியாக வைக்கும் சதுர் வருணக் கொள்கையை வேதங்கள் உரைக்கின்றன என்று ஆக்கப்பட்டது இதற்குக் காரணமா' என்கிறார் அம்பேத்கர் (மேலது, 44). இவர் கருதுவதும் ஏற்கத்தக்கதாக இருக்கலாம் என்றே எண்ண முடிகிறது.

ஏனெனில், 'ரிக்வேதத்தின் புருஷசூக்தம் எனும் பொதுவான பெயரில் வழங்கும் பாடல்கள் (பத்தாவது மண்டலம், 90) வருணக் கோட்பாட்டை முறைப்படுத்திக் கூறுகிறது' (மேலது, 328–329). 'நான்கு வருணத் தோற்றத்தைப் பற்றி ரிக்வேதத்தின் புருஷ சூக்தத்தில் கூறப்பட்டிருக்கும் புருஷக்கோட்பாடு உள்ளது. இது பல்வேறுபட்ட கருத்துகளைக் கொண்டு அமைந்துள்ளது. முதலாவதாக, இந்த விளக்கம் ரிக்வேதத்தின் பிறவகைப் பகுதிகளிலேயே இடம்பெற்றுள்ளது. இரண்டாவதாக இது வெள்ளை யஜூர் வேதத்தின் மைத்ரியானி சம்ஹிதையிலோ கதக் சம்ஹிதையிலோ இடம்பெறவில்லை. கருப்பு யஜூர் வேதத்தின் தைத்ரீய சம்ஹிதை இதனை ஏற்றுக்கொள்ளவில்லை. சாமவேதம், ரிக் வேதத்தின் புருஷ சூக்தத்திலிருந்து ஐந்து மந்திரங்களை மட்டுமே இணைத்துக் கொண்டுள்ளது. இதில் உள்ள நான்கு உறுப்புகளிலிருந்து நான்கு வருணங்கள் தோன்றின எனும் பகுதியை நீக்கியுள்ளது. இவ்வேதம் மிகப்பிற்பட்ட காலத்தில் இயற்றப்பட்டதால் அப்பகுதி விடுபட்டிருக்கலாம். நான்கு வேதங்களும் இப்போதுள்ள வடிவத்தை அடைந்த பின்பு, இப்பாடல்கள் இடைச்செருகலாகவும் சேர்க்கப்பட்டிருக்கலாம் என்ற போதிலும், இவற்றின் ஆசிரியர்கள் தாங்கள் விளக்க முற்படுவதை நம்பிக்கையோடு ஏற்று நியாயப்படுத்திக் கொண்டு எழுதியிருப்பதற்கான அடையாளம் ஏதுமில்லை. ஓர் உருவக் கதையை உண்மையில் நிகழ்ந்தது போன்று தோற்றமளிக்கும் வகையில் பிராமணர்கள் தந்திருப்பதாகவே உள்ளது. சதுர் வருணக் கோட்பாட்டை நியாயப்படுத்துவதற்குப் பிராமணர்கள் இவ்வளவு கடுமையாகப் போரிடுவது ஏன்' எனக் கேள்வி எழுப்புகிறார் அம்பேத்கர் (மேலது, 348–350).

இதன்மூலம் பிராமணர்களைச் சமூக ரீதியாகப் பிறப்படிப்படையில் உயர்ந்தவர்களாகக் குறிப்பிடும் வருணக்

கோட்பாட்டைக் கொண்டிருக்கும் ரிக்வேதத்தைப் பிராமணர்கள் பிற இலக்கியங்களைவிட உயர்ந்தது, புனிதமானது, பொய்யாதது என்று கூறியுள்ளார்கள் எனத் தெரிகிறது. ஆக, பிராமணர்கள், வருணக் கோட்பாட்டை நிறுவுவதற்குப் பண்டைக்காலப் பாடல்களான ரிக்வேதத்திலிருந்து தொடங்கியிருக்கிறார்கள் என்றும் இது இடைச்செருகல் மூலம் நிகழ்த்தப்பெற்றுள்ளது என்றும் அறிய முடிகிறது.

வேதத்தில் மாற்றம் நிகழ்ந்து இருப்பதை வேதமொழி அறிஞர் கிருஷ்ணகோஷ் 'ரிக்வேதத்தின் முதல் ஒன்பது மண்டலங்களில் மொழி மாறுதலின்றி உள்ளது; ஆனால், பத்தாவது மண்டலத்தில் நிச்சயம் மாறுதல் உள்ளது' என்று கூறுவதாக ராகுல சாங்கிருத்தியாயன் குறிப்பிடுகிறார் (2010:212). கைலாசநாதக் குருக்கள் (1981:30), "இருக்கு வேதத்தில் உள்ள பாடல்கள் எல்லாவற்றுள்ளும் இரண்டாம் மண்டலம் முதல் ஏழாம் மண்டலம் ஈறாக உள்ள மண்டலங்களில்தான் காலத்தால் முந்திய பாடல்கள் வருகின்றன என்று ஆராய்ச்சியாளர் அபிப்பிராயம் கூறியுள்ளார்கள். முதலாம், பத்தாம் மண்டலங் களில் காணப்படும் பாடல்களுள் பெரும்பாலானவை பிந்தியவை" என்று குறிப்பிடுகிறார்.

'ரிக்வேதம், பத்து மண்டலங்களை அல்லது தொகுதிகளைக் கொண்டது; இவற்றில் 2 முதல் 7 வரை உள்ள தொகுதிகள் ஆரம்ப காலப் பகுதிகளாகும்; தொகுதி 1 மற்றும் 10 ஆம் தொகுதியும் சேர்க்கப்பட்டதாகத் தெரிகிறது' எனக் குறிப்பிடுகிறார் ஆர்.எஸ். சர்மா, (2008:121). ரிக் வேதத்தில் பிற மண்டலங்களின் பாடல்கள் பிற்பட்டதென்று கூறுவது பிற்கால வளர்ச்சியும் மாற்றமும் எனலாம். ஆனால், முதல் மற்றும் பத்தாம் மண்டலங்களில் உள்ள பாடல்களிலும் பிற்காலத்திய பாடல்கள் இருப்பதால் அதனைப் பிற்காலத்தவர்கள் சேர்த்து எழுதி யிருக்கிறார்கள் என்றும், சர்மா கூறுவது போல அவை இரண்டும் பிற்காலத்தில் எழுதப் பெற்றிருக்கின்றன என்றும் கருதமுடிகிறது.

'பல்வேறு முனிவர்கள், ஞானிகள், புலவர்கள் முதலியோர் அக்னி, இந்திரன், மித்திரன், வருணன் மற்றும் இதர தேவர்களைப் பூசித்து அவர்களிடம் முன்வைத்த வேண்டுதல்களின் பிரார்த்தனைகளின் ஒரு தொகுப்பு என ரிக்வேதத்தைக் கூறலாம்' (ஆர்.எஸ். சர்மா, 2008:121). இவ்வாறு உருவான வேதங்களின் உள்ளடக்கம் உண்மையிலேயே அறநெறி ஆன்மிகப் பண்பு கொண்டவையா என நோக்குகையில், அதற்கு நவீன எழுத்தாளர்களின் பதில்களாக அம்பேத்கர் (2008, தொ. 8: 45–46), "இந்தப் பாடல்களின் தன்மையும், அவை இயற்றப்பெற்ற சூழ்நிலைகள் பற்றிய அகச்சான்றுகளும், அவை இவற்றை

முதலில் பாடிய பண்டைக்காலக் கவிஞர்களின் சொந்த நம்பிக்கைகள், உணர்வுகள் ஆகியவற்றின் வெளிப்பாடுகளே தவிர, வேறொன்றும் அல்ல என்ற கருத்துக்கு இணக்கமாக உள்ளன. இந்தப் பாடல்களில் ஆரிய ரிஷிகள் பரம்பரையாகத் தாங்கள் வணங்கும் கடவுள்களின் புகழைப் பாடி, பொதுவாக எல்லா மனிதர்களும் விரும்புகின்ற ஆசிகளை – உடல் நலம், செல்வம், நீண்ட ஆயுள், கால்நடைகள், குழந்தைகள், எதிரிகள்மீது வெற்றி, பாவமன்னிப்பு, சொர்க்கபோகம் ஆகியவற்றை அருளும்படி அவர்களை வேண்டிக் கொள்கிறார்கள்" என்று எடுத்தியம்பி அப்படி, அதற்கு ஆன்மிகப்பண்பு என்று ஏதுமில்லை எனக் கூறுகிறார். மேலும், 'சார்வாகர், பிருகஸ்பதி ஆகியவர்களும் நியாயம், வைசேஷிகம், பூர்வ மீமாம்சை, உத்ரமீமாம்சை ஆகிய தத்துவப் பிரிவுகளும் இக்கருத்தை ஒத்துள்ளன' என்கிறார்.

ரிக்வேதத்தில் வெற்றுப் பேச்சுக்களும் ஆபாசக் கருத்துகளும் பெரும்பான்மையாக இருக்கின்றன. இதனை, அம்பேத்கர், 'வேதங்கள், அறநெறி என்று பொருள்படும் தர்மத்தைப் போதிக்கவில்லை. வேதங்களிலிருந்து கீழ்க்கொடுக்கப்படும் பாடல்கள் அறநெறிக்கு இணக்கமானவை என்று கூறமுடியாது.

> யமி – யமனுடைய ஆசை, யமியான என்னை அவனுடன் ஒரே படுக்கையில் படுக்குமாறு அணுகியிருக்கிறது. நான் என் உடலை ஒரு மனைவி தன் கணவனிடம் விட்டுவிடுவதைப் போல விட்டுவிடுவேன், நாம் நமது சேர்க்கையில் முனைந்து ஈடுபடுவோமாக; வண்டியின் இரண்டு சக்கரங்களைப் போல.
>
> யமி – ஐயோ யமனே நீ பலவீனமானவனாய் இருக்கிறாய். உன் மனத்தையோ, உள்ளத்தையோ நான் புரிந்துகொள்ளவில்லை. வேறொரு பெண் உன்னைக் குதிரை சேனைக் கச்சைத் தழுவுவது போலவும் மரத்தைக் கொடி தழுவுவது போலவும் தழுவுகிறாள்.
>
> யமன் – கடவுள்களின் ஒற்றர்கள் பூமியில் சுற்றிக்கொண்டிருக்கிறார்கள்; அவர்கள் ஒருபோதும் ஓய்வதில்லை; கண்களை மூடுவதில்லை; நாசகாரியே, என்னைத் தவிர, வேறு யாருடனாவது விரைவாக இணைந்து இருவரும் சேர்க்கையில் முனைந்து ஈடுபடுங்கள், வண்டியின் இரண்டு சக்கரங்களைப் போன்று.
>
> யமன் – பின்வரும் காலங்களில், சகோதரிகள் தங்கள் சகோதரன் அல்லாத ஒருவனைத் (கணவனாக) தெரிந்தெடுப்பார்கள்; ஆதலால், மங்களமானவளே, என்னைத்தவிர வேறு ஒருவனைக் கணவனாகத்

தெரிந்தெடுத்து உனது கையை உன் துணைவனுக்குத் தலையணையாக்கு.

யமி – யாருடைய சகோதரிக்குப் பதி இல்லையோ அவன் சகோதரனா? துரதிர்ஷ்டம் நெருங்குகிறதோ அவள் ஒரு சகோதரியா? ஆசையால் ஆளப்பட்டு நான் இந்த ஒரே வேண்டுகோளை வற்புறுத்துகிறேன்; உன் உடலை என் உடலுடன் இணைத்துக்கொள்.

யமன் – நான் என் உடலை உன் உடலுடன் இணைக்க மாட்டேன். ஒரு சகோதரியிடம் நெருங்குபவனைப் பாவி என்று அழைக்கிறார்கள். என்னைத் தவிர, யாருடனாவது இன்பம் அனுபவி. மங்களமானவளே உன் சகோதரனுக்கு அந்த ஆசை இல்லை

என்று சுட்டிக்காட்டுகிறார் (2008, தொ. 8 :190–191). இவற்றையும் விடுத்துப் பிரார்த்தனைப் பகுதிகளைப் பார்த்தாலும் அவற்றிலும் நற்பண்பு கொண்ட மனிதனை உயர்த்தும் கருத்துகள் ஏதேனும் உள்ளதா என நோக்குகையில் "பேராசிரியர் வில்சன் கூறுவது போல முக்கிய வேதமான ரிக்வேதத்தில் தத்துவ ஞானம் அல்லது கோட்பாடுகள் பற்றிய குறிப்பு எதுவும் இல்லை. ஆரியர்களின் சமூக வாழ்க்கையைப் பற்றி அறிவதற்கு வேதங்கள் ஆதாரத் தகவல் நூலாகப் பயன்படலாம். நாகரிகத்தின் ஆரம்ப நிலையில் உள்ள வாழ்க்கை பற்றிய சித்திரமாக அதில் நிறைய விசித்திரங்கள் உள்ளன. ஆனால், உள்ளத்தை உயர்த்துவதாக எதுவும் இல்லை. அதில் கேடானவைதான் அதிகமாகவும், நலமானவை மிகச் சிலவாகவுமே உள்ளன" எனச் சுட்டிக்காட்டுகிறார் அம்பேத்கர். (2008, தொ. 8:194)

இவ்வாறான ஒழுக்கப் பண்புகளற்ற இந்த வேத மந்திரங்களை ஏன் கற்க வேண்டும், பிற வேதகால இலக்கியம் இருப்பினும் வேதத்திற்கு மட்டும் ஏன் சொற்பொருள் விளக்க நூல் தோன்ற வேண்டும் என நோக்கும்போது இதற்கு வேதகாலச் சமூக மாற்றமும் அல்வைதிக சமயப் பின்னணிச் சூழலும் விடையளிக்கின்றன.

அல்வைதிக சமய வளர்ச்சி

வேதகாலத்திற்குப் பிறகு, மெய்ஞ்ஞான அறிவைக் காண புதியதொரு சிந்தனை மரபு எழத் தொடங்கியது. மூடநம்பிக்கை, சடங்குகள் முதலிய வைதிகச் செயல்பாடுகளுக்கும் சூதாட்டப்பழக்கம் முதலியவற்றிற்கும் எதிராகச் சில காரணக் காரியப் பொருள்முதல்வாத அடிப்படையில் எதையும் ஏற்கும் அமைப்பு உருவானது. பரிவ்ராஜகர் (துறவிகள்) அமைப்பில் இருந்தவர்கள் மெய்யறிவுத் தேடலில் தங்களை முழுமையாக

ஈடுபடுத்திக்கொண்டு, வைதிகக் கருத்துகளுக்கு மாற்றான சிந்தனையைப் பரப்பினார்கள். இக்கருத்துகள் மக்களால் ஏற்கப்பட்டுப் பரவின. இவ்வளர்ச்சி நிலை, சமூகத்தில் வைதிகத் திற்குப் பெரும் அச்சத்தையும் பின்னடைவையும் உண்டாக்கியது. இச்சூழலில் வேதத்தை ஏற்பவர்கள், அதை மறுப்பவர்கள் என்ற இரண்டு பிரிவுகள் உருவாயின. *'பரிவ்ராஜகர் இயக்கம் தோன்றியதால் இந்திய அறிஞர் பெருமக்கள் நம்பிக்கை யுள்ளவர்கள் ஆஸ்திகர், நம்பிக்கையற்றவர்கள் நாஸ்திகர் என்று இரண்டு பிரிவுகளாகப் பிரியத் தலைப்பட்டனர். அதில் முதல் பிரிவினர் வேதத்தை ஏற்பவராகவும் இரண்டாம் பிரிவினர் அதை மறுப்பவராகவும் பிளவுண்டனர். பரிவ்ராஜகர்களின் இயக்கம், வேதகாலத் தொன்மக் கடவுளையும் உபநிடதங்கள் பரப்பிய கருத்துகளையும் முழுமையாக ஒதுக்கி மெய்யான மெய்யறிவுத் தத்துவத்திற்கு அடித்தளமிட்டது. இவ்வியக்கம் வடஇந்தியா முழுவதும் பரவி பரிவ்ராஜகர்கள் புது உலகின் முன்னோடி களாக மதிக்கப்பட்டார்கள்' (பிரேம்நாத் பசாஸ், 2004:131–133).*

ஒருவகையினர் வேதத்தை ஏற்பவராகவும் மற்றவர்கள் எதிர்ப்பவர்களாகவும் இருந்த சூழலில் இவர்களிடையே போட்டி, பகைமை உணர்வு ஏற்பட்டு யாரேனும் ஒருவர் தங்களை நிலைநிறுத்திக்கொள்ள முயன்றுள்ளனர். அதனால் பல சூழ்ச்சிகளும் நிகழ்ந்துள்ளன. அந்தக் காலகட்டத்தில் தோன்றிய லோகாயதம் என்னும் நூல் இந்தியப் பண்பாட்டின் வரலாறு முழுவதும் வைதிகர்களுக்குப் பெரும் அச்சுறுத்தலாகவே இருந்துள்ளது. பின்பு, அது வைதிகர்களால் அழிக்கப்பட்டுள்ளதாக அறியமுடிகிறது. இதன் மூலம் இவ்விரு இனத்தவரிடையே இருந்த காழ்ப்புணர்வு வெளிப்படுகின்றது.

அல்வைதிக சமய வளர்ச்சியும் நிகண்டு உருவாக்கமும்

வேதகாலச் சமூகம் சிதைவுற்ற நிலையில் இருந்ததனால் வேத மத எதிர்ப்புக் கொள்கைகள் நாடு முழுவதும் பரவின. இதன் வளர்ச்சி வைதிகர்கள் மீது பெரும் தாக்கத்தை ஏற்படுத்தியது. வைதிகக் கோட்பாடான மந்திர வேலைகள், கடவுள் பெயராலான மூடநம்பிக்கை, ஜோதிடம் பார்த்தல், யாகப்பலியிடல் முதலிய வைதிகச் சடங்குகள் அனைத்தையும் அல்வைதிக சமயம் எதிர்த்தது. இந்நிலையில் அக்காலச் சமூகம் தனது பிற்போக்குத் தனமான வரலாற்றில் முதல் புரட்சியைக் கண்டது. அல்வைதிக சமயத்தின் எதிர்ப்பு சமயமான வைதிக மதத்தினர் தங்களின் கோட்பாடுகளைக் கட்டிக்காக்க முற்பட்டனர். இதனால், தங்களின் கோட்பாட்டுத் தன்மைகளைத் திரித்தும் வைத்துள்ளார்கள். பகுத்தறிவுவாதப் போராட்டம் நிகழும்போது அதிகார வர்க்கம் தன்னை எதிர்காலச் சூழலுக்கு ஏற்ப நிலைநிறுத்திக்கொள்ளத் தன்

கோட்பாட்டுச் செல்வங்களான வேத இலக்கிய வகைகளையும் பிறவற்றையும் பாதுகாத்து, தன் கோட்பாட்டைப் பரப்ப வழிவகை செய்ய முனைந்துள்ளது. அல்வைதிக சமயங்களின் நூல்களை அழிக்கவும் செய்தது.

இவ்வாறான சூழல் நிலவிய காலத்தில் பரிவ்ராஜகர் களும் நிருக்தக்காரர்களும் வாழ்ந்துவந்துள்ளார்கள் என்பதை இராமானுஜ தாதாசாரியர் (1973:3),"சொல்லிலக்கணம் பற்றிச் சிலர் நூல் எழுதினர், சொல்லின் பொருளைப் பற்றிச் சிலர் நூல் எழுதினார்கள், சிலர் கர்மாக்களை விளக்கும் வியாஜத்தில் விசாரம் செய்யும் வழிகளை வகுத்து நூல் எழுதினார்கள்; பரிவ்ராஜகர்கள் காரணப் பொருளைச் சிந்திப்பவர்கள், வேள்விகளில் ஈடுபட்டவர்கள், பௌராணிகர்கள், நிருக்தக்காரர்கள், உபநிஷத் மார்க்கத்தைப் பின்பற்றுபவர்கள்" என்றுரைப்பதன் மூலம் அறியமுடிகிறது. பரிவ்ராஜகர் என்ற பெயர் யாஸ்க நிருக்தத்திலும் (அத். 2.8) இடம்பெற்று வந்துள்ளதால் யாஸ்கருக்கு முற்காலத்திலும் அதேகாலத்திலும் இவர்கள் வாழ்ந்துள்ளார்கள் எனத் தெளிவாகத் தெரிகிறது.

இவர்கள் வேதக்கோட்பாட்டை ஏற்க மறுக்கும் சூழலில் வேதத்தை எவ்வாறு நிலைநிறுத்துவது, பின்பு மக்களிடையே எவ்வாறு கொண்டு செல்வது என்பனவற்றைக் கொண்டு வைதிகர்கள், வேதத்திற்குப் பொருள் விளக்கம் தரும் கருவி நூல்களைத் தோற்றம்பெறச் செய்துள்ளனர். சமூக மாற்றம், எதிர்ப்புநிலைச் சமூகம் உருவான இக்காலச் சூழலில்தான் வேதச்சொற்பொருள் விளக்க நூலான யாஸ்க நிருக்தமும் உருவாக்கம் பெற்றதாக அறியப்பெறுகிறது. இதே காலகட்டச் சூழலில் தோற்றம் பெற்ற வைதிக நூல்களுக்கு அல்வைதிக சமயக் கோட்பாட்டின் அச்சுறுத்தலும் காரணமாக இருந்திருக்க வாய்ப்புள்ளது. எனவே, அல்வைதிக சமயங்கள் தோற்றம் பெற்று வளர்ச்சி அடைந்த காலகட்டத்தில் வைதிகர்கள் தங்களைப் பூமியின் அதிபதியாகக் கூறுகிற வேதத்தைக் கற்று, கற்பித்து முறையாகப் பரப்பவும் எதிர்பிரச்சாரத் தாக்குதலுக்கு எதிராக நிலைநிறுத்தவும் துணைசெய்யும் வேதத்தின் சொற்பொருள் விளக்கும் கருவி நூலைத் தோற்றுவித்திருக்கலாம் எனலாம்.

நிருக்தம்: அறிமுகம்

நிருக்தம், நிகண்டில் உள்ள சொற்களுக்குப் பொருள் விளக்கம் தருகிறது. நிகண்டு நூலே நிருக்தத்திற்கு மூலமாக அமைந்துள்ளது. எனவே, நிருக்தம் பற்றி விளக்குகையில் நிகண்டு பற்றியும் கூற வேண்டியது இன்றியமையாததாகிறது.

நிகண்டு, வேதச் சொற்களின் சொற்றொகுப்பு. இது மிகப் பழமையான ஒன்றாகவும் நிருக்தத்திற்கு மிகவும் முற்பட்ட காலத்தைச் சார்ந்ததாகவும் அறியப்பெறுகிறது. இது ஓர் ஆசிரியரால் இயற்றப் பெற்றதல்லாமல் மரபு வழிப்பட்ட பல்வேறு வேதகால அறிஞர்களால் இயற்றப்பட்டுள்ளது. இதன் ஆசிரியர் யார் என்று குறிப்பிட்டுச் சொல்வதும் கண்டறிவதும் அரிது. 'மகாபாரதத்தில் நிகண்டு ஒன்றைக் கஸ்யபா, பிரஜாபதி எழுதியதான தகவல் கிடைப்பதாகத் தெரிகிறது. ஆனால், அது நம்பத்தகுந்தவையாக இல்லை' (M.M. Patkar, 1981:2).

யாஸ்கர், நிருக்தத்தை மட்டும் இயற்றவில்லை, நிகண்டையும் இயற்றியவர் என்றும், யாஸ்கர், நிருக்தத்திற்கு மட்டும் ஆசிரியர் அவர் நிகண்டை இயற்றவில்லை என்றும் இரண்டு வகையான கருத்துகள் ஆய்வுலகில் உள்ளன. அவை வருமாறு:

> வேத பாஷ்யகாரரான ஸாயனார், ரிக்வேத பாஷ்யத்தின் முகவுரையில் நிகண்டும், நிருக்தமும் சேர்ந்ததே நிருக்தம் என்று அனுக்ரமாணிகா பாஷ்யத்தைப் பின்பற்றித் தெரிவிக் கிறார். இதனால், நிகண்டு நூலும் யாஸ்கருடையதென்று ஏற்படுகிறது (இராமானுஜ தாதாசாரியர், 1973:9).

> கஸ்யபா (Kasyapa), பிரஜாபதி (Prajapati) இவர்கள் நிகண்டு நூலின் ஆசிரியர்களாக மகாபாரதத்தில் குறிக்கப்படுகின்றனர். இவர்களுடைய நிகண்டானது தற்பொழுது கிடைப்பதா அல்லது வேறானதா என்பது ஐயப்பாட்டிற்குரியதாகவே உள்ளது (Lakshman sarup, 1920:14.; M. M. Patkar, 1981:2).

> மதுசூதன சரஸ்வதி (Madusudana Sarasvati), தயானந்த சரஸ்வதி (Dayananda Sarasvai) ஆகியோர் நிகண்டை யும் நிருக்தத்தையும் யாஸ்கரே இயற்றியுள்ளார் என்று கூறுகிறார்கள் எனப் பகவததத்தா (Bhagavaddatta) எடுத்துரைக்கிறார் (B. Bhattacharya, 1958:29).

> நிருக்தத்தின் உரையாசிரியர்களான 'ஸ்கந்தசுவாமி, துர்காச்சாரியார் முதலியவர்களும் நிகண்டு யாஸ்கருடையது அல்ல என்கிறார்கள்' (இராமானுஜ தாதாசாரியர், 1973:9).

> யாஸ்கர், நிகண்டின் ஆசிரியர் எனக்கருத சான்றுகள் இல்லை; நிருக்தத்தின் உரை ஆசிரியர் என்கிறார் ரூடால்ப் ரோத் (1919:3-5).

> லஷ்மண் ஸரூப், 'நிகண்டின் ஆசிரியர் யாரென்று அறிய முடியவில்லை' என்கிறார் (1920:14).

தமிழ் – சமஸ்கிருதம் நிகண்டு உறவு

யாஸ்கர், நிகண்டை இயற்றினாரா இல்லையா என்ற முடிவைக் காண அரிதான கருத்துகள் நிலவினாலும், நிகண்டை அடிப்படையாகக் கொண்டே நிருக்தம் அமைந்துள்ளது என்பது தெளிவு. இதனை, 'நிருக்தம், நிகண்டுவின் உரை. இது பிற உரைகள் போல் சொல்லுக்குப் பொருள் கூறாமல் நிகண்டுவில் கூறப்பட்டுள்ள சொற்களுக்கு வேதத்திலிருந்து சான்று எடுத்துக்காட்டிப் பொருள் தருகிறது. இது சொற்பொருள் மட்டும் தராமல் சொற்களில் வேர்ச்சொல் பற்றியும் கூறுகிறது' என்று பாட்கரும் (1981:4), 'யாஸ்கர் நிகண்டு நூலை அடிப்படை யாகக் கொண்டு நிருக்தத்தை எழுதினார்' என்று இராமானுஜ தாதாசாரியரும் கூறுவதன் மூலம் அறியலாம் (1973:9).

பண்டைய காலத்தில் பல நிகண்டுகள் தோன்றியிருந்தாலும் தற்பொழுது யாஸ்க நிருக்தத்திற்கு அடிப்படையாய் அமைந் திருக்கும் நிகண்டே கிடைக்கிறது. நிகண்டு எனும் சொல் மூன்று காண்டங்களுக்கும் சேர்ந்தே பெயராக வந்துள்ளது. ஆனால், 'எச். ஸ்கோல்டு (H. Skold) என்பவர் முதல் மூன்று அத்தியாயங்களுக்குப் பெயராக உள்ள 'நைகண்டுக' என்பது எப்படி ஒட்டுமொத்த நூலுக்கும் பெயராகி வரும் என வினவி பிறகு, அவரே கருதுவதாவது: நிகண்டின் முதல் பகுதி, நைகண்டுக என்று நம்பப்படுகிறது. மரபுவழிப்பட்ட நிகண்டு வேலைப் பாட்டில் முதன்மையாய் இது அமைந்திருக்கிறது. பிற்காலத்தில் நைகமம், தைவதம் ஆகிய பகுதிகளுக்கும் நைகண்டுக (நிகண்டு) என்பதே பெயராக ஏற்கப்பட்டு வந்துள்ளதாகக் குறிப்பிடுகிறார்' (B. Bhattacharya, *1958:24—25*).

நிகண்டு அமைப்பு

நிகண்டு, ஐந்து அத்தியாயங்களை (Chapters) மூன்று காண்டங்களில் கொண்டுள்ளது. இவற்றில் முதல் மூன்று அத்தியாயங்கள் நைகண்டுக காண்டமாகவும் நான்காவது அத்தியாயம் நைகம காண்டமாகவும் ஐந்தாவது அத்தியாயம் தைவத காண்டமாகவும் அமைந்துள்ளன. இவை முறையே,

- நைகண்டுக காண்டம் – ஒருபொருள் பலசொல் (Synonyms)
- நைகம (ஐகபதிகம்) காண்டம் – பலபொருள் ஒருசொல் (Homonyms) *(அந்தந்தச் சொற்களும் தனித்தனியாகப் படிக்கப்படுவதால் ஐகபதிகம் என்று கூறப்படுகிறது)*
- தைவத காண்டம் – தெய்வங்களைக் (தேவதை) குறிக்கும் சொற்கள்

என்று வகைப்படுத்திச் சொற்பொருள் விளக்கும் பகுதிகளாக அமைந்துள்ளன.

நிகண்டுச் சுவடிகள்

நிகண்டின் சுவடிகள் பற்றிய செய்திகளும் தற்பொழுது கிடைக்கப்பெறுகின்றன. நிகண்டை ஆங்கிலத்தில் மொழி பெயர்த்த லஷ்மண் ஸரூப், இரண்டு வகையான நிகண்டுச் சுவடிகள் உள்ளன என்று குறிப்பிடுகிறார். அவை 'சிறிய வகையான சுருக்கமான (Shorter recension) விளக்கம் கொண்டவை ஒருவகையாகவும் மற்றொன்று மிக விரிவாக (Larger recension) அமைந்துள்ள ஒருவகைச் சுவடிகளாகவும் அமைந்துள்ளன. இவற்றில் எது முதன்மையானது என்று அறிவது கடினமானது' என்கிறார் (Lakshman sarup, *1920:9*).

நிகண்டு உரைகள்

நிகண்டின் பெரும்பான்மையான சொற்களுக்கு யாஸ்கரின் நிருக்தமே உரையாக அமைந்துள்ளது. கி.பி. 13ஆம் நூற்றாண்டில் தமிழகத்தின் ஸ்ரீரங்கம் பகுதியைச் சேர்ந்த தேவராஜயஜ்வன் ஓர் உரை எழுதியுள்ளார். 'நிகண்டின் முதல் மூன்று அத்தியாயங்களில் காணப்படும் அனைத்துச் சொற்களுக்கும் யாஸ்கர், விளக்கம் கூறாததால் அந்தக் குறையைப் போக்கவே இவ்வுரையை இவர் எழுதியுள்ளார் எனத் தெரிகிறது' என்று உரைப்பார் இராமானுஜ தாதாசாரியர் *(1973:9)*. நிருக்தம், நிகண்டின் அனைத்துச் சொற்களுக்கும் சொற்பொருள் விளக்கவுரை கூறவில்லை. 'நிகண்டின் முதல் மூன்று இயல்களில் உள்ள *1341* சொற்களில் *230* சொற்களுக்கு மட்டும் யாஸ்கர் விளக்கம் கூறியுள்ளார்'. (राजवाडे, *1940*, Vol. *1:213*).

நிருக்தம்

'அறிவு இரண்டு வகைப்படும். ஒன்று பிரமத்தைப் பற்றியது, மற்றொன்று நான்மறை வேதாங்கம் பற்றியது என்று உபநிடதம் ஒன்று உரைக்கிறது' என்று எடுத்துக்காட்டுகிறார் கைலாசநாத குருக்கள் *(1981:179)*. இவ்வாறான அறிவுத்தொடர்பில்தான் வேதாங்கம் முதன்முதலாகக் கூறப்பட்டுள்ளது. அங்கம் என்பதன் பொருள் உறுப்பு. வேதங்களை விளங்கிக்கொள்ள இவை வேத அங்கங்களாக அமைந்துள்ளன. இவற்றின் பயன்கள் பலவாகும். இதனை, 'வேள்வி முறைகளை விளக்கும் நேரத்தில் சொல்லின் ஒலியியல்பு, அதன் வரையறை, பிரித்துக்காட்டிக் கூறும் முறையான விளக்கம், யாப்பு, வேள்வி வேலையை அறிதற்குத் துணை நிற்கும் கோள்களின் நிலை ஆகிய ஆறு செய்திகளைக் குறித்துப் பிராமணங்களும் ஆரண்யங்களும் குறிப்பிடுகின்றன' என்கிறார் கைலாசநாத குருக்கள் (மேலது, *179*). இக்கருவி நூல்கள் சிறிது சிறிதாக விரிந்து உருவாகித் தனித்தனி துறைகளாக

வடிவம் பெற்றுள்ளன. அவை சூத்திர நடையைக் கொண்டு ஆக்கப்பட்டுள்ளன.

வேதாங்கம் ஆறு என்று கூறப்பட்டுள்ளது. அவை என்னென்ன அவை முதன் முதலில் எங்கு எவ்வாறு குறிப்பிடப் பட்டுள்ளன; அதில் நிருக்தத்துடைய தொடர்பு எவ்வாறு உள்ளது என்பதைக் காணுவது முதன்மையான ஒன்றாகும். நிருக்தத்தில் வேதாங்கம் என்றால் எவை என்று குறிப்பிடாமல் *வேதாங்கம்* (वेदं च वेदांगानि च।) என்று மட்டும் குறிப்பிடப் பட்டுள்ளது (அத். 1.20). 'இதன் எண்ணிக்கை ஆறு என்று முண்டக உபநிடதம் முதன் முதலில் கூறியுள்ளது. இதன் ஆறையும் சரணவயஹா (Charanavayaha) என்பதுதான் சிட்சை, கல்பம், வியாகரணம், நிருக்தம், சந்தஸ், ஜோதிடம் என்று தெளிவாகக் குறிப்பிட்டுள்ளது' (Max Muller, 1859:111). அவற்றில் ஓர் உறுப்பாக நிருக்தம் அமைந்துள்ளது. இதனால், வேத அங்கமாக நிருக்தம் இருந்துவந்துள்ளது என்பதை அறிய முடிகிறது.

நிருக்தம் வேதச்சொற்களுக்குச் சொற்பொருள் விளக்கம் தரும் நூல் என்று அறியப்பெறுகிறது. இது சொல்லிலக்கணம் சார்ந்ததாகவும் நவீன காலத்தில் வேர்ச்சொல், அகராதியியல், பொருண்மையியல், ஒலியனியல், உருபனியல் ஆகிய மொழியியல் உறுப்புகளுடன் நெருங்கிய தொடர்புடைய நூலாகவும் அறியப்பெறுகிறது. இந்நூலில் சொற்பொருளைக் கண்டறிய சில வழிமுறைகள் பின்பற்றப்பட்டுள்ளன. அவற்றின் மூலமே மொழியியல் அணுகுமுறை களன்கள் வெளிப்பட்டுள்ளன. ஆனால், இதை ஒரு மொழியியல் சார்ந்த முழு நூலாகக் கருதமுடியாது. "யாஸ்கர் மொழியியலை வகுக்கும் நோக்கத்தோடு நூல் எழுதாததாலும், வேதத்தில் காணப்படும் சொற்களுக்கே விளக்கம் கூறுவதாலும், முழு மொழியியல் நூலாக யாஸ்கர் நிருக்தத்தைக் கருத முடியாது. மேலும், இன்று மொழியியல் பல வழிகளில் வளர்ந்துவிட்டது. பல பிரிவுகளுடன் வாழ்ந்து வருகிறது. இன்றுள்ள மொழியியல் கருத்துகளெல்லாம் யாஸ்கருடைய காலத்தில் அப்படியே இருந்திருக்கும் என்று எதிர்பார்க்க முடியாது. இன்று வளர்ந்துள்ள மொழியியலின் கருத்துகளுக்கு யாஸ்கர் விதையிட்டவர் என்பது மிகையாகாது" (இராமானுஜ தாதாசாரியார், 1973:45).

இந்நூல், நிகண்டில் உள்ள சொற்களுக்குப் பொருள் மட்டும் கூறுவதோடு நில்லாமல் அப்பொருள் எவ்வாறு வேதத்தில் சூழலுக்கு ஏற்ப இடம்பெற்று வந்துள்ளது என்பதையும் வேதப் பாடல்களைக் கொண்டு எடுத்துக்காட்டி, அச்சொல்லிற்கான

வேர்ச்சொல்லையும் கண்டறிந்து அதன் பொருளை விளக்கு கிறது. நிகண்டில் 'மொத்தம் 1773 சொற்கள் தொகுக்கப்பட்டுள்ளன. இவற்றில் 1158 சொற்களுக்கு மட்டும் நிருக்தம் விளக்கம் தந்துள்ளது. நிகண்டு நூலிலுள்ள முதல் மூன்று அத்தியாயங்களில் காணப்படும் சொற்களில் தலைமையாக அமைந்துள்ள சொற்களுக்கு மட்டும் விளக்கம் கூறப்படுகிறது. நான்கு மற்றும் ஐந்தாவது அத்தியாயங்களில் காணப்படும் அனைத்துச் சொற்களுக்கும் விளக்கம் அளிக்கப்படுகிறது. யாஸ்கர், தெய்வத்தின் விளக்கப் பகுதியில் வேதத்தில் உள்ள தெய்வங்களைப் பற்றித் தான் ஆய்ந்தபடி விளக்கம் தருகிறார்' (இராமானுஜ தாதாசாரியார், 1973:6–7). இதன்மூலம் யாஸ்கர், நிகண்டில் உள்ள அனைத்துச் சொற்களுக்கும் தனது நிருக்தத்தில் பொருள் கூறவில்லை என்பது புலனாகிறது.

நிருக்தம், பன்னிரண்டு அத்தியாயங்களைக் கொண்டுள்ளது. அவை அனைத்தும் நிகண்டை அடிப்படையாகக் கொண்டு பிரித்து அமைக்கப்பட்டுள்ளன.

- நிருக்தத்தின் முதல் மூன்று அத்தியாயங்களும் நிகண்டில் உள்ள மூன்று அத்தியாயங்களில் கூறப்படும் சொற்களுக்குப் பொருள் விளக்கம் தருகின்றன.
- நான்கு மற்றும் ஆறாவது அத்தியாயங்கள் நிகண்டின் நான்காம் அத்தியாயத்தில் உள்ள சொற்களுக்குப் பொருள் விளக்கம் தருகின்றன.
- ஏழு முதல் பன்னிரண்டு வரையுள்ள அத்தியாயங்கள் நிகண்டின் ஐந்தாவது அத்தியாயத்தில் உள்ள சொற்களுக்குப் பொருள் விளக்கம் தருகின்றன.

இப்பன்னிரண்டு அத்தியாயங்களே உரையாக அமைந்திருந் தாலும், நூலின் இறுதியில் பரிசிஷ்டம் என்று தனியாக ஒரு பகுதி அமைந்துள்ளது. "இதை யாஸ்கர் செய்தாரா இல்லையா என்று புரியவில்லை. ஒரு நூல் எழுதி முடித்த பிறகு, கிடைக்கும் தகவல்களைக் கொண்டு தனிநூலைப் புதுத்தகவல்களுடன் எழுதி பரிசிஷ்டம் என்று பெயர் வைப்பது வடமொழி நூலில் ஒரு மரபாக ஏற்பட்டுவிட்டது. பன்னிரண்டு அத்தியாயங்களில் சொல்ல வேண்டியதும், விட்டுப் போனதுமான விஷயங்கள் இங்குச் சொல்லப்படுவதாகக் கருதப்படுகிறது" (இராமானுஜ தாதாசாரியார், 1973:7). இவ்வத்தியாயங்களுக்குப் பிறகு, பின்னிணைப்பாக ஓர் அத்தியாயம் சேர்க்கப்பட்டுள்ளது என்று இவர் கூறுவதன் மூலம் நிருக்தம், பரிசிஷ்டத்துடன் பதிமூன்று அத்தியாயங்களாக அமைந்துள்ளது என்பதை அறியலாம்.

லஷ்மண் ஸருப், 'பரிசிஷ்டம் என்பது 13, 14 அத்தியாயங்கள் என இரண்டு வகையாக உள்ளது. இந்த இரண்டு அத்தியாயங்களுக்கான ஏற்கத்தக்க வகையிலான எச்சான்றும் பழைய சுவடிகளில் இல்லை. எனவே, பரிசிஷ்டம் அனைத்தும் ஒரே அத்தியாயத்தில் (13) அடங்கும்' என்கிறார். மேலும், இவர் 'ரூடால்ப் ரோத், நிருக்தாவின் முதல் மூன்று அத்தியாயங்களும் நிகண்டின் நைகம காண்டத்தின் விளக்கம் என்று தவறாகப் பயன்படுத்தியுள்ளார். அது தவறு, அதற்கு நைகண்டுக காண்டம் என்பதே சரியானது' என்று கூறுகிறார் (1920:16). தற்போது நிகழ்ந்த ஆய்வுகளும், பதிப்பு நூல்களும் நைகண்டுக காண்டம் என்பதையே ஏற்றுள்ளன. ரோத், ஐரோப்பிய அறிஞர் என்பதாலும் முதன் முதலில் நிருக்தத்தில் ஆய்வுப்பணி செய்ததாலும் இதன் பூர்வீகப் பின்புலம் முழுமையாக இல்லாததாலும் இவ்வாறான மாறுதல் நிகழ்ந்துள்ளது எனலாம்.

நிருக்தத்தின் அத்தியாயம் தொடர்பான மாறுபட்ட கருத்தும் விளக்கமும்

நிருக்தத்துடன் நிகண்டு இணைந்தே இருப்பதாலும் இரண்டும் ஒன்றே என்று கருதப்படுவதாலும் நிருக்தத்தின் அமைப்பைப் பிழையாகச் சில ஆய்வாளர்கள் குறிப்பிடுவது இயல்பு. ஆனால், அது தவறான ஒன்றே. அறிஞர் மாக்ஸ் முல்லர், *பண்டைய சமஸ்கிருத இலக்கிய வரலாறு* (History of ancient Sanskrit literature) எனும் நூலில் 'நிருக்தம் மூன்று பகுதிகளைக் கொண்டுள்ளது' (Nirukta consists of three parts) என்று குறிப்பிடுகிறார் (Max Mullar, *1859:155*). மாக்ஸ் முல்லர், சாயனாச்சாரியரின் ரிக்வேத உரையைப் பதிப்பித்தவர் ஆவர். 'நிருக்தம் என்பது சொற்களின் அட்டவணை (தொகுப்பு) என்று சாயனார் குறிப்பிட்டுள்ளார். இக்கருத்தை, மதுசூதனஸ்வாமி (Madhusudanaswami) பிரஸ்தானபேதாவிலும் (Prasthanabheda), சமஸ்ராமியும் (Samasrami) சாயனார் கூறிய நிருக்தம் பகுதியில் அடைப்புக்குள் நிகண்டு என்றும் குறிப்பிட்டுள்ளார்கள்' (Max Mullar, *1859:155*). இதனைக் காணுகையில் நிருக்தம் என்பது நிகண்டு என்று கருதப்பட்டு வந்துள்ளது தெரிகிறது. 'இவ்வாறு கூறுவது தவறு ஏனென்றால் நிருக்தத்தில் நிகண்டு என்றால் என்னவென்று யாஸ்கரால் (அத். 1.1) கூறப்பட்டுள்ளது. எனவே, சொற்களின் அட்டவணை (List of words) என்பது நிருக்தம் அல்ல நிகண்டு என்பதே சரி' என்று விளக்கியுள்ளார் லஷ்மண் ஸரூப் (1920:13). இக்கருத்து மாறுபாட்டாலே (சாயனார் கருத்தால்) மாக்ஸ் முல்லர், நிருக்தம் நிகண்டெனக் கருதி அது மூன்று பிரிவு களைக் கொண்டுள்ளதாகக் கூறியுள்ளார் எனத் தெரிகிறது.

மேற்குறிப்பிட்ட சாயனார், மாக்ஸ் முல்லர் கருத்தின் காரணத்தினாலோ தெளிவான வரலாற்றின்மை காரணத்தினாலோ நிருக்தம் பன்னிரண்டு அத்தியாயங்களைக் கொண்டுள்ளது என்று கூறியுள்ள இராமானுஜ தாதாசாரியர் (1973), மா. சற்குணம் (2002) முதலிய ஆய்வாளர்கள், அறிஞர்களின் கருத்தைக் கண்டும் ஏற்காமையின் காரணத்தினாலோ அதைப் பார்க்கத் தவறியதாலோ தமிழ் நிகண்டாய்வுலகில் நிருக்தம், மூன்று காண்டங்களை அல்லது பிரிவுகளைக் கொண்டுள்ளது என்று பதிவு செய்யப்பட்டுள்ளது. அவை வருமாறு:

- யாஸ்கர், சொற்களை இங்கு ஐந்து தொகுதிகளாகப் பிரித்துள்ளார். முதல் பிரிவு நைகண்டுக காண்டம், இரண்டாம் பிரிவு நைகம காண்டம், மூன்றாம் பிரிவு தைவத காண்டம் என்கிறார் கைலாசநாத குருக்கள் (1981:191). (இந்நூல் முதன் முதலில் ஆங்கிலத்தில் 1962 ஆம் ஆண்டு இலங்கையில் வெளிவந்துள்ளது)

- நிருக்தத்தில் நைகண்டுகம், நைகமம், தைவதம் என்று மூன்று காண்டங்கள் உள்ளன என்கிறார் மு. அருணாசலம் (2005:70)

- நிருக்தம் மூன்று காண்டங்களை உடையது: 1. நைகண்டுகம், 2. நைகமம், 3. தைவதம் ஆகும் என்று மு. அருணாசலம். கருத்தை ஏற்றுள்ளார் வ. ஜெயதேவன். (1985:60).

- யாஸ்கரின் நிருக்தம் என்ற நூல் மூன்று காண்டங்களை உடையது என்கிறார் செ. வை. சண்முகம் (2012:125).

- நிருக்தம் என்பது நைகண்டுகம், நைகமம், தைவதம் என்னும் மூன்று பிரிவுகளை உடையது என்கிறார் பெ. மாதையன் (2005:66).

இவை தவறான பதிவுகளாகும். ஏனெனில் நிகண்டு நூலோ ஐந்து அத்தியாயங்களையும் மூன்று காண்டங்களையும் கொண்டுள்ளது. நிருக்தம், பன்னிரண்டு அத்தியாயங்களைக் கொண்டதாகும். இதனை, 'நிகண்டு நூலே மூன்று காண்டங்களைக் கொண்டுள்ளது' என்று லஷ்மண் ஸரூபும் (1920:13). 'நிருக்தம், பன்னிரண்டு அத்தியாயங்களையும் பாடம் என்ற உட்பிரிவாலும் பிரிக்கப்பட்டு அமைந்துள்ளது' என்று பாட்கரும் (1981:4) கூறுவதன் மூலம் விளங்கலாம். மேலும், தற்பொழுது கிடைக்கப்பெறும் நிருக்தம் நூலும் பன்னிரண்டு அத்தியாயங்களுடன் அமைந்துள்ளது. இதனைக் கீழ்வரும் விளக்கம் மூலம் அறியமுடிகிறது.

- வி.கே. ராஜ்வாடே (V.K. Rājvāṭē), 1862இல் பதிப்பித்த யாஸ்கரின் நிருக்தம் பன்னிரண்டு அத்தியாயங்களையும் இரண்டு பரிசிஷ்டங்களையும் கொண்டுள்ளது.
- லஷ்மண் ஸருப், 1920ஆம் ஆண்டு சமஸ்கிருதத்திலும் ஆங்கிலத்திலும் பதிப்பித்த நிகண்டும் நிருக்தமும் (The Nighantu and the Nirukta) நூலும் பன்னிரண்டு அத்தியாயங்களையும் ஒரு பரிசிஷ்டத்தையும் கொண்டுள்ளது.
- மகாதேவசூனூ ஹரினா (Makātēvacūṉū hariṉā), 1907ஆம் ஆண்டு பதிப்பித்த துர்காவின் உரையுடனான நிருக்தம் பன்னிரண்டு அத்தியாயங்களையும் இரண்டு பரிசிஷ்டங்களையும் கொண்டமைந்துள்ளது.
- இராமானுஜ தாதாசாரியார், 1973ஆம் ஆண்டு தமிழில் யாஸ்க நிருக்தம் என்று பதிப்பித்துள்ள நூலும் பன்னிரண்டு அத்தியாயங்களில் அமைந்துள்ளது.

நிருக்தத்தின் யாப்பு

ஆறங்கத்தின் ஒன்று சந்தஸ் பற்றியது. இது இலக்கியத்திலுள்ள பாட்டுக்களின் யாப்பு முறையை மட்டும் கூறுவது. வேதகாலத்தில் சூத்திரங்கள் முதன்மைப்பெற்று விளங்கியுள்ளன. ‘சில சொற்களை மட்டுமே கொண்டு சுருங்கிய நடையில் அமையும் சிறுசிறு வாக்கியமே சூத்திரம்’ ஆகும் (கைலாசநாத குருக்கள், 198:180). யாப்பிற்கு, ஒருவர் சொல்ல வேண்டிய முழுவதையும் சுருக்கிக் கூற முடியும் அளவிற்கு ஆற்றல் உண்டு. வேதாங்கக் காலகட்டத்தில் உருவாக்கப்பட்ட நூல்களெல்லாம் சூத்திரத்தினால் ஆக்கப்பட்டுள்ளன. சமஸ்கிருத இலக்கிய வரலாறுகள், இலக்கிய வகைமை நோக்கில் வரலாற்றைக் கூறுமிடத்து அவ்வேதாங்கத்தினைச் சூத்திரங்களின் காலகட்டத்தில் அமைத்துக் கூறியுள்ளன. இவற்றின் அடிப்படையில் நோக்குகையில் நிருக்தம் சூத்திர யாப்பு முறையில் அமையப்பெற்றுள்ளது தெளிவு. மேலும், பி. வி. காணே (P.V. Kane) ‘நிருக்தத்தின் பாடல்கள் சூத்திரம் மற்றும் பாஷ்ய அமைப்பு முறையில் அமைந்துள்ளது’ என்பதும் குறிப்பிடத்தக்கதாகும் (1994:15).

சமஸ்கிருதத்தில் சூத்திரங்களைத் தவிர வேறு சந்தங்கள் உள்ளனவா என நோக்குகையில், மிகவும் புகழ் பெற்ற ஏழு சந்தங்கள் உள்ளன என்றும் இன்னும் பிற சந்தங்களும் உள்ளன என்றும் அறிய முடிகிறது. “பிரசித்தமான சந்தங்கள் ஏழு எனக் கருதப்படலாம். சந்தங்களின் எண்ணிக்கை இன்னும் அதிகமாகும்.

யாக்ஞரிஷியின் ரிசாக்களில் (10–130–3–5) காயத்ரி, உஷ்ணிக், அநுஷ்டுப், பிரஹதி, விராட், த்ரிஷ்டுப், ஜகதி என்னும் ஏழு சந்தங்கள் குறிப்பிடப்பட்டுள்ளன. இவையே அடிப்படைச் சந்தங்கள் ஆகும்" (ராகுல சாங்கிருத்தியாயன், 2011:213). இவற்றில் புகழ் பெற்ற ஒன்றாக அநுஷ்டுப் யாப்பு உள்ளது. நிகண்டு இயற்றுவதற்குப் பெரும்பான்மையான ஆசிரியர்களால் கையாளப்படுவதில் இதுவும் ஒன்று.

நிருக்தத்தின் சொற்பொருள் விளக்கமுறை

நிருக்தம் ஒரு முழுமையான கொள்கையைக் கட்டமைத்துக் கூறுவதற்காக எழுந்த நூலன்று. ஆனால், கொள்கைக்கான கூறுகள் அதில் நிறைந்துள்ளன. வேர்ச்சொல் அறிதல், பொருள் கண்டறிதலுக்கான முறை, பொருண்மை முதலிய தன்மைகளில் சில விதிகளைக் கொண்டுள்ளது.

வரலாற்று நிலையில் சமஸ்கிருத இலக்கியக் கொள்கை, பரதருடைய நாட்டிய சாஸ்திரத்திலிருந்தே தொடங்குகின்றது என்றாலும் அவருக்கு முன்பெழுந்த சில இலக்கிய முயற்சிகள், குறிப்புகள் முதலியவற்றைக் கொண்டு சமஸ்கிருத இலக்கியக் கொள்கைகள் பழங்காலத்திலிருந்தே உருவாகியிருந்தன என்றறியலாம். அவற்றில் நிருக்தக்காரர்களின் சொற்பொருள் விளக்க முறையும் ஒன்று. வேதமந்திரங்களில் குறிப்பாக ரிக்வேதத்தில் 'உவமை, அதிசயோக்தி விபேதிரேகம் போன்ற அணி வகைகள் பயன்படுத்தப்பெற்றுள்ளன. அணி வகைகளன்றி வழிஎதுகை (அநுப்ராஸம்) பாகங்களின் தொடக்கத்தில் சொற்கள் மீட்டுவருதல், யமகம் போன்ற உத்திகளும் கையாளப்பட்டுள்ளன என்றும் காவ்யம் போன்ற சொற்களும் ரிக்வேதத்தில் அடிக்கடிப் பயன்பெற்றுள்ளன என்றும் கூறுவதால் கோட்பாடுகள் வளர்ச்சியுற்றிருந்தன, இவை யெல்லாம் முறைப்படுத்தப்பட்ட இலக்கியக் கோட்பாடு ஒன்றினை மெய்ப்பிப்பவை என்று கூறமுடியாது. தொடக்கத்தில் இவற்றிற்கான முழுமை பெற்ற தெளிவான சான்றுகள் இல்லை என்றலே பொருத்தமாகத் தோன்றுகிறது' (P.V. Kane, 1994:327).

இவற்றின் மூலம் பண்டைக்காலத்தில் ஓர் ஒழுங்குநிலை பயன்படுத்தப் பெற்றுள்ளது என்றும் அவை முழுமையான வளர்ச்சி நிலையைச் சார்ந்ததாகக் கருதமுடியாது என்றும் விளங்க முடிகின்றது. பழங்காலத்தைத் தற்காலத்துடன் பொருத்திப் பார்த்து வளர்ச்சியும் முழுமையும் இல்லை என்று கூறுவது பொருந்தாது; அக்காலத்தைப் பொருத்தவரையில் அது போதிய முழுமையும் வளர்ச்சியும் அடைந்த நிலையாக இருந்திருக்கலாம். எவ்விதப் படைப்பிற்கும் ஒரு நோக்கம்

அமைந்திருக்கும். யாஸ்கருக்கும் சொற்பொருள் கூறுவதற்குச் சில வரையறை கொண்ட விதிமுறை இருந்திருக்கிறது. அதன் அடிப்படையிலேயே நிருக்தத்தின் சொற்பொருள் விளக்கமுறை அமைக்கப்பெற்றிருக்கிறது.

யாஸ்கர், சொற்பொருளைக் கண்டறிய அடிப்படையான விதிமுறைகளைக் கூறுகிறார். அவை நிருக்தத்தின் இரண்டாவது அத்தியாயம் முதல் சூத்திரத்தில் இடம்பெற்றுள்ளன. அவை வருமாறு:

- எச்சொல்லின் உருவம் ஓசை (ஸ்வரம்) இடத்திற்குத் தகுந்த பொருளோடு ஒத்து வருகிறதோ, அவ்விடமிருக்கும் சொல்லுருவை இலக்கணப்படியே உருவாக்கிப் பொருளோடு பொருத்தலாம்.
- சொல்லுருவை ஆக்கும் பொதுவழியினால் பொருள் காணமுடியாதென்றால் வேறுவழியைப் பின்பற்றிச் சொல்லுக்கான பொருளை இணைக்க வேண்டும். சொல்லின் பொருளை அடிப்படையாகக் கொண்டு சொல்லுருவை ஆராய வேண்டும்.
- சொல்லுருவம் மூலம் பொருள் அறிய முடியவில்லை எனில், எழுத்துகளைக் கொண்டாவது பொருளைப் பொருத்தி விளக்க வேண்டும்.
- சொல்லிலக்கண முரண்பாடு வருகிறதென்று எண்ணிப் பொருளை விளக்கும் முயற்சியை விடக்கூடாது.
- சொல்லுருவை ஆக்கும் வரைமுறையினைக் கட்டாயமாகப் பின்பற்றக் கூடாது. இலக்கண வழிகளும் ஐயமற அமையவில்லை.
- பொருளுக்கு ஏற்ப சொல்லின் வேற்றுமைகளையும் தேவையான இடங்களில் மாற்றிக்கொள்ள வேண்டும்[4].

யாஸ்கருக்கு அக்காலத்தில் சில மொழியியல் சொற்பொருள் விளக்கக் கொள்கை சார்ந்த கூறுகள் இருந்துள்ளன என்பது நிருக்தத்தின் வழி அறியமுடிகிறது. அதனடிப்படையிலே தன் விளக்கமுறையைக் கையாண்டிருக்கிறார். 'யாஸ்கர், கோட்பாட்டாளர்களின் முன்னோடியாகவும் அவர் தன்னுடைய நிகண்டில் உவமை இலக்கணத்தை மேற்கோளாகவும் ரிக்வேதம் கூறும் உவமைத்தொடர்களைக் காட்டி முற்றுவுவமை, குறையுவமை என்று பின்னால் வந்த இலக்கியக் கோட்பாட்டாளர்களின் கருத்திற்கு யாஸ்கரே முன்னோடி என்று சுட்டப்பெறுகிறார்' (P. V. Kane, *1994:327*). இந்த உவமை, இலக்கண விளக்கம் என்னும்

அடிப்படையில் விளக்கப்பட்டுள்ளதே தவிர, ஓர் இலக்கியக் கொள்கை அடிப்படையில் விளக்கப்படவில்லை.

இவ்விளக்க அடிப்படையில் நோக்குகையில் நிருக்தத்தில் சில விதிமுறைக் கூறுகள் இடம்பெற்றுள்ளன என்பதை மறுக்க முடியாது. எனவே, நிருக்தத்தில் மொழியியல் கூறுகள் சார்ந்த யாஸ்கரின் கொள்கை இருந்துள்ளது எனலாம். இக்கொள்கையின் அடிப்படையில் நிருக்தம் உருவாக்கப் பெற்றுள்ளது. இதனை, இராமானுஜ தாதாச்சாரியர் (1973:52), "சொற்களை விரித்துப் பொருளைக் கூறும்வழி வேதத்தின் பிராமணங்களில் ஆரம்பமாகிறது; இதன் வழியைப் பின்பற்றி நிருக்தக்காரர்கள் சொற்களுக்கு விரித்துப் பொருள் கூறும் வழியைத் தனி இயலாக ஆக்கியுள்ளார்கள்" என்று கூறுவதன் மூலம் விளங்கிக்கொள்ளலாம்.

யாஸ்கர் சொல்லிலக்கணத்திலும் மொழியியல் கூறுகளிலும் வேர்ச்சொல் முறையிலும் சிந்தனையைச் செலுத்தியுள்ளார். சொல்லிலக்கணத்தோடு மட்டும் நில்லாமல் மொழியியல் சார்ந்த கூறுகளின் நிலையில் உரைப்பதென்பதே தனிமுறை எனலாம். ஒலிவடிவமுள்ள சொற்களுக்கும், கருத்துகளை அடிப்படையாகக் கொண்ட பொருள்களுக்கும் உறவை ஏற்படுத்தும் மொழி என்ற கொள்கை மக்களிடமே பிறக்கின்றதென்று கருதுகிறார்.

வெளி உதவி இல்லாமல் சொற்கள் உருவத்தையே ஆழ்ந்து கவனித்து, ஆராய்ந்து பொருளைக் கண்டுபிடித்து விளக்குகிறது நிருக்தம். ஒலியனியல் (Phonology), ஒலி உண்டாதல் எப்படி, அதைக் கேட்பவன், பேசுபவன் இவர்களுக்குள்ள உறவு அவை எவ்விதமான மாறுதலை அடைகின்றன என்பவற்றையெல்லாம் விளக்குவதாகும். உருபனியல் (Morphology) என்பது சொற்களுக்கான வேற்றுமை, ஒற்றுமை அதன் மாறுபாடுகள், பொருள் தன்மை முதலியனவற்றையும், பொருண்மையியல் (Semantics), சொற்பொருள் மாறுதல்களையும் தொடரியல் (Syntax), சொற்றொடரியலையும் பற்றியதாகும். வாக்கியங்களில் அதன் திரண்ட பொருளைப் பெறும் வழிகளையும் இது விளக்குகிறது. இவ்வாறான மொழியியல் கூறுகள், நிருக்தத்தில் சொற்பொருள் கண்டறிதல், மந்திரத்தை எவ்வாறு ஒலிக்க வேண்டும் என்ற முறைமையை விளக்கும்போது ஆங்காங்கு பரவிக்கிடப்பதை அறியமுடிகின்றது.

நிருக்தத்தின் அடிப்படையான கொள்கை 'எல்லாப் பெயர்ச் சொற்களும் வினைச்சொற்களிலிருந்தே உண்டாகின்றன. இது சொல்லுருவாக்கத்தை உருவாக்க அவ்வளவாகப் பயன்படாமல் போனாலும் சொல்லின் பொருள்களைக் கண்டுபிடிக்க மிகவும்

பயன்படுகின்றது. யாஸ்கர், ஒலியியல் கருத்துகளைச் சொற்களின் உருவத்தில் மாறுதல்களைக் காண்பிக்கப் பல இடங்களில் கையாள்கிறார். ஆனால், யாஸ்கரின் முழுமையான கொள்கை என்னவெனில் சொல்லைக் காட்டிலும் ஒரு கருத்தோடு அதன் பொருளைக் கண்டறிதல் ஆகும். இது யாஸ்கரின் தனி வழியாக அமைகிறது' (இராமானுஜ தாதாசாரியர், 1973:46–47). எந்த வகையில் நோக்கினாலும் யாஸ்கரின் நோக்கம் சொல்லின் பொருளை அறிதலே என்பது முதன்மையான ஒன்றாகத் தெரிகிறது. வேதத்தின் சொற்களுக்கான பொருளை எந்த ஓர் உருவாக்க வழியினாலும் உருவாக்கி அளிக்க வேண்டும் என்ற முனைப்பே நீரோட்டமாக யாஸ்கருக்கு இருந்திருக்கின்றது. இதனால், இராமானுஜ தாதாசாரியர், "இருக்கும் சொல்லுருவத்திலேயே புதைந்துள்ள பொருள்களைக் கண்டுபிடிப்பது எளிதானதில்லை. அதனால் மொழியியல் கருத்துகளைவிட சொற்பொருளைக் கண்டுபிடிப்பதற்கு முக்கியத்துவம் கொடுக்கிறார் யாஸ்கர்" என்று கூறியிருக்கிறார் (1973:48). யாஸ்கரின் விளக்கமுறை சில இடத்தில் இயல்பாகவும் வலிந்தும் அமைந்துள்ளது. இதனை, நிகண்டு ஆய்வாளர்களான லஷ்மண் ஸரூப் (1920), இராமானுஜ தாதாசாரியர் (1973) முதலியவர்களும் சுட்டிக்காட்டுகிறார்கள். இவை எவ்வாறாயினும் நிகண்டுத் துறையில் யாஸ்கரின் இந்தப் பொருள் விளக்க முறைமை, மரபாகப் பிற்கால சொற்பொருள் விளக்கம் தரும் நூல்களுக்கும் முன்மாதிரியாக அமைந்துள்ளது.

நிருக்தத்தின் உரைகள்

காலத்தின் மொழிச்சூழலுக்கு ஏற்ப நூலின் அறிதலுக்கும் புரிதலுக்கும் அக்காலத்திய வழக்கு மொழியில் நூல் அமைத்தல் தேவையாகிறது. அதனடிப்படையில் நிருக்தத்திற்கும் சில உரைகள் வரையப்பெற்றுள்ளன.

- *நிருக்த பாஷ்யம்* (Nirukta Bhasya) எனும் தலைப்பில் துர்கா என்பவர் கி.பி. 13ஆம் நூற்றாண்டுக்கு முன்பு ஓர் உரை எழுதியுள்ளார்.
- *நிருக்த பாஷ்யம்* எனும் பெயரிலே, கி.பி. 1060 க்கும் 1350 க்கும் இடைப்பட்ட காலத்தில் ஸ்கந்தசுவாமின், மகேஷ்வரர் ஆகியோர் உரை எழுதியுள்ளனர்.

நிருக்தத்தின் சுவடிகள்

நிகண்டிற்கு இரண்டு வகையான சுவடிகள் உள்ளதைப் போல நிருக்தத்திற்கும் சுருக்கமாக அமைந்துள்ள சுவடியும் (Shorter recension), விரிவாக அமைந்துள்ள சுவடியும் (Larger recension) கிடைக்கின்றன. பாட்கர், தனது *சமஸ்கிருத அகராதியியல் வரலாறு*

(History of Sanskrit lexicography) *(1981)* எனும் நூலில் நிருக்தத்தின் சுவடிகள் பற்றிய குறிப்பு எண்களையும் அவை அமைந்துள்ள இடத்தையும் குறிப்பிட்டுள்ளார். அவற்றைப் பின்பற்றிக் கீழ்வரும் சுவடித் தரவுகள் கொடுக்கப்படுகின்றன.

(Cat. Cat, i, 297; ii, 64, iii, 63.Adayar MSS. Lib. Des. Cat., nos. 874-85; AISM, nos. 10254-5; BBRASDC, nos. 17-20; BUDC, nos. 18-27; CIM, 337-46; TDC, 3,nos. 1702-7)

நிருக்தத்தின் பதிப்புகளும் மொழிபெயர்ப்புகளும்

நெடுங்காலமாகச் சுவடிகளில் இருந்துள்ள நிருக்தம் பத்தொன்பதாம் நூற்றாண்டில் வேத ஆராய்ச்சியில் ஈடுபட்டவர்களாலும், நிருக்தத்தில் ஆய்வுப்பணி, மொழிபெயர்ப்பு செய்தவர்களாலும் பதிப்பிக்கப்பெற்று வந்துள்ளது.

- ரூடால்ப் ரோத் (Rudalf Roth), *1848–9, 1852 காட்டிகனில்* (Gottingen) பதிப்பித்துள்ளார்.

- லஷ்மண் ஸரூப் 1920இல் ஆக்ஸ்போர்டு பதிப்பகத்தில், நிகண்டும் நிருக்தமும் என்பதையும், 1921இல் ஆங்கில மொழிபெயர்ப்பும் குறிப்பும் என்பதையும், 1927இல் சமஸ்கிருதப் பிரதியையும் (Text) பதிப்பித்துள்ளார்.

- ஸ்கோல்டு (H. Skold) என்பவரால் 1926இல் நிருக்தம் (The Nirukta, its place in old Indian literature, its etymologies), பதிப்பிக்கப்பெற்றுள்ளது.

- வி.கே. ராஜ்வாடே என்பவர் நிருக்தத்தை மராத்தியில் மொழிபெயர்த்து ஆராய்ச்சியுடன் 1935இல் புனேவில் பதிப்பித்துள்ளார்.

- லஷ்மண் ஸரூப் (Lakshman Sarup) என்பவரைப் பதிப்பாசிரியராகக் கொண்டு, பஞ்சாப் பல்கலைக் கழகம் 1929–1934 ஆண்டுகளில் ஸ்கந்தசுவாமின் மற்றும் மகேஷ்வரர் உரைகளுடன் நிருக்தத்தை வெளியிட்டுள்ளது.

- பண்டிட் சிவதத்த ஷர்மா திருப்தி, 1942இல் நிருக்தத்தை உரையுடன் மும்பையில் பதிப்பித்துள்ளார்.

- உமாஷங்கர் சர்மா ரிஷி, 1961ஆம் ஆண்டு ஹிந்தியில் வெளியிட்டுள்ளார்.

- தஞ்சாவூர் சரஸ்வதி மஹால் நூலகம், இராமானுஜ தாதாசாரியாரைப் பதிப்பாசிரியராகக் கொண்டு 1973இல் தமிழில் மொழிபெயர்த்துப் பதிப்பித்து வெளியிட்டுள்ளது.

இவ்வாறு விளக்கப்பட்ட கருத்துகளின் அடிப்படையில் நோக்குகையில் நிகண்டு, நிருக்தம் இரண்டுக்கும் தனித்தனியான சொற்பொருள் விளக்கங்களும் ஒரே மாதிரியான விளக்கங் களும் கூறப்பட்டு வந்துள்ளன என்பது தெரிகிறது. நிகண்டு வரலாறு பரந்துபட்ட பொருண்மையுடனும், சொற்பொருள் விளக்கமுறையில் பல வளர்ச்சிப் படிநிலையையும் கொண்டு உருப்பெற்றுள்ளது. யாஸ்கரின் காலமும் மரபுப்பின்புலம் தொடர்பான பிறப்புத் தகவலும் தெளிவில்லாமலும் முறையான சான்றுகளின்றியும் அமைந்துள்ளன. நிருக்தம், வேதத்திற்கு அங்கமாகத் தோற்றுவிக்கப்பட்டுள்ளது என்ற பொதுக்கருத்தை யும், அல்வைதிகர்களின் எழுச்சிக்கு எதிராக வைதிகர்கள் தங்களை நிலை நிறுத்திக்கொள்ள வேதத்தைக் கற்க உதவியாக இருக்கும் அங்கமான நிருக்தத்தைத் தோற்றுவித்திருக்கலாம் என்ற சமூகச்சூழல் சார்ந்த கருத்தையும் தோற்றப் பின்புலமாகக் கொண்டமைந்துள்ளது. யாஸ்கர், நிருக்தத்தை இயற்றினாரா அல்லது நிகண்டையும் இயற்றினாரா என்பதைக் கண்டறிய தெளிவான சான்று இல்லை. இருப்பினும் நிகண்டை அடிப்படை யாகக் கொண்டே யாஸ்கர் நிருக்தத்தை எழுதியுள்ளார் என அறிய முடிகிறது. நிகண்டு, ஐந்து அத்தியாயங்களையும் நிருக்தம், பன்னிரண்டு அத்தியாயங்களையும் கொண்டு அமைந்துள்ளன. வேதாங்கம் தொடர்பான தோற்றத்தைக் காணுகையில் வேத அங்க உறுப்பாக நிருக்தமே இடம்பெற்று வந்துள்ளது. நிருக்தத்தில் சொற்பொருள் விளக்கமுறைக்கென்று யாஸ்கரால் சில விதிமுறைகள் வகுக்கப்பட்டுள்ளன. இவ்வாறு அமைந்துள்ள நிருக்தம் பல மொழிகளில் பதிப்புகளைப்பெற்று வெளிவந்துள்ளது.

அடிக்குறிப்புகள்

1. समाम्नायः समाम्नातः। स व्याख्यातव्यः। तमिमं समाम्नायं 'निघण्टव'इत्याचक्षते। निघण्टवः कस्मात्।निगमा इमे भवन्ति। छन्दोभ्यः समाहृत्य समाहृत्य समाम्नाताः। ते निगन्तव एव सन्तो निगमनान्निघण्टव उच्यन्त इत्यौपमन्यवः। अपि वा हननादेव स्युः। समाहता भवन्ति। यद्वा समाहृता भवन्ति। तधन्शेतानि चत्वारि पदजातानि नामाख्याते। चोपसर्गनिपाताश्च तानीमानि भवन्ति। तत्रैतन्नामाख्यातयोर्लक्षणं प्रदिशन्ति। भावप्रधानमाख्यातम्। सत्त्व प्रधानानि नामानि। तद्यत्रोभे, भावप्रधाने भवतः पूर्वापरीभूतं भावमाख्यातेनाचष्टे। व्रजति पचतीति। उपक्रमप्रभृत्यपवर्गपर्यन्तम् मूर्त्तं सत्त्वभूतं सत्त्वनामभिः। व्रज्या पक्तिरिति अद इति त्वानामुपदेशः। गौरश्वः पुरुषो हस्तीति। भवतीति भावस्य। आस्ते शेते व्रजति तिष्ठतीति। इन्द्रियमनित्यं वचनं औदुम्बरायणः। (1.1)

   (ஸமாம்நாய: ஸமாம்நாத:– ஸவ்யாக^{2}யாதவ்ய:. தமிமம் ஸமாம்நாயம் நிக^{4}ண்டவ இத்யாசக்ஷதே. நிக^{4}ண்டவ: கஸ்மாத்? நிக^{3}மா: இமே ப^{4}வந்தி. ச^{2}ந்தோ^{3}ப^{4}ய: ஸமாஹ்ருத்ய ஸமாஹ்ருத்ய ஸமாம்நாதா:. தே நிக^{3}ந்தவ: ஏவ ஸந்தோ நிக^{3}மனாந்நிக^{4}ண்டவ

உச்யத்த இத்யொபமன்யவ: அபி வா ஹநநாதே3வ ஸ்யு: ஸமாஹதா ப4வந்தி யத்3வா ஸமாஹ்ருதா: ப4வந்தி தத்3யாந்யே தாநி சத்வாரி பத ஜாதாநி நாமாக்2யாதே சோபர்க்3க3 நிபாதாச்ச தாநீமாநி ப4வந்தி. தத்ரை தந்நாமாக்யாதயோர் லக்ஷணம் ப்ரதி3சந்தி. பாவப்ரதாந மாக்2யாதம் ஸத்வப்ரதா4நாநி நாமாநி. தத்3யத்ரோபே4

பா4வப்ரதா4நே ப4வத:.பூர்வபரீபூ4தம் பா4வமாக்2யாதேநாசஷ்டே வ்ரஜதி பசதீதி உபக்ரம ப்ரப்4ருத்யவவர்க3 பர்யந்தம். மூர்த்தம் ஸத்வபூ4தம் ஸத்வநாமபி:4 வ்ரஜ்யா பக்திரிதி அத:3 இதி ஸத்வாநாமுபதே3சோ கௌ3ரச்வ: புருஷோ ஹஸ்தீதி ப4வதீதி பா4வஸ்ய ஆஸ்தே சேதே வ்ரஜதி திஷ்டதீதி. இந்த்3ரியநித்யம் வசனமௌது3ம்ப3ராயண:)

2. (वैदिकनिर्वचनकोष): निघण्टवः कस्मात् निगमा इमे भवन्ति। छन्दोभ्यः समाहृत्य समाहृत्य समाम्नाताः । ते निगन्तव एव सन्तो निगमनान्निघण्टव उच्यत इत्यौपमन्यवः।

(நிக4ண்டவ: கஸ்மாத், நிக3மா இமே ப4வந்தி ச2ந்தோ3ப்யக: ஸமாஹ்ருத்ய ஸமாஹ்ருத்ய ஸமாம்னாதா: தே நிக4ண்டவ ஏவ சந்தோ நிக3மநானிக4ண்டவ உச்யந்த இத்யோபமன்யவ)

3. (संस्कृत-हिन्दी कोश): (नि+घण्ट्+कु) १.शब्दावली २. विशेष रूप से वैदिक शब्दावली जिसकी व्याख्या यास्क ने अपने निरुक्त में की है।

([நி + க4ண்டு + கு] 1. சப்3தா3வளி, 2. விசேஷ் ரூப் ஸே வைதி3க சப்3தா3வளி, ஜிஸ்கீ வியாக்2யா யாஸ்க்னே அப் னே நிருக்த மே கீ ஹை)

4. अथ निर्वचनम् । तद्येषु पदेषु स्वरसंस्कारौ समर्थौ प्रादेशिकेन गुणेन अन्वितौ स्याताम्, तथा तानि निर्ब्रूयात् । अथ अनन्वितेऽर्थे अप्रादेशिके विकारे अर्थनित्यः परीक्षेत । केनचित् वृत्तिसामान्येन । अविद्यमाने सामान्येऽपि अक्षरवर्णसामान्यात् निर्ब्रूयात् । न त्वेव न निर्ब्रूयात् । न संस्कारं आद्रियेत । विशयवत्यो हि वृत्तयो भवन्ति ।यथार्थं विभक्तीः सन्नमयेत् । प्रत्तं अवत्तं इति धात्वादी एव शिष्येते । अथापि अस्तेः निवृत्तिस्थानेषु आदिलोपो भवति स्तः सन्ति इति । अथापि अन्तलोपो भवति गत्वा गतं इति । अथापि उपधालोप: भवति जग्मतुः जग्मुः इति । अथापि उपधाविकारो भवति राजा दण्डी इति । अथापि वर्णलोपो भवति तत्त्वा यामि इति । अथापि द्विवर्णलोपः तृच इति । अथापि आदिविपर्ययो भवति ज्योतिः घनः विन्दुः वाट्यः इति । अथापि आद्यन्तविपर्ययो भवति स्तोकः रज्जुः सिकताः तर्कु इति । अथापि अन्तव्यापत्तिर्भवति। (2.1)

(அத2 நிர்வசநம் தத்3யேஷு பதே3ஷு ஸ்வரஸம்ஸ்காரௌ ஸமர்தௌ ப்ராதே3சிகேந கு3ணேந அந்விதௌ2 ஸ்யாதாம் ததா3 தாநி நிர்ப்3ரூயாத். அத்2 அநந்விதே அர்தே2 அப்ராதே3சிகே விகாரே அர்த2நித்யா: பரீச்க்ஷேத. கேநசித்3 வ்ருத்திஸாமாந்யேந. அவித்3யமாநே ஸாமாந்யே அபி அக்ஷர

வர்ணஸாமாந்யாத் நிர்ப்^{3}ரூயாத். நத்வேவ ந நிர்ப்^{3}ரூயாத். ந ஸம்ஸ்கார்சம் ஆத்^{3}ரியேத். விசயவத்யோ ஹி வ்ருத்தயோ ப^{4}வந்தி. யதா^{3}ர்த^{2}ம் விப^{4}க்தீ: ஸந்நமயேத். ப்ரத்தம் அவத்தம் இதி தா^{4}த்வாதீ^{3} ஏவ சிஷ்யேதே அதா^{2}பி அஸ்தே: நிவ்ருத்தி. ஸதா^{2}நேஷு ஆதி^{3}லோபோ ப^{4}வதி ஸ்த: ஸந்தி இதி. அதா^{2}ப் யந்தலோபோ ப^{4}வதி க^{3}த்வா க^{3}தம் இதி. அதா^{2}பி உபதா^{4} லோப: ப^{4}வதி ஜக்^{3}மது: ஜக்^{3}மு: இதி. அதா^{2}பி உபதா^{4}விகாரோ ப^{4}வதி ராஜா த^{3}ண்டீ^{3} இதி. அதா^{2}பி வர்ணலோபோ ப^{4}வதி தத்த்வா யாமீதி. அதா^{2}பி த்^{3}விவர்ணலோப: த்ருச: இதி. அதா^{2}பி ஆதி^{3}விபர்யயோ ப^{4}வதி ஜ்யோதி: க^{4}ந: பி^{3}ந்து: வாட்ய: இதி. அதா^{2}ப்யாத்யந்த விபர்யயோ ப^{4}வதி ஸ்தோகா: ராஜ்ஜு: ஸிகதா: தாக்கு இதி. அதா^{3}ப்யந்தவ்யாபத்திர் ப^{4}வதி).

தமிழ் நிகண்டு வரலாறும் திவாகரமும்

தொல்காப்பியத்தில் தொடங்கும் தமிழ்ச் சொற்பொருள் கூறும் மரபானது, தொன்மையையும் நீண்ட வரலாற்றையும் கொண்டுள்ளது. தொல்காப்பியச் சொல்லதிகாரத்தில் உள்ள இடையியல், உரியியல், பொருளதிகாரத்தில் உள்ள மரபியல் முதலிய பகுதிகளிலிருந்து சொற்பொருள் வழங்கும் கூறுகள் வெளிப்படுகின்றன. இவை பிற்காலத்தில் சொற்பொருள் கூறும் தனி நூலாகத் தோற்றம் பெற்று வளர்ச்சியடைந்துள்ளன. இவ்வகை நூல்கள் தமிழில் உரிச்சொல், உரிச்சொல் பனுவல் என்று அழைக்கப்பெற்று, பிற்காலத்தில் நிகண்டு என்ற பொதுப்பெயரால் வழங்கப்பெற்று வருகின்றன. அதில் கிடைக்கப்பெறும் முதல் நூலாகத் திவாகரம் அமைகிறது.

தமிழில் நிகண்டுச் சொல் அமைவு

நிகண்டு என்னும் சொல் பிற்காலத்தில் உரிச்சொல் என்ற வழக்கிற்குப் பிறகு, தமிழுலகில் எழுந்த சொற்பொருள் உணர்த்தும் நூல்களுக்கும் பெயராகி வழக்கிற்கு வந்துவிட்டது. இதுவே, பிறகு, நிலைபெற்றுவிட்டது. இது கி.பி. 16 ஆம் நூற்றாண்டில் மண்டலபுருடர் எழுதிய நிகண்டு சூடாமணியில் நூல் பெயராக இடம்பெற்றுள்ளது. "உரிச்சொல் என்னும் பெயர் மறையாமல் நடைமுறை வழக்கில் இருந்து கொண்டிருக்கும்போதே அதற்குப் போட்டியாக நிகண்டு என்னும் பெயரும் தோன்றிவிட்டதாகத்

தெரிகிறது. திவாகரம், பிங்கலம் ஆகியவற்றிற்குப் பின்னால் தோன்றி அவற்றினும் மிகுதியாக மக்களால் பயிலப்பட்டு வந்ததும் பதினாறாம் நூற்றாண்டில் தோன்றியதாகச் சிலராலும், அதற்கும் முன்னரே தோன்றியதாகச் சிலராலும் சொல்லப்படுவதுமாகிய சூடாமணி நிகண்டை இயற்றிய மண்டலபுருடர் என்பவரே தனது நூலின் பாயிரப் பாடலில் அதனை ஒரு நிகண்டு எனக் குறிப்பிட்டுள்ளார்" (சுந்தர சண்முகனார், 1965:33). இதனால், சொற்பொருள் உரைக்கும் நூலுக்கு நிகண்டு என்ற சொல் முதன் முதலில் தமிழில் எங்குப் பயன்படுத்தப்பெற்று வந்துள்ளது எனத் தெரிகிறது. மேலும், கி.பி. 16 க்கு முன்பு தமிழில் சொற்பொருள் கூறும் நூலிற்கு இச்சொல் பெயராக வழங்கப்பெற்று வரவில்லை என்பது தெளிவாகத் தெரிகிறது.

இங்கு, சூடாமணி நிகண்டிற்கு முன்பு இவ்வகை நூல்களைத் தமிழர்கள் எப்பெயரிட்டு அழைத்திருப்பார்கள் என்ற இயல்பான வினா எழுகிறது. இதனை அடிப்படையாகக் கொண்டு நோக்குகையில், முற்காலத்தில் தமிழ்மொழியில் சொற்பொருள் உரைக்கும் நூலிற்கு *உரிச்சொல், உரிச்சொல் பனுவல்* என்ற பெயர்கள் இருந்து வந்துள்ளன என்பது தெரிகின்றது. இச்சொல் தொல்காப்பியத்தின் மூலம் அறிமுகமாகி வந்துள்ளதெனத் தெரிகிறது. இதனை "சொல்லுக்குப் பொருள் கூறும் துறை, முதன் முதலில் தொல்காப்பிய உரியியலில் காணப்பட்டது. அதில் உரிச்சொற்கள் பொருள் விளக்கஞ் செய்யப் பெற்றிருத்தலைக் கண்ட பிற்கால அறிஞர்கள் தாமும் சொற்பொருள் விளக்கந்தரும் தனி நூல்கள் இயற்றத் தொடங்கி அவற்றை உரிச்சொல் என்னும் பெயரால் அழைத்தார்கள். எனவே, இந்த உரிச்சொல் என்னும் பெயர் தொல்காப்பியத்தில் உள்ள உரியியல் எனும் பெயரிலிருந்து கடன் வாங்கப்பட்டதாகும். தொல்காப்பிய உரியியல், உரிச்சொற்களுக்குப் பொருள் கூறுவதால் உரியியல் எனப் பெயர் பெற்றது; பிற்காலத்திலோ உரிச்சொல்லேயன்றி மற்ற சொற்கட்கும் பொருட்கூறும் நூல்களும் உரிச்சொல் எனப் பெயர்பெற்றன" என்று எடுத்துக் கூறுகிறார் சுந்தர சண்முகனார் (1965:29).

திவாகரம், முதல் நிகண்டாகவும் பிங்கலம், இரண்டாவது நிகண்டாகவும் தமிழில் ஏற்கப்படுகின்றன. இந்த இரண்டு நூல் ஆசிரியர்களும் தாங்கள் இயற்றிய நூல்களுக்கு நிகண்டு என்ற பெயரைக் கொடுக்கவில்லை என்பதை அந்நூற் பெயர்களைக் கொண்டு விளங்க முடிகிறது. முதல் இரு நிகண்டுகளுக்குப் பிறகான காலகட்டத்தில் கிடைக்கும் நன்னூல் (கி.பி. 13), பிங்கல நிகண்டை உரிச்சொல் என்றே குறிப்பிட்டுள்ளது.

சொல்லாம் பரத்தலிற் பிங்கல முதலா
நல்லோ ருரிச்சொலி னயந்தனர் கொளலே   (உரி. 460).

தமிழ் நிகண்டு வரலாறு

தொல்காப்பியத்தில் சொற்களுக்குப் பொருள் விளக்கம் தரப்பட்டுள்ளது. இருப்பினும் இது சொற்பொருள் கூறும் தனிவகையான நிகண்டு நூலல்ல என்றாலும் சொற்பொருள் விளக்கமுறை இதிலிருந்தே தொடங்குகிறது. எனவே, இது நிகண்டு வரலாற்றின் தொடக்கமாக அமைவதாலும் சொற்பொருள் விளக்க வழிகாட்டியாக விளங்குவதாலும் நிகண்டுத் தோற்ற வளர்ச்சியில் முதன்மையானதாகக் கருதப்படுகிறது. இதற்கடுத்து, தற்பொழுது தனிவகை நிகண்டு நூலாகக் கிடைப்பது திவாகரமே. இதுவே, தமிழில் பழமையானதாகக் கருதப்படுகிறது. இது பின்னாளில் தோன்றிய நிகண்டுகளுக்கெல்லாம் முதன்மை யாகவும், அடிப்படையாகவும் அமைகின்றது. இதன்பிறகு, கிடைக்கும் பிங்கல நிகண்டும் உரிச்சொல் நிகண்டும் கயாதார நிகண்டும் சூடாமணி நிகண்டும் தமிழ் நிகண்டு வளர்ச்சியில் முக்கிய இடத்தினை வகிக்கின்றன.

தமிழ் நிகண்டு வரலாற்றை நோக்குகையில் கி.பி. 8, 9ஆம் நூற்றாண்டுகளில் திவாகரரால் இயற்றப்பெற்ற திவாகர நிகண்டிற்குப் பிறகு, பிங்கலம் நிகண்டு தோன்றியுள்ளது. இது பிங்கலம், பிங்கலந்தை என்ற பெயர்களால் சுட்டப்பெறுகிறது. பத்துத் தொகுதிகளைக் கொண்டுள்ளது. இதில் இடம்பெற்றுள்ள செய்யுள்கள் நூற்பா யாப்பில் அமைந்துள்ளன. இந்நூல், ஆசிரியரின் பெயரால் அமைந்துள்ளது என அறியமுடிகிறது. இதனைப் பிங்கல முனிவன் இயற்றியதால் பிங்கலம் ஆயிற்று என்று மு. சண்முகம் பிள்ளை (1982), மா. சற்குணம் (2002) ஆகியோர் குறிப்பிடுவதின்வழித் தெளியலாம்.

உரிச்சொல் நிகண்டு ஆசிரியர் காங்கேயர் ஆவர். இதற்கு முன்தோன்றிய (திவாகரம், பிங்கலம்) இரண்டு நூல்களும் நூற்பா யாப்பால் உருவானவை. ஆனால், இது வெண்பா யாப்பினால் பன்னிரண்டு தொகுதிகளாக ஆக்கப்பெற்றுள்ளது. உரிச்சொல் என்பதுவே இதன் பெயர். ஆனால், உரிச்சொல் நிகண்டு என்று தமிழ்ப் பெயரும் வடமொழிப் பெயரும் ஒருங்கிணைந்து நூற்பெயராக அமைந்துள்ளன.

கயாதரம் நிகண்டு, கயாதரர் என்பவரால் இயற்றப் பட்டுள்ளது. இந்நூலின் ஒவ்வொரு தொகுதியின் இறுதியிலும் இவ்வாசிரியர் பற்றிய செய்திகள் இடம்பெற்றுள்ளன. ஏறத்தாழத் திவாகரத்தின் தொகுதி அமைப்பை ஒட்டியே இது அமைந்துள்ளது.

இருப்பினும் பல்பொருள் கூட்டத்து ஒருபெயர்த் தொகுதி இதில் இடம்பெறவில்லை. ஆக, பதினொரு தொகுதிகளைக் கட்டளைக் கலியில் அமைத்துக் கூறுகின்றது இந்நூல். நூல் முழுவதும் அந்தாதித் தொடையால் அமைந்தது இதன் சிறப்பு ஆகும். இதனைத் தொடர்ந்து கட்டளைக் கலியால் அமைந்த மற்றொரு நூல் பாரதி தீபம்; இது திருவேங்கட பாரதியாரால் இயற்றப்பட்டுள்ளது. இந்நூலும் திவாகரத்தைப் போலப் பன்னிரண்டு தொகுதி முறையினை அடியொற்றியே அமைந்துள்ளது.

சூடாமணி நிகண்டு மண்டல புருடரால் செய்யப்பெற்றது. இவர் சமண சமயத்தைச் சார்ந்தவராவார். இந்நூல் மக்கள் புழக்கத்தில் பெருவழக்காக இருந்து வருகிறது. திவாகரத்திற்குப் பிறகு, தோன்றிய நிகண்டுகளில் இது சிறந்த ஒரு வழிகாட்டு நூலாகத் திகழ்கிறது. இதுவும் திவாகரம் போலப் பன்னிரண்டு தொகுதிகளைக் கொண்டுள்ளது. இதன் பாடல்கள் விருத்த யாப்பினால் கட்டப்பெற்றுள்ளன. இதற்குப் பிறகு, தமிழில் முதன் முதலில் சொற்கள் அகரவரிசையில் அமைத்துத் தரும் முறை தோன்றலாயிற்று. அதன் தோற்ற வாயிலாக அமையும் முதல் நூல் அகராதி நிகண்டே ஆகும். இந்நிகண்டிலே அகராதி என்ற பெயரில் முதன்முதலில் சொற்பொருள் விளக்கும் நூற்பெயர் அமைந்து வந்துள்ளது. இதன் ஆசிரியர் புலியூர் சிதம்பர ரேவணச் சித்தர் ஆவார். இது ஒருசொல் பலபொருள் தொகுப்பை உணர்த்தும் தன்மையது. நூற்பாவால் ஆக்கப்பெற்ற இது அகர வர்க்கம் முதலாக வகர வர்க்கம் ஈறாகப் பத்து தொகுதிகளாய் அமைந்துள்ளது.

ஆண்டிப் புலவர் இயற்றியது ஆசிரிய நிகண்டு. இது கழிநெடிலடி ஆசிரியப்பாவால் ஆனது. ஆசிரிய விருத்தத்தில் அமைந்த காரணத்தாலே இதற்கு ஆசிரிய நிகண்டு என்ற காரணப்பெயர் அமைந்தது. "ஆற்றொழுக்கான நடை ஒரு சொல்லுக்குப் பலபொருள் வரும்போது அப்பொருள்களின் எண்ணிக்கையை எண் குறியீட்டால் தெரிவிப்பது இதற்குரிய ஒரு தனிச்சிறப்பாகும்" (மு.சண்முகம்பிள்ளை, 1982:78). இந்நூலின் எட்டுத் தொகுதிகள் மட்டுமே கிடைத்துள்ளன.

பல்பொருள் சூடாமணி ஈசுவர பாரதியாரால் உருவாக்கப்பெற்றுள்ளது. இது மூன்று காண்டங்களைக் கொண்டுள்ளது. இதன் முதல் இரண்டு காண்டங்களின் சொற்கள் அகரவரிசைப்படுத்தப்பட்டுள்ளன. மேலும், "சென்னை உ.வே.சா. நூல் நிலையத்திலிருந்து 1983இல் வடமலை நிகண்டு என்ற பெயரில் ஒரு நூல் வெளியிடப்பட்டது. தாம் பதிப்பித்த

வடமலை நிகண்டு என்ற அந்நூல் பல்பொருள் சூடாமணி யின் இரண்டாவது காண்டமே என அதனைப் பதிப்பித்த ஆர். நாகசாமி நிறுவியுள்ளார்" என்கிறார் மா. சற்குணம் (2002:113). இது இந்நூல் பற்றிய மற்றொரு தகவல் ஆகும்.

கைலாச நிகண்டு சூடாமணி, கைலாசம் என்பவரால் இயற்றப்பெற்றது. இது நூற்பா நடையில் அமைந்துள்ளது. ஓரளவு பிங்கல நிகண்டை ஒட்டி செய்யப்பெற்றுள்ளதெனத் தெரிகிறது. 'இந்நூல்கண் 56 பிரிவுகள் உள்ளன; அவற்றுள் 49 பிரிவுகள் திவாகரத்தின் முதல் பத்துத் தொகுதிகளுக்கு இணையானவை எனலாம்' (மா. சற்குணம், 2002:113). இதன் இறுதி ஏழு பகுதி பல்பொருள் குறித்த ஒரு சொற்றொகுதியைச் சார்ந்தவையாகும்.

அகராதி மோனைக்ககராதி எதுகை நிகண்டு பற்றிய தகவல்களை எஸ். வையாபுரிப்பிள்ளை தமிழ் லெக்சிகன் முன்னுரையில் குறிப்பிட்டுள்ளார். அதாவது, இதில் இரண்டாம் எழுத்தடிப்படையில் சொற்கள் அகர வரிசைப்படுத்தப் பட்டுள்ளன. இந்நூல், நூற்பா நடையால் அமையவில்லை என்றாலும் ஓரளவு நிகண்டுத் தன்மையைக் கொண்டுள்ளதால் நிகண்டுகளின் வரிசையில் சேர்க்கப்பட்டுள்ளது.

பொதிகை நிகண்டு, சாமிநாத கவிராயரால் திவாகரம், பிங்கலம் முதலியவற்றை முதல் நூலாகக் கொண்டு, முதல் பத்துத் தொகுதிகள் விருத்தப்பாவாலும், இரண்டாம் பகுதி நூற்பாவாலும் அமைத்து இயற்றப்பட்டுள்ளது.

பொருட்டொகை நிகண்டு, நிகண்டு நூல்களில் உள்ள இறுதிப் பகுதியான தொகைப் பெயர்களை மட்டும் தனி நூலாகச் செய்யும் மரபு பிற்காலத்தில் ஏற்பட்டது. கி.பி. 18ஆம் நூற்றாண்டு வாக்கில் வைத்தீசுவர தீட்க்ஷிதர் என்பவரின் மகனான சுப்ரமணிய பாரதி என்பவரால் இந்நிகண்டு இயற்றப் பட்டது. தொகைப் பெயர்களை மட்டும் விளக்கும் பகுதியினைக் கொண்டு விளங்குகிறது.

சிதம்பரக் கவிராயரால் செய்யப்பெற்ற நிகண்டு, உசித சூடாமணி, ஒருபொருள் பலபெயர்த் தொகுதியுடைய தாய் அமைகிறது. இது முந்து நூல் அமைப்புவழி அமைய வில்லை. மாறாக 18 உட்பிரிவுகளைக் கொண்டு அமைந்துள்ளது. இப்பாடல்கள் விருத்த யாப்பால் அமைந்துள்ளன.

நாமதீப நிகண்டு, சிவசுப்ரமணிய கவிராயரால் ஒருபொருள் பலபெயர்த் தொகுதியாக வெண்பா யாப்பால் செய்யப்பெற்றுள்ளது. இது நான்கு படலங்களாகப் பகுக்கப்பட்டு

அவற்றுள் வர்க்கங்கள் அமைத்துப் பொருள் விளக்கம் தருகிறது. இந்நூலில் நிறைய வழக்காற்றுச் சொற்கள் இடம்பெற்றுள்ளமை குறிப்பிடத்தக்கதாகும்.

வேதகிரியார் சூடாமணி நிகண்டின் ஆசிரியர் களத்தூர் வேதகிரி முதலியார் ஆவர். சூடாமணி நிகண்டில் உள்ள பதினோராம் தொகுதியில் 290 விருத்தங்களை இயற்றி மொத்தம் 600 செய்யுட்களையுடைய தனி நூலாக ஆக்கப்பெற்றதே இவ்வேதகிரியார் சூடாமணி நிகண்டு ஆகும்.

களத்தூர் வேதகிரி முதலியார் என்ற ஆசிரியர் பெயரில் கிடைக்கும் மற்றொரு நிகண்டின் பெயர் தொகைப்பெயர் விளக்கம். இது பல்பொருள் கூட்டத்து ஒருபெயர்த் தொகுதி வகை நூலாக அகரவரிசையில் அமைத்து செய்யப்பெற்றதாகும். இந்நூலின் தொடக்கத்தில் தொகைப்பெயர்களின் விளக்க அகராதியொன்றும் தரப்பெற்றுள்ளது.

கந்தசுவாமியம், கீழ்வேளூர் சுப்ரமணிய தேசிகரால் இயற்றப்பட்டுள்ளது. இது நூற்பா யாப்பிலான ஒருசொல் பலபொருள் தொகுதியைக் கொண்டுள்ளது. 1844இல் அச்சான இந்நிகண்டில் இரு தொகுதிகள் மட்டுமே இடம்பெற்றுள்ளன. இதில் நிகண்டு நூல் எவ்வாறு அமைக்கப்பட வேண்டும் என்ற 24 கட்டளைகள் கூறப்பட்டுள்ளன.

நாநார்த்த தீபிகை, முத்துசுவாமி பிள்ளையால் இயற்றப் பட்டது. இது ஒருசொல் பலபொருள் நிகண்டுகளில் மிகப்பெரியதாகும். சூடாமணியின் பதினோராம் தொகுதி முறையினைப் பின்பற்றி எதுகையமைப்பில் செய்யுள்களைக் கொண்டுள்ளது. இந்நூலில் பல்வேறுபட்ட யாப்பு வகைகள் பயன்படுத்தப்பட்டுள்ளன. தமிழ்ச் சொற்களோடு வடமொழித் திரிபுச்சொற்களும் இதனுள் மிகுதியாக இடம்பெற்றுள்ளன.

தமிழகத்தை அடுத்துப் பிற நாடான ஈழத்தைச் சார்ந்த புலவர்களாலும் நிகண்டு உருவாக்கப்பட்டுள்ளது. அவ்வாறு செய்ததாக அமைவது சிந்தாமணி நிகண்டு ஆகும். இதை யாழ்ப்பாணத்து வைத்தியலிங்கம் பிள்ளை எனப்படுபவர் இயற்றியுள்ளார். இதில் சமஸ்கிருதச் சொற்களின் பொருண்மை மிகுதியாகச் சுட்டப்பெறுவதாக அறியப்படுகிறது. இந்நூலாசிரியரே இதற்கு ஓர் உரையும் எழுதியுள்ளார்.

அபிதான மணிமாலை நிகண்டை இயற்றியவர் திருவம்பலத்தின்னமுதம் பிள்ளை ஆவார். இதன் நூற்பாக்கள் திவாகர நிகண்டினைப் போல அமைந்துள்ளன. இதில் ஒன்பது தொகுதிகள் இடம்பெற்றுள்ளன.

ச. பால்ராஜ்

அபிதான தனிச்செய்யுள் நிகண்டின் ஆசிரியர் கோபாலசாமி நாயக்கர் ஆவர். இந்நூல் பல்வகை யாப்பினால் செய்யப் பெற்றுள்ளது. பன்னிரண்டு தொகுதிகளையும் பகர்வதை ஆசிரியரின் பாயிரம் வெளிப்படுத்துகிறது. ஆனால் தெய்வப்பெயர்த் தொகுதி மட்டுமே அச்சிடப்பெற்றுள்ளது.

நவமணிககாரிகை, அரசஞ் சண்முகனாரால் இயற்றப்பட்டது. இது கட்டளைக் கலியால் பாடப்பெற்று அந்தாதித் தொடை அமைப்பில் காணப்பெறுகிறது. ஒன்பது தொகுதிகளில் சொற்களுக்குப் பொருள் விளக்கம் தருகிறது.

விரிபொருள் நிகண்டின் ஆசிரியர் யாரெனத் தெரிய வில்லை. கல்கத்தா தேசிய நூலகத்தில் இதன் இரண்டு சுவடிகள் கிடைக்கின்றன. இவற்றில் 11ஆம் தொகுதி மட்டும் இடம்பெற்றுள்ளது. இந்நூல் தொடர்பான பிற தகவல்கள் கிடைக்கப்பெறவில்லை.

அகராதி நிகண்டின் ஆசிரியர் யாரெனத் தெரியவில்லை. இது சிதம்பர ரேவண சித்தர் நிகண்டிலிருந்து வேறுபட்டதாகும். இந்நூலில் '100 சுவடிகள்' உள்ளதாக ச.வே.சு. (2008) குறிப்பிடுகிறார். இது அகராதி போல அமைந்துள்ளது. ச.வே.சு., பதிப்பித்த தமிழ் நிகண்டுகள் தொகுப்பில் இடம்பெற்றுள்ளது.

விரிவு நிகண்டு, நா. அருணாசல நாவலரால் இயற்றப் பெற்றுள்ளது. இதில் நெல்லை மாவட்ட வழக்குச் சொற்கள் இடம்பெற்றுள்ளன. இது ஒருசொல் பலபொருள் தொகுதியை விளக்கும் எதுகை முறையில் அமைந்த நூல். பதினோராம் தொகுதி முறையில் எழுந்த நிகண்டுகளில் மிகப் பெரியதாகக் கருதப்படுகிறது. இதன்கண் 1036 செய்யுள்கள் மட்டுமே தெளிவாக அறியப்படுகின்றன. இதன் ஆசிரியர் 1904 அல்லது 1905இல் மறைந்தார் எனத் தெரிவதால், இது 1900 காலகட்டத்தில் செய்து முடிக்கப்பட்டிருக்கலாம்.

தமிழுரிச்சொற் பனுவல், பண்டித ராமசுப்ரமணிய நாவலரால் இருபதாம் நூற்றாண்டில் இயற்றப்பட்ட நிகண்டாகும். இது பிற நிகண்டிலிருந்து வேறுபட்டுத் தனித்தமிழ்ப் பெயரைக் கொண்டுள்ளது. இதன் பாடல்கள் அனைத்தும் நூற்பா யாப்பிலான பத்துத் தொகுதியில் அமைந்துள்ளது. இதன் தொகுதிப்பெயர் திவாகரத்தின் அமைப்பினை ஒத்துள்ளன. இது ஒருசொல் பலபொருள் விளக்க நிகண்டைப் போல அகர வரிசையில் அமைந்துள்ளது. 'இதுவரை வெளிவந்த நிகண்டுகளைப் போல அல்லாமல் தமிழ்ச் சொற்களை மட்டுமே தொகுத்துத் தருவது என்ற குறிக்கோளுடன் இந்நூல் செய்யப்பெற்றுள்ளது' (மா. சற்குணம், 2002:126). இந்நூலில் அமைந்துள்ள,

உலகியல் மொழிக ளளவில வாகலின்
செய்யுட் குரிய செப்புமிந் நூலே

எனும் பாயிரப் பாடல் மூலம் இதில் செய்யுள் வழக்குச் சொற்களே எடுத்துக் காட்டப்பட்டுள்ளன என்ற உண்மையினை அறியமுடிகிறது.

இவ்வாறு, தமிழ் நிகண்டுகள் கி.பி. 8, 9ஆம் நூற்றாண்டில் தோன்றி, கி.பி. 20ஆம் நூற்றாண்டு காலகட்டம் வரை தோற்றம் பெற்று வளர்ந்து வந்துள்ளன. இவ்வகை நூல்கள் ஒரே பொருண்மையில் மட்டும் அமையாமல் பல்வேறு பொருண்மையிலும் அமைந்துள்ளன. ஒருபொருள் பலசொல், பலபொருள் ஒருசொல், பலபொருள் கூட்டத்து ஒருசொல் எனும் மூன்று பிரிவுகளில் சில நூல்களும், மூன்றையும் பொருட்புலங்களாகக் கொண்டு சில நூல்களும், ஒரு வகையினை மட்டும் பொருட்புலங்களாகக் கொண்டு சில நூல்களும் உள்ளமைப்பில் மாறுபட்ட தோற்றத்துடன் உருவாக்கப்பெற்றுள்ளன. இவ்வகை நூல்கள், நவீன அகராதி (Dictionary) உருப்பெற்றபின்னும் தோன்றியுள்ளன என்பது குறிப்பிடத்தக்கதாகும்.

தமிழ் நிகண்டு நூற்பெயர் அமைவு: நூல் இயற்றியோன் பெயராலும் இயற்றுவித்தோன் பெயராலும் ஆசிரியர் மற்றும் ஆதரித்தோர் பெயராலும் நூல் தன்மையாலும் பொருண்மையாலும் பாவகையாலும் பொதுப்பெயராலும் அமையப் பெற்றுள்ளது. பிங்கல முனிவரால் இயற்றப்பெற்ற நிகண்டு நூல் பிங்கலந்தை, பிங்கலம் என்றே அழைக்கப்படுகிறது. 'இந்நூற்பெயருக்கான அகச்சான்று ஏதும் இல்லை' (மா. சற்குணம், 2002:198). இருப்பினும் நன்னூல் நூற்பா, சூடாமணி நிகண்டின் குறிப்புகள் மூலம் இது ஆசிரியர் பெயரால் அமைந்தவை என்று புலனாகிறது. இந்நூலைப் போன்றே கயாதரம் நிகண்டு அதன் ஆசிரியர் கயாதரர் பெயராலே விளங்குகிறது.

பழங்காலத் தமிழ் இலக்கிய மரபில் நூல் பாடுவித்தோனைச் சிறப்பிக்கும் மரபுண்டு. அதன்பொருட்டு அவனின் புகழ் நிலைக்க அவர் பெயராலே நூல் பெயரும் சில பாடல்களும் அமைப்பது இயல்பு. அந்த வகையில் ஈசுர பாரதியின் பல்பொருள் சூடாமணி நிகண்டிற்கு அவரை ஆதரித்த வடமலையன் பெயராலே வடமலை நிகண்டு என்று பெயர் வழங்கப்பெற்றுள்ளது. இதுவல்லாமல் ஆசிரியர் அல்லது ஆதரித்தோர் பெயராலும் நூல்கள் உள்ளன. சேந்தனால் ஆதரிக்கப்பெற்று, திவாகரரால் இயற்றப்பெற்றதால் இவ்விரண்டு பெயராலும் சேந்தன் திவாகரம் என்று திவாகர நிகண்டு அழைக்கப்பெறுகிறது.

நூல் தன்மையாலான நிகண்டுகளில் நிகண்டு சூடாமணியும் ஒன்று. சூடாமணி என்பது தலையில் அணியும் ஒருவகையின தாகும். அணிகலன்களில் தலையில் அணியும் அணிகலனே சிறப்பானது. ஆகவே, சிறந்த தலைமணியான சூடாமணியைப் போல நிகண்டுகளுள் சிறந்தது இந்நூல் என்னும் கருத்தால் இது சூடாமணி என்னும் பெயரால் அழைக்கப்படுகிறது.

நூலின் பொருண்மை அடிப்படையில் பல்பொருள் சூடாமணியும் பொருட்டொகை நிகண்டும் அமைகின்றன. யாப்பின் அமைப்பில் சில நூல்களும் பெயர் பெற்றுள்ளன. ஆசிரிய யாப்பினால் செய்யப்பெற்றதால் அப்பாவினையே நூற்பெயராகக் கொண்டு விளங்குகிறது ஆசிரிய நிகண்டு. நூல் அமைப்புமுறையைக் கொண்டு பெயர்பெற்ற நூல்கள் உள்ளன. அக்காலத்தில் செய்யுள் நடையில் பொருண்மை அடிப்படையில் அமைக்கப்பட்ட நூல்களில் அகரவரிசையில் ஒரு நூல் இயற்றப்பட்டுள்ளது. அவ்வாறு அகரத்தை அடிப்படையாகக் கொண்டு அமைந்துள்ளதால் அதற்கு அகராதி நிகண்டு என்று பெயர்.

பொதுப்பெயரால் பொதிகை நிகண்டு அமைந்துள்ளது. இவை தவிர பிறமொழிப் பெயர்களைக் கொண்டும் தமிழ் நிகண்டுகள் அமைந்துள்ளன. குறிப்பாக சமஸ்கிருதப் பெயர்களே மிகுதியாக இடம்பெற்று வந்துள்ளன. எடுத்துக்காட்டாக நாநார்த்த தீபிகை, அபிதான மணிமாலை முதலியவையாகும். இவ்வாறு தமிழ் நிகண்டு நூற்பெயர்கள் பெரும்பாலும் காரணத்தின் அடிப்படையில் அமைந்துள்ளன.

சமஸ்கிருதத்திற்கு அடுத்து ஏறக்குறைய பல நூற்றாண்டு களுக்குப் பிறகு, தமிழ்மொழியில் நிகண்டுகள் தோன்றி யுள்ளன. நிகண்டு என்ற சொற்பொருள் விளக்கும் தனிவகை நூல், முதன் முதலில் சமஸ்கிருதத்தில் கிடைப்பதால் அம்மொழி நிகண்டுகள் தமிழ் மொழியில் தனிவகையான சொற்பொருள் விளக்கும் நூல்கள் தோன்ற ஒருவகையான தாக்கத்தை ஏற்படுத்தியிருக்கலாம் என்பதை இயல்பாகவே அறியமுடிகிறது. அதற்கு சமஸ்கிருத யாஸ்க நிருக்தமும் அமரசிம்மனின் அமரகோசமும் முன்மாதிரியாக இருந்துள்ளன என்பது நிகண்டு வரலாற்று அடிப்படையில் விளங்க முடிகிறது. அவ்வாறு தோன்றிய தமிழின் முதல் நிகண்டு திவாகரமாகும். இதற்குப் பிறகே நிகண்டுகள் தோற்றம்பெற்று வளர்ந்து வந்துள்ளன என்பதைத் தமிழ் நிகண்டு வரலாறு காட்டுகிறது.

வடமொழிச் செல்வாக்கின் காரணமாக அம்மொழி யிலிருந்து நிகண்டுகள் தமிழில் பின்பற்றப்பெற்றும் தழுவியும்

செய்யப்பெற்றிருக்கின்றன. கி.பி. 1700ஆம் காலவாக்கில் ஈஸ்வர பாரதி, அமரகோசத்தைப் பின்பற்றித் தமிழில் *பல்பொருட் சூடாமணி* என்னும் விருத்தப்பாக்களான நூலை இயற்றி யுள்ளார். இதுதவிர அமரகோச உரையான லிங்கய்யசூரியின் லிங்கப்பட்டீயம் என்பதைத் தழுவி திருவேங்கடாச்சாரியரால் 1915ஆம் ஆண்டு வாக்கில் கிரந்த எழுத்தில் சமஸ்கிருதமும் தமிழும் கலந்து ஒரு நூலும் பதிப்பிக்கப்பெற்றுள்ளது.

நிகண்டு வரலாற்றை நோக்குகையில் தமிழில் 30க்கும் குறைவான நிகண்டுகளின் வரலாறே கிடைக்கின்றது. நிகண்டுகள், பெயர்க் குறிப்புகளின்வழிக் கிடைப்பதாக சற்குணம் முதலானோர் கூறுவதன் மூலம், ஐம்பதுக்கும் மேற்பட்ட நூற்பெயர்கள் இனங்காணப்பட்டுள்ளன. இதனை மா. சற்குணம் தனது *தமிழ் நிகண்டுகள் ஆய்வு* (2002) எனும் நூலில் விரிவாகக் குறிப்பிட்டுள்ளார். எனவே, தமிழில் சொற்பொருள் விளக்கம் கூறும் மரபுக் கூறுகள் பழங்காலந்தொட்டு இருந்து வந்தாலும் இவ்வகைத் தனிநூல் வகைத் தோற்றம் திவாகரத்திலிருந்தே தொடங்குகிறது எனலாம். இதுவே, பிற நிகண்டுகளுக்கான தோற்ற அமைப்பிற்கு அடிப்படையானதாக அமைந்துள்ளது என்று நிகண்டு வரலாற்றின் பொதுப்பார்வை மூலம் அறிய முடிகிறது. தமிழ் நிகண்டுகளுக்கு முன்பு சொற்பொருள் விளக்கம் தொல்காப்பியத்தில் தொடங்குவதால், சொற்பொருள் தரும் நூல்வகைக்கு (நிகண்டு, அகராதி) இதுவே, முதல் நூலாக அமைகிறது. ஆனால், இவ்வகையில் தனிநூலாகத் திவாகரம் முதன்முதலில் தோன்றியுள்ளதால் தொல்காப்பியத்தின்வழி நூலாக இருந்தாலும் நிகண்டு நூல்களுக்கு இதுவே, முதனூலாக அமைந்துள்ளது. எனவே, இதனைத் தமிழ் நிகண்டுகளின் முதனூலெனலாம்.

திவாகரர் வாழ்விடம்

திவாகரரின் வரலாறு பற்றிய முழுமையான தகவல் கிடைக்கவில்லை. அவை தமிழ் நூல்களின் குறிப்புகளிலிருந்தும் சேந்தன் வரலாற்றுடன் தொடர்புடையதாகக் கருதப்படும் செய்திகளிலிருந்தும் மீட்கொணர்ந்து கூறப்படுகின்றன. திவாகரன் என்பதற்குச் சூரியன், பகலைச்செய்பவன் என்பது பொருள். '*செங்கதிர் வரத்தால் தோன்றும் திவாகரன் பயந்த பிங்கல முனிவன்*' என்று பிங்கல நிகண்டும், '*செங்கதிர் வரத்தால் தோன்றும் திவாகரர்*' என்று சூடாமணி நிகண்டும் திவாகரன், திவாகரர் என்று குறிப்பிடுகின்றன. இவர் சோழ நாட்டில் அம்பர் எனும் ஊரில் வாழ்ந்த வள்ளல் சேந்தன் என்பவரைத் தன் நூலில் புகழ்ந்து பாடியுள்ளார். ஆகையால், அவ்வள்ளலின்

உதவியால் இவரும் அவ்வூரில் வாழ்ந்திருக்கலாம் என நம்பப்படு கிறது. சேந்தனால் ஆதரிக்கப்பெற்றதால் திவாகர நிகண்டு சேந்தன் திவாகரம் என்றும் அழைக்கப்பெறுகிறது. "இப்பெயர் ஆசிரியர் சூட்டியதுதாமா என்பதும் ஐயத்திற்கு இடமாகியுள்ளது" (மு. சண்முகம் பிள்ளை, இ. சுந்தரமூர்த்தி, 1990).

சமயம்

திவாகரரின் சமயம் குறித்து தமிழ் ஆய்வுலகில் இரண்டு வகையான கருத்துகள் உள்ளன. 'திவாகரர், சமண சமயத்தைச் சேர்ந்தவர் என்று வையாபுரிப்பிள்ளையும், தெ.பொ.மீ யும் கருதுகின்றனர். எம். சீனிவாச ஐயங்கார், மு. அருணாசலம் போன்றோர் அவரை சைவ சமயத்தைச் சேர்ந்தவர் என்றே சாதிக்கின்றனர்' (மது. ச. விமலானந்தம், 2011:127). "ஆதியில் சமண முனிவர்களில் ஒருவர் தமிழ்மொழியில் பல்பெயர் பொருளை விளங்கக் கூறி அந்நூலுக்குச் சேந்தன் திவாகரமெனத் தன்பெயரையே கொடுத்துவிட்டார்" என்று குறிப்பிடுகிறார் க. அயோத்திதாசன் (1913, 6(36), 3). இதன் மூலம், சேந்தன் திவாகரத்தை எழுதிய திவாகரர் ஒரு சமண முனிவர் என்று அயோத்திதாசர் கருதுவது தெளிவாகிறது. கிடைக்கப்பெறும் திவாகர நிகண்டுச் சுவடியின் தெய்வப்பெயர்த் தொகுதி யில் அதாவது, ஆழ்வார்திருநகரி போன்ற இடங்களில் கிடைக்கப்பெறும் ஏடுகளிலும் வையாபுரிப்பிள்ளை, மு. ராகவ ஐயங்கார் ஆகியோர்களின் எழுத்துப்பிரதிகளிலும் அருகனின் பெயர் முதலாவதாக அமைந்துள்ளது. பிற ஏடுகளில் சிவன் பெயரும், விநாயகர் காப்புச் செய்யுளும் அமைந்துள்ளன. மேலும், திவாகரம்(ன்) 'சைவ சமயத்தவரான சேந்தனால் ஆதரிக்கப் பெற்றது' (மு. அருணாசலம், 2005:71) என்ற காரணங்களாலும் இருவேறு சமயச் சார்பான கருத்துகள் நிலவுகின்றன.

காலம்

சமயம் போலவே திவாகரரின் காலம் தொடர்பாகவும் வேறுபட்ட கருத்துகள் வெளிப்படுகின்றன.

1. கி.பி. 6ஆம் நூற்றாண்டைச் சார்ந்தவர் என்றும்

2. கி.பி. 8ஆம் நூற்றாண்டைச் சார்ந்தவர் என்றும்

3. கி.பி. 9ஆம் நூற்றாண்டைச் சார்ந்தவர் என்றும்

வேறுபட்ட கருத்துகள் நிலவுகின்றன. முதல் கருத்தினை ஆராய்ச்சிப் பெரும்புலவர் எல். உலகநாதபிள்ளை கூறியுள்ளார் என்று வீ. சொக்கலிங்கம், ஆசிரிய நிகண்டின் முன்னுரையில் குறிப்பிட்டுள்ளார் (1975:9). இரண்டாவது கருத்தை,

வையாபுரிப்பிள்ளை (1926–1930, முன்னுரை), சுந்தர சண்முகனார் (1965:24) சற்குணம் (2002:94) முதலியோரும் மூன்றாவது கருத்தினை மு. அருணாசலம் (2005:119), செ.வை. சண்முகம் (2012:133), பெ. மாதையன் (2005:75) முதலியோரும் ஏற்கின்றனர்.

வையாபுரிப்பிள்ளை, நாமதீப நிகண்டு முன்னுரையிலும் தமிழ்ப் பேரகராதி முன்னுரையிலும் திவாகரத்தின் காலம் கி.பி. 8ஆம் நூற்றாண்டு என்று குறிப்பிட்டுள்ளார். இவரே 'காவிய காலம் என்பதில் கி.பி. 9ஆம் நூற்றாண்டாதல் வேண்டும்' எனக் குறிப்பிட்டுள்ளார் (இ. சுந்தரமூர்த்தி, 2010:120). இருவேறு பட்ட கருத்துகள் இருவேறு அறிஞர்களிடம் நிலவும் சூழலில் இரண்டு வகையான கருத்துகள் ஒருவரிடமே காணப்படு கின்றன. இம்முடிவை முந்தையது, பிந்தையது என்ற நோக்கில் அணுகுகையில் நாமதீப நிகண்டு (1930), தமிழ்ப் பேரகராதி (1926–36) முதலியவை முந்தைய நூலாகவும், காவியகாலம்[1] பிந்தைய நூலாகவும் அமைகின்றது. இதில் காவியகாலத்தின் கருத்துகள் வையாபுரிப்பிள்ளையின் பிற்கால ஆய்வு முடிவாகக் கருதப்படுகின்றன. எனவே, மு. சண்முகம் பிள்ளை, இ. சுந்தர மூர்த்தி ஆகிய அறிஞர்கள் திவாகரம், கி.பி. 9ஆம் நூற்றாண்டு எனச் சென்னைப் பல்கலைக்கழக வெளியீடான திவாகர நிகண்டில் (1990–93) குறிப்பிடுகின்றனர். இதனை, சுந்தரமூர்த்தி தனது பதிப்பியல் சிந்தனை (2010) நூலிலும் பதிவு செய்துள்ளார். செ. வை. சண்முகம் (2012:133-134),'திவாகரர் 9ஆம் நூற்றாண்டைச் சேர்ந்தவர் என்பது இன்று பரவலாகத் தமிழ்ச் சூழலில் ஏற்றுக்கொள்ளப்படுகிறது' என்று கூறுவதற்கிணங்க இன்று தமிழ் ஆய்வுலகில் பெரும்பான்மையாகத் திவாகரத்தின் காலம் கி.பி. 9 என்றே ஏற்றுக்கொள்ளப்படுகிறது.

தோற்றப் பின்புலம்

படைப்புகள் ஒவ்வொன்றிற்கும் ஒவ்வொரு பின்புலம் இருக்கும். அந்த வகையில் நிகண்டுத் தோற்றமும் அதற்கு விதிவிலக்கல்ல. தமிழ்மொழிச் சூழலில் பல்வேறு பின்புலம் இருந்துள்ளது. கி.மு. 2ஆம் நூற்றாண்டு முதல் கி.பி. 9ஆம் நூற்றாண்டு வரையிலான தமிழகக் காலகட்டங்களில் பல்வேறு ஆட்சி மாற்றங்கள் நிகழ்ந்துள்ளன. குறிப்பாக, மூவேந்தர்கள், களப்பிரர்கள், பல்லவர்கள் ஆகியோர்களின் ஆட்சிகள் நிலவின. தொல்காப்பியத்திற்குப் பிறகு, சமயத்தைப் பரப்புவதற்கெனச் சமய இலக்கியங்கள் தோன்றியுள்ளன. சமணம், பௌத்தம், சைவம், வைணவம் முதலிய சமயங்கள் தம் செல்வாக்கை நிலைநாட்ட முயன்றன. இக்காலங்களில் தமிழகப் பண்பாட்டுச்சூழலில் பல்வேறு மாற்றங்கள் ஏற்பட்டன. இந்நிலையில் குறிப்பிட்ட இலக்கியம், இலக்கணம், இன்னபிற

படைப்புகள் தோற்றம் பெறுகின்றன. அதில் நிகண்டு உருவாக்கமும் ஒன்று. இப்பின்புலம் நிகண்டுத் தோற்றுவாய்க்கும் பொருந்தும்.

சங்ககாலம் முதல் பக்தி இலக்கியத் தோற்றுவாய்க்கு முன்பு வரை, சொற்களுக்குப் பொருள் கொள்வதிலும், அவற்றிற்கு இலக்கணத்தைத் தழுவி வடிவங்களை அமைத்துக்கொள்வதிலும், சில இலக்கிய மரபுகளைக் கையாள்வதிலும் அக்காலப் புலவர்கள் ஒரே மாதிரியான இலக்கிய நடையையும் செய்முறைகளையும் கையாண்டுள்ளனர். அதற்குப் பின், தமிழகச் சூழலில் பக்தி இலக்கியக் காலம் தோற்றம் பெற்று, சமயம், சமூகம், இலக்கியம் ஆகிய பிரிவுகளில் அவை பல்வேறு வகையில் தாக்கத்தை ஏற்படுத்தியுள்ளன.

பிற்காலத் தமிழகத்தில் தமிழும் வடமொழியும் சிறப்புற்று இருந்துள்ளன. இதனை, மூவேந்தர், களப்பிரர், பல்லவர் முதலிய ஆட்சிகளின் வரலாறும் சமயங்களில் புழக்கமும் தெளிவுபடுத்துகின்றன. ஆட்சிமொழியும் சமயச் செல்வாக்கும் பண்பாடும் அக்கால மொழிச்சூழலில் பல்வேறு மாற்றத்தை ஏற்படுத்தியுள்ளன. ஒவ்வொரு காலகட்ட மொழிக்கும் சில தனித் தன்மைகள் உண்டு. இருவேறுபட்ட காலகட்டத்தைச் சார்ந்த மொழிக்குள்ளேயே வட்டார வேறுபாடுகளும் துறைசார்ந்த மொழிச் சொற்றொகுதி மாற்றங்களும் ஏற்படுவது இயல்பு. இவை இருவேறுபட்ட மொழிகளுக்குள் மிகுதியாய் இடம் பெறுவதும் உண்டு. இதனால், சொற்களில் மட்டுமல்லாது சொற்பொருளிலும் மாற்றங்கள் படர்ந்த நிலையில் இடம் பெறும். மொழி, காலந்தோறும் வளர்ச்சிகளுக்கு உட்பட்ட சமூகக்கூறுகளைக் கொண்டிருப்பதால் அது சமூக மாற்றங்கள் அனைத்தையும் வெளிக்காட்டுகிறது. பல்வேறு சமூகக் கூறுகளில் ஏற்படும் மாற்றங்கள், அந்தச் சமுதாயச் சொற்றொகுதியிலும் நிகழ்கின்றன.

சமயப் பிரச்சாரத்தினூடாக மொழியும் இலக்கியமும் அதன் பொருள்களும் பல மாறுதல்கள் அடைந்துள்ளன என்பதை "வேஷப் பிராமணர்கள் தங்கள் சீவனத்திற்குத் தக்கவாறு பொய்வேதங்களையும், பொய்ப் புராணங்களையும், பொய் மதங்களையும், பொய்ச் சாதிகளையும் ஏற்படுத்திப் பூர்வதன்ம மொழிகள் யாவற்றையும் தங்களேற்படுத்திக் கொண்ட சாதிகளுக்குஞ், சமயங்களுக்குந் தக்கவாறு மாறுபடுத்திப் பூர்வத் தமிழ் மொழிகளையுங் கெடுத்தும் அம்மொழிகளின் மூலப்பொருட்கள் தங்களுக்குத் தெரியாமலே விடுத்தும் வழங்கிவருகின்றபடியால் பூர்வத் தமிழ் மொழிகளுக்குத் தக்க பொருட்கள் தற்காலத் தமிழில் அனந்தபேதப்பட்டிருக்கின்றது" என்று கூறுகிறார் அயோத்திதாசர் (1913, 6(36), 3). மேலும், இது

தொடர்பாக 'பல்பொருள் கூட்டத்துத் தொகுதியில் இல்லறம் துறந்து சருவ உயிர்களையும் தன்னுயிர் போல் காக்கும் சாந்தரூபிக்கு அந்தணன் என்னும் பெயரை அழித்து அவனது தொழிலாம் ஓதல், ஓதுவித்தல், வேட்டல், வேட்பித்தல், ஈதல், ஏற்றலெனக் குறிப்பிட்டுள்ளார்கள். இப்பெயர் பௌத்தர்களது கூட்டத்துள் வழங்கிவந்த சமண நீத்தோர் பெயராகும். அது தற்காலத்தில் சாதிப்பெயராக உள்ளது. இவற்றைப் போல் பல்வேறு சொற்களையும் திருத்தி, மாற்றியமைத்து மொழிச்சொற்களைப் பிழைப்படுத்திவிட்டார்கள். இவ்வாறான பொய்யான மக்களால் உருவாக்கப்பட்ட சமயத்தின் பொய்யான சாதிபேதச் செயலாலும் மொழியின் பொருள்கள் பேதப்பட்டுள்ளன' என்று அவர் சுட்டிக்காட்டுகிறார் (மேலது, 6(36), 3).

பிறமொழித் தாக்கம் ஒரு மொழியில் உள்ள சொற்கலப்பிற்கு அடிப்படையாய் அமைகிறது. அதன் பிறகு எழும் இலக்கியங் களில் அக்கலப்புச் சொற்கள் இயல்பாய் இடம்பெறச் செய்கின்றன. இதனால், சொற்றொகுதி மாற்றம் அடைகின்றது. இதனை, "இலக்கியப் பாடுபொருள், யாப்பு, பண்பாடு, பழக்க வழக்கம் எனும் பல்வேறு கூறுகளில் ஏற்படும் மாற்றங்கள் முதலியவை சொற்றொகுப்பின் மாற்றத்தை உண்டாக்குகின்றன. பழம் வழக்கு வீழ்தல், பழமையான பொருள் போதல், புதுப்பொருள் வந்து சேர்தல், புதுச் சொல்லாக்கங்கள் நிகழ்தல், துறைசார்ந்த கலைச்சொற் படைப்புகள் நடைபெறுதல், பழஞ்சொல் புதுப்பொருளில் ஆளப்படல் என்பன போன்ற பல்வேறு மாற்றங்களும் நடைபெறும்" என்று கூறுகிறார் பெ. மாதையன் (2005:40). தமிழகத்தில் பல்லவர் மற்றும் சோழர் காலகட்டத்தில் வடமொழியின் செல்வாக்கு மிகுதியும் இருந்துள்ளது. இதனால் தமிழில் சொற்கலப்பு மிகுதியாக நேர்ந்தது. இச்சூழலில் தமிழ்மொழி அதன் பழைய இயல்பை இழந்து புதிய ஆக்கம் பெற்றது. இதன் விளைவாக 'இலக்கிய மாற்றம், மொழி உணர்வு மாற்றம், மொழி அமைப்பு மாற்றம் இதில் சொல்வடிவ மாற்றம், சொற்பொருள் மாற்றம், சொற்பெருக்கம், சொற்பொருள் பெருக்கம் உருவாயின' (செ. வை. சண்முகம், 2012:128–132).

இவை போன்று தமிழ்மொழி பல்வேறு மாற்றங்களை அடைந்து வந்துள்ளது. இலக்கியத்திலும் பல தாக்கத்தை ஏற்றுக்கொண்டுள்ளது. அக்காலத்தில் மடங்களிலும், வடமொழிக் கல்லூரிகளிலும் வேத இலக்கியங்கள் பயிற்றுவிக்கப்பட்டன. மடங்கள் கற்பித்த பாடவகைகளில், இலக்கணம், சித்தாந்தம், அறநூல்கள், புராணங்கள், செய்யுள், நாடகம், தர்க்கம் முதலியவை பயிற்றுவிக்கப்பட்டன. அக்கல்வி முறையில், இவ்விலக்கிய வகை நூல்களின் பொருள் புரியாத சொற்களை மாணாக்கர்கள்

அறியவும், புலவர்கள் புதிதாக நூல்கள் படைக்கவும், பழங்காலத்திய சொற்களின் பொருள் அறியவும், பிற இலக்கிய நூல்களுக்கு உரைகள் எழுதவும், பிற மொழிச் சொற்களின் பொருள் அறியவும் சொற்பொருள் விளக்க நூல்கள் தோற்றம் பெற்றன. பண்டைத் தமிழ் இலக்கியத்தில் வழங்கிவந்த பல சொற்களுக்கும், வழக்கு களுக்கும் பொருள் தெரிந்து கொள்வதுகூடப் பிற்காலத்திய புலவர்களுக்கு அரிதாக இருந்திருக்கிறது. இதனால், பிற்காலத்தில் புலவர்களுக்கும் இலக்கியப் பயிற்சியில் ஈடுபட்டவர்களுக்கும் பண்டைக்கால நூல்களைப் படித்துச் சுவைப்பதற்கு உதவும் வகையிலான கருவி நூல்கள் தேவைப்பட்டன. இதன்பொருட்டுக் கருவி நூலான நிகண்டுகள் தோன்றின.

எனவே, தமிழ் நிகண்டின் தோற்றப் பின்புலம், பல்வேறு ஆட்சி மாற்றங்கள்; சமய எழுச்சிகள், பிறமொழிக் கலப்பு, இலக்கியத் தோற்றம், சமூக, சமய, மொழி, பண்பாடு முதலிய வற்றின் மாற்றங்களினூடாக அமைந்துள்ளது. குறிப்பாகச் சங்ககாலத்திற்குப் பிறகு, இலக்கியப் பாடுபொருளிலும் மாற்றம் ஏற்பட்டு நீதி, சமயக் கோட்பாடுகள், இறையியல் பொருண்மை ஆகிய பல்வேறு காரணங்களால் சொற்தொகுதியில் பல மாறுதல்கள் நிகழ்கின்றன. அச்சூழலில்தான் சொற்பொருள் கூறும் தனி நூல்களின் தேவை ஏற்படுகிறது. இப்பின்புல அடிப்படையிலே நிகண்டுகள் தோன்றியுள்ளன.

நூலின் உள்ளமைப்பு

திவாகரம், பன்னிரு தொகுதிகளைக் கொண்டுள்ளது. அவை தெய்வம், மக்கள், விலங்கு, மரம், இடம், பல்பொருள், செயற்கை, பண்பு, செயல், ஒலி, ஒருசொல் பலபொருள், பலபொருள் கூட்டத்து ஒருசொல் ஆகிய தொகுதிகள் ஆகும். இவற்றில் முதல் பத்துத் தொகுதிகளும் ஒரு பொருளைக் குறித்துவரும் பலசொல் (Synonyms) பகுதியாகவும், பதினோராம் தொகுதி பல்பொருள் குறித்த ஒருசொல் (Homonyms) பகுதியாகவும், பன்னிரண்டாம் தொகுதி பலபொருள் கூட்டத்து ஒருசொல் (Group names) பகுதியாக வும் அமைந்துள்ளன. இந்நூலமைப்பு மாற்றங்கள் குறித்து இ. சுந்தரமூர்த்தி உரைப்பவை நோக்கத்தக்கதாகும். “திவாகரர் ஒவ்வொரு தொகுதியிலும் தாம் எண்ணித் திட்டமிட்டவாறு பொருள்களைக் குறித்து, ஒரு வரிசை முறையில் வைத்து நூற்பாக்களை இயற்றியுள்ளார். சந்திப் பிணைப்புடன் பழைய முறையில் நூற்பா யாப்பில் தம் நூலை ஆக்கியுள்ளார். நூற்பாக்களுக்கு எண்ணிட்டுப் பிரித்துக் காட்டவும் இல்லை. பொருள் தலைப்புகள் எதுவும் தரப்பெறவுமில்லை. பழமையான ஏடுகள் இவ்வாறே அமைந்துள்ளன. பின்வந்த ஏட்டுச் சுவடி களிலும் சந்திப் பிணைப்புகள் சரிவரப் பின்பற்றப்படவில்லை.

ஒவ்வொருவரும் தாம் கருதியவாறு சந்தி பிரித்த நிலையில் எழுதியுள்ளனர். தேசிய நூலகத்தில் (கல்கத்தா) உள்ள ஓர் ஏட்டில் மட்டுமே ஒவ்வொரு தொகுதி நூற்பாக்களுக்கும் எண் குறிப்புத் தரப்பட்டுள்ளது" (2010:166–167).

தற்போது கிடைக்கும் பதிப்புகளில் நூற்பாக்கள் எண்ணிடப்பட்டும் பொருள் தலைப்புகள் கொடுக்கப்பெற்றும் காணப்படுகின்றன. அவை எல்லாம் ஒரு முறைமையைக் கொண்டதாக அமையவில்லை. பதிப்பிற்குப் பதிப்பு வேறுபட்டுக் காணப்படுகின்றன. ஆசிரியர் அளிக்காத பிற்கால அமைப்பு முறையான பாடலுக்குப் பொருள் தலைப்புகள் தரும் வழக்கம் தற்காலப் படைப்பில் சேர்த்தே பதிப்பிக்கப்பெறுகின்றன. 'நூற்பா எண்களும் தலைப்புகளும் ஒரே மாதிரி இல்லாமல் ஏட்டுக்கு ஏடு மாறுபட்டுள்ளன. இருப்பினும், பொருள் தெளிவிற்கு அவை துணை செய்யுமெனப் புதிய பதிப்புகளில் தலைப்புகள் சேர்த்துக்கொள்ளப்பட்டன' (மேலது, 2010:167).

நூலில் கடவுள் வாழ்த்துப் பாடல் ஒன்றுள்ளது. அது விநாயகர் துதியாக அமைந்துள்ளது. இப்பாடல் கொண்ட ஏடுகளும் அல்லாத ஏடுகளும் உள்ளன என்று தமிழ் நிகண்டாய்வுலகில் கருதப்படுகின்றது. 'திவாகரர், நூலின் தொடக்கமாகத் தெய்வப் பெயர்த் தொகுதியை அமைத்ததால் கடவுள் வாழ்த்து என்பதை அவர் வைக்கவில்லை. பின்னாளில் ஏடெழுதியோர்

தந்திமுகத்தெந்தை சதங்கைப் பதம் போற்றிச்
சிந்தை விளங்காந் திவாகரத்துள் – வந்த
தொகுதியொரு பன்னிரண்டுஞ் சோராமல் நேரே
பகுதியு யுறமனமே பற்று

என விநாயகர் துதிப்பாடலைச் சேர்த்துவிட்டனர். இப்பாடலை நூலின் முகப்பில் எழுதினோரும், நூலுக்குப் புறம்பாகவோ தனிப் பக்கத்திலோ தந்து நூலைத் தொடங்கியுள்ளனர். இப்பாடல் உள்ள ஏடுகள் பலவற்றில் தவளத் தாமரை, வெள்ளை வாரணப் பிள்ளையார், பொத்தகம் படிகமாலை என்று தொடங்கும் பாடல்களும் இடம்பெற்றுள்ளன. ஆழ்வார்திருநகரி ஏடுகளில் தேனாறு தொடையாலும் எனத் தொடங்கும் நம்மாழ்வார் துதிப்பாடல் காணப்படுகிறது. இவ்வகைப் பாடல்கள் சில பழைய ஏடுகளில் இடம்பெறவில்லை. பாடலின் போக்கும் நூலைக் கற்றுப் போற்ற விரும்பும் ஒருவரின் கூற்றாக அமைந்துள்ளது. எனவே, இது ஆசிரியரின் கூற்றல்ல என்பது தெளிவு' (மு. சண்முகம்பிள்ளை, இ. சுந்தரமூர்த்தி, 1990:iii).

திவாகரத்தில் பதினோராம் தொகுதி அகரவரிசை முறையில் அமைந்துள்ளது. இப்பகுதி ஆதியிற் பொருள், அந்தத்துப்

பொருள் என்று இரண்டு கூறுகளாய் உள்ளது. 'இம்முறை கி.பி. 1702க்கு முந்தையதாகத் தெரிகிறது' (மேலது, 1990:iv). திவாகரத்தின் முதற் பதிப்பு இவ்வகையான மாற்றங்களைப் பின்பற்றி அச்சிடப் பெற்றுள்ளதாகத் தெரிகிறது. இந்நூலில் இடைச்செருகல்களும் நிகழ்ந்துள்ளன. அதாவது, 'முதல் பதிப்பாசிரியர் தாண்டவராய முதலியாரும் (8 தொகுதிகள்), பு. நயநப்ப முதலியாரும் (9, 10 தொகுதிகள்) முதல் பத்துத் தொகுதிகளுள் 280 நூற்பாக்களைச் சேர்த்துள்ளனர் எனத் தெரியவருகிறது' (இ. சுந்தரமூர்த்தி, 2010:170–171). இந்த நூற்பாக்கள், மு. சண்முகம் பிள்ளை மற்றும் இ. சுந்தரமூர்த்தி ஆகியோர் பதிப்பித்த சென்னைப் பல்கலைக்கழகம் பதிப்பித்த திவாகர நூலில் உடுகுறியிட்டு வேறுபடுத்திக் காட்டப்பட்டுள்ளன.

திவாகரம் பெயர்ப் பின்புலம்

திவாகர நிகண்டு: திவாகரம், சேந்தன் திவாகரம் என்று இரண்டு பெயர்களால் அழைக்கப்பெறுகிறது. திவாகரன், திவாகரர் என்று பிற நூல்கள் குறிப்பிடுவதால் திவாகரம் என்று அழைப்பது வழக்காக உள்ளது. சேந்தன் திவாகரம் என்பதற்குச் சில காரணக் காரிய விளக்கம் தரப்படுகிறது.

- ஆதியில் சமண முனிவர்களில் ஒருவர் தமிழ் மொழியில் பல்பெயர் பொருளை விளங்கக் கூறி அந்நூலுக்குச் சேந்தன் திவாகரமெனத் தன்பெயரையே கொடுத்து விட்டார் (க. அயோத்திதாசர், 1913, 6(36), 3).

- சேந்தனால் ஆதரிக்கப்பெற்று அவர் பெயரையும் தம் நூலுக்கு வழங்கியுள்ளார் திவாகரர் (சுந்தர சண்முகனார், 1965:77–81).

- செய்வித்தோனாகிய சேந்தன் பெயரையும் சேர்த்து திவாகரர் தம் நன்றி மிகுதியால் சேந்தன் திவாகரம் என்று வழங்கலானார் (மு. அருணாசலம், 2005:95).

- திவாகரரை ஆதரித்த வள்ளலான சேந்தன் பெயருடன் இணைத்து, திவாகரத்தைச் சேந்தன் திவாகரம் என்ற நூற்பெயரில் வழங்குவர் (மு. சண்முகம் பிள்ளை, 1982:41–42)

இக்கருத்துகளை இரண்டு பிரிவுகளாக வகைப்படுத்தலாம்:

1. திவாகரர், 'சேந்தன் திவாகரம்' என்று பெயர் இட்டிருக்கிறார்.
2. சேந்தன் திவாகரம் என்று பெயரிட்டு அழைக்கின்றனர்.

'சேந்தன் திவாகரம் என்பது ஆசிரியரே சூட்டிய பெயரா என்பது ஐயத்திற்குரியது. இப்பெயரால் அமைந்த ஏட்டுச் சுவடிகள் மிகச் சிலவாயுள்ளன. பெரும்பாலான ஏடுகள் திவாகரம் என்ற நூற்பெயரையே சுட்டியுள்ளன' (மு. சண்முகம் பிள்ளை, 1982:41–42). இருப்பினும், இவையே (திவாகரம், சேந்தன் திவாகரம்) இன்றுவரை பொதுவான ஏற்புநிலைப் பெயர்களாக இருந்து வருகின்றன. ஆனால், ஒரு நூற்றாண்டிற்குப் பிறகு, தற்பொழுது பரவலாக அறிவுலகில் அறியப்பெறும் அயோத்திதாசர், தமது எழுத்துகளில் பல்வேறு பழந்தமிழ் நூல்களை மேற்கோளாக எடுத்தாண்டுள்ளார். அவற்றில் திவாகர நிகண்டும் ஒன்று. இவர் இந்நூலைத் திவாகரம் அல்லது சேந்தன் திவாகரம் என்ற பெயரில் ஆளாமல் *முன்கலை திவாகரம்* என்று எடுத்தாண்டுள்ளார். தமிழ்ச்சூழலில் உள்ள நூற்பெயரில் அமைந்துள்ள நிகண்டின் (திவாகரம், சூடாமணி) நூற்பாக்களும் அயோத்திதாசர் பயன்படுத்தியுள்ள நூற்பாக்களும் ஒன்றாகவே உள்ளன. ஆனால், நூற்பெயர் மட்டும் வேறுபட்டு அமைந்துள்ளது.

நிகண்டுத்துறையில் தற்பொழுது முன்னோடியாக இனங்காணப்படும் வையாபுரிப்பிள்ளைக்கும் (1891–1956), பிற ஆய்வாளர்களான சுந்தர சண்முகனார், மு. அருணாசலம், மு. சண்முகம் பிள்ளை முதலியவர்களுக்கும் முன்பு வாழ்ந்தவர் அயோத்திதாசர் (1845–1914). இவர் தமிழ், பாலி, சமஸ்கிருதம் முதலிய மொழிகளின் இலக்கியம் முதலானவற்றுள் வல்லமை பெற்றவராகத் திகழ்ந்திருக்கிறார். இவருக்குத் தமிழ் இலக்கியச் சுவடிகளின் வாசிப்புப் புலமையும் இருந்துள்ளதாகத் தெரிகிறது. இவர் குடும்பம், சுவடி ஏடுகளைக் கொண்டிருந்த சிறப்பினைப் பெற்றிருந்ததையும் அறிய முடிகிறது. இதனை அன்புபொன்னோவியம் "தமிழ்ப்பற்றுக் கொண்ட எல்லீஸ் (Ellis) என்ற ஆங்கிலேயர் தமிழ் இலக்கியச் சுவடிகளைச் சேர்த்துக்கொண்டிருந்தார். திருக்குறளை யாரும் அவரிடம் கொடுக்கவில்லை. அவருடைய நண்பர் ஆரிங்டன் என்ற மற்றொரு ஆங்கிலேயரிடம் வேலையாக இருந்த அயோத்திதாசருடைய பாட்டனாரான கந்தசாமி என்பவர் திருக்குறளையும், நாலடி நானூறு போன்ற சில ஓலைச்சுவடிகளையும் கொண்டுபோய்க் கொடுத்திருக்கிறார்" (அலாய்சியஸ், 1999:xxx-xxxi) என்று கூறுவதால் விளங்கலாம்.

தமிழ்ப் பேரகராதித் (Tamil Lexicon) திட்டம் தொடங்கியதும் (1911), தமிழன் இதழில் அயோத்திதாசர் மார்ச் 05.1913 அன்று நிகண்டு பெயர் விளக்கத்தைப் பாலி, சமஸ்கிருத மொழிகளின் பெயர்களுடன் ஒப்பிட்டு எழுதியுள்ளார். மேலும், தான்

உருவாக்கிய சொற்களையும் அத்திட்டத்திற்கு நல்கியுள்ளார். இதனால், நிகண்டுத் தொடர்பான அறிதலும், பயன்பாடும் அயோத்திதாசரிடம் மிகுதியாக இருந்துவந்துள்ளன என்பது தெளிவாகிறது. இவர் மேற்கோள் காட்டியுள்ள நிகண்டு பாடல்களுக்கும் தற்போது கிடைக்கும் திவாகரப் பாடல்களுக்கும் பாடவேறுபாடுகள்[2] இருக்கின்றன. எனவே, இவரிடம் தற்போதையப் பிரதிகளல்லாமல் வேறுவகையான திவாகர நிகண்டின் ஏட்டுப் பிரதிகள் இருந்திருக்கலாம். அதிலிருந்தே தனக்கான சான்றுப் பாடல்களை எடுத்தாண்டிருக்கிறார் என்பது தெளிவாகிறது.

முன்பு குறிப்பிட்ட நூற்பெயர் (திவாகரம், சேந்தன் திவாகரம்) ஏற்பு என்பதற்கான காரணக் காரியத்தைத் தவிர்த்து வேறு காரணம் தமிழாய்வுலகில் அளிக்கப்பெறவில்லை. ஆனால், அயோத்திதாசர், திவாகரத்தை முன்கலை திவாகரம் என்று பயன்படுத்தியிருக்கிறார். பின்கலை நிகண்டிற்கு முன்பு தோன்றிய பொருளைக் கொண்டமையால் திவாகரத்தை *முன்கலை திவாகரம்* என்று அழைத்திருப்பது பொருத்தமும் ஏற்பும் கொண்டது எனலாம். இவரே 'சமண முனிவர்களில் ஒருவர் தமிழ் மொழியில் பல்பெயர் பொருளை விளங்கக் கூறி அந்நூலுக்குச் சேந்தன் திவாகரமெனத் தன்பெயரையே கொடுத்துவிட்டார்' *(1913, 6(36), 3)* என்று கூறுவது, திவாகரத்திற்குச் சேந்தன் திவாகரம் என்ற பெயரும் இருந்துள்ளது தெளிவாகத் தெரிகிறது. இங்கு சேந்தன் திவாகரம் என்பது ஒருவர் பெயர்தானா என்ற எண்ணமும் எழுகிறது. இதனை ஏற்பதற்கும் ஆசிரியர்தான் (திவாகரர்) இப்பெயரைக் கொடுத்தார் என்பதற்கும் சான்றேதும் அயோத்திதாசர் வழங்கவில்லை.

இருப்பினும், இவர் முன்கலை திவாகரம் என்று குறிப்பிட்டிருப்பது ஏன், அப்பெயரில் இவர் வைத்திருந்த நூற்பிரதிகள் இருந்திருக்கலாமோ அல்லது பொருள் தொடர்பிற்காக இவரே இவ்வாறான பெயர்களை அமைத்துக்கொண்டாரா என்று இங்கு வினாக்கள் எழுகின்றன. இவை ஆராயத்தக்கனவாகும். அயோத்திதாசர் பயன்படுத்திய திவாகர நிகண்டின் பிரதிகள் *முன்கலை திவாகரம்* என்ற பெயரில் இருந்திருக்கலாம்; எனவே, அவர் அதைப் பயன்படுத்தியிருக்க வாய்ப்புள்ளது. ஒருவேளை, அயோத்திதாசரே அப்பெயரை அமைத்தார் என்றாலும், தற்காலச் சூழலில் *திவாகரம், சேந்தன் திவாகரம்* என்று ஆசிரியர் வழங்காப் பெயர்களையே காரணக் காரியத்துடன் அறிஞர்கள் அமைத்துக்கொண்டு வழங்குவது போலப் பொருள் நிறைந்த பெயராக அமையும் *முன்கலை திவாகரம்* என்று ஏற்பதில் பிழையில்லை எனலாம்.

திவாகரம் பெயர் தொடர்பான கருத்துகளும் விளக்கங்களும்

தமிழ் நிகண்டு ஆய்வுலகில் திவாகரர் தமது நூலுக்கு நிகண்டு, நிருக்தம் என்ற சொற்களை ஏன் ஏற்கவில்லை அல்லது சூட்டவில்லை என்ற கருத்தாய்வு விளக்கங்கள் உள்ளன. அவை அனைத்தும் ஒரு முடிபுநிலையை எட்டாமல் வேறுபட்ட முடிவினைக் கொண்டமைந்துள்ளன. இதற்கான காரணம் என்ன என்பதை விளக்குவது இங்கு இன்றியமையாததாகிறது.

தமிழ் இலக்கிய வரலாறு எனும் நூலில் உள்ள திவாகரர் பற்றிய ஆய்வுப் பகுதியில் மு. அருணாசலம், "நிகண்டு என்ற சொல்லைத் திவாகரர் அறிந்திருந்த போதிலும்கூட, அதைத் தம் நூலிற்குப் பெயராக இடவில்லை. ஏன் என்பது ஆராயத்தகுந்தது" *(2005:67)* என்று கூறிவிட்டு, 'திவாகரர் சைவர் என்பதாலே வேதத்தின் அங்கத்திற்குக் கூறிய பெயரைத் தாம் செய்த நூலிற்கு அதைப் பெயராக அமைத்துக்கொள்ள விரும்பவில்லை. தெரிந்தேதான் இதை அவர் வைக்கவில்லை என்பது புலப்படுகிறது' என்கிறார் (மேலது, 2005:67). திவாகரரைச் சைவர் என்று காட்ட இப்படியொரு கருத்தை இவர் விளக்கிச் சென்றுள்ளார் எனலாம். திவாகரர், பிங்கலர், கயாதரர், காங்கேயர் ஆகிய நால்வரும் சைவர்கள் என்று கூறுவதற்கே அருணாசலம் இக்கருத்தைக் கூறியுள்ளார்' என்பர் செ.வை. சண்முகம் (2012:103). எனவே, திவாகரர் அப்பெயரை (நிகண்டு, நிருக்தம்) வைக்காததற்கு சமயம்தான் காரணமா அல்லது வேறு ஏதேனும் உள்ளதா என விளக்குவது இங்கு இன்றியமையாததாகிறது.

இக்கருத்தினைப் பின்னாளில் செ.வை. சண்முகம் தனது *இலக்கண உருவாக்கம் (1994)* எனும் நூலிலும், பெ. மாதையன் தனது *தமிழ் நிகண்டுகள் வரலாற்றுப் பார்வை (2005)* எனும் நூலிலும் ஆராய்ந்து தங்களின் முடிவினைக் கூறியுள்ளனர். அவை வருமாறு:

"உண்மையில் திவாகரத்திலும், பிங்கலத்திலும் வந்துள்ள 'நிகண்டு' என்ற சொல்லே விவாதத்திற்கு உரியது. ஏனென்றால் ஆறங்கங்களைக் கூறும் சூத்திரத்தில் 'நிருக்தம்' என்பதை ஓர் அங்கம் என்பது சரிதான். கற்பம் என்ற இன்னோர் அங்கத்துக்குப் பதிலாக நிருக்தத்தின் ஒரு பகுதியான நிகண்டு என்பதை ஓர் அங்கமாகக் கூறியது பொருந்தாது. எனவேதான் மு. அருணாசலம், திவாகரர் நிருக்தத்தையும் கூறி நிகண்டையும் கூறுவதால் 'ஏட்டில் பிழை இருக்க வேண்டும்; அல்லது திவாகரர் கருத்தில் பிழை இருக்க வேண்டும் என்பது தெரிகிறது' என்று கூறியுள்ளார். எனவே, திவாகரத்திலும் அதை ஒட்டிய பிங்கலத்திலும் வந்துள்ள 'நிகண்டு' என்ற பயிற்சியே சந்தேகத்துக்கு இடம் கொடுப்பதால்

அதன் அடிப்படையில் இன்னொரு கருத்தை ஊகிப்பது பொருந்தாது. எனவே, திவாகரர் பெயர் வைக்காததற்கோ, பிங்கலர் உரிச்சொல் என்று பெயர் வைத்ததற்கோ சமயம் காரணம் இல்லை" (செ.வை. சண்முகம், 2012:104).

"திவாகரர் வடமொழியில் நிருக்தம் என்றும் கோசம் என்றும் ஒரு மொழியிலுள்ள சொற்களஞ்சியத்தைப் பலவகை யாகப் பாகுபடுத்தும் முயற்சியைப் பார்த்து தம்முடைய சொந்த சிந்தனை அடிப்படையில் தமிழிலுமொரு புதிய துறையை ஆரம்பித்திருக்க வேண்டும். அவருக்கு நிகண்டு என்ற பெயரோ உரிச்சொல் என்ற பெயரோ பொருத்தமாகப்பட்டிருக்காது; ஏனென்றால் நிகண்டு என்பது நிருக்தத்தின் ஒரு பகுதி, மேலும், அந்தப் பகுதி நிகண்டு என்ற பெயரை நேரடியாகப் பெறாமல் அதனடியாகப் பிறந்த நைகண்டுகம் என்ற பெயர் பெற்றிருப்பதும், வேத வழக்கை ஆராயும் நிருக்தம் என்பதற்கும் தமிழில் உள்ள சொற்களஞ்சியத்தை ஆராயும் தன்னுடைய நூலுக்கும் மாறுபாடு இருப்பதும் கருதியே, திவாகரர் வடமொழிப் பெயரை வைக்காமல் இருந்திருக்க வேண்டும்" (மேலது, 2012:105).

அருணாசலம், சண்முகம் ஆகியோர் கூறியுள்ள கருத்துகள் பொருத்தப்பாடுடையதன்று எனக் கூறி மாதையன், "திவாகரரும், பிங்கலரும் சுருதி ஸ்மிருதிகள் கூறும் கருமங்களை அனுஷ்டிக்கும் முறையைக் கூறும் நூல் எனும் பொருளுடைய கற்பம் என்பதற்கு இணையாய் நிகண்டு என்பதை ஆண்டுள்ளனர். ஆறங்கங்களைக் குறிப்பிடுகையில் இவ்விருவரும் கற்பம் எனும் சொல்லை ஆளாமல் இருப்பதும் இதை வலியுறுத்துகிறது. எனவே, சொற்பொருள் கூறும் கருவி நூல் எனும் பொருளில் அவர்களால் ஆளப்படாத நிகண்டு எனும் சொல்லை நூற்பெயராய் அவர்கள் ஆளவில்லை. இச்சொல் வேறு ஒரு நோக்கில் வேறு ஒரு பொருளில் ஆளப்பட்டமையால்தான் இதை நூற்பெயராய் ஆளவில்லை எனக் கருதுவதே பொருத்தமாய்த் தோன்றுகிறது" என்கிறார் (2005:66). இக்கருத்துகளும் விளக்கங்களும் முரண்பட்டும் ஏலாத்தன்மை கொண்டதாகவும் அமைவதற்கு வேதாங்கம், நிகண்டு, நிருக்தம் பற்றிய குழப்பமே காரணமாகத் தெரிகிறது. எனவே, இம்மூன்றையும் விளக்கினால் தெளிவு ஏற்படும்.

வேதாங்கம்

வேதங்களைக் கற்பதற்கு ஆறு வகையான கருவிநூல்கள் தோற்றுவிக்கப்பட்டன. அவை வேதாங்கம் எனப்படும். அவையே வேதங்களைத் தெளிவாக அறிவதற்கு இன்றியமையாத அங்கங்களாக விளங்குகின்றன. 'வேதாங்கம் பற்றிய தகவல்களும் குறிப்புகளும் பிராமண இலக்கியக் காலம் முடிவதற்கு முன்பிருந்தே

கிடைப்பதாக அறிய முடிகிறது. ஆனால், முதன் முதலில் ஆறு வேதாங்கங்களும் எங்கு, எப்படிக் குறிப்பிடப்பெற்றுள்ளன என்பதைக் கூறுவது மிகக் கடினமாக உள்ளது. முண்டக உபநிஷத் வேதாங்கத்தின் எண்ணிக்கை ஆறு என்று கூறுகிறது. யாஸ்கர் (நி. 1.20), வேதாங்கம் என்று மட்டும் குறிப்பிட்டுள்ளார். எண்ணிக்கையைக் குறிப்பிடவில்லை. வேதாங்கம் என்ற ஆறு பெயர்கள் சாரண்யவியுகம் (Charanya vyuha) என்பதிலிருந்து தெளிவாக வெளிப்படுகிறது. அவை: சிட்சை, கல்பம், வியாகரணம், நிருக்தம், சந்தஸ், ஜோதிடம் ஆகும். சாகல பிராதிசாக்யமும் (Sakala pratisakya) கல்பம், வியாகரணம், நிருக்தம், சிட்சை, சந்தஸ், ஜோதிடம் என்று கூறுகிறது. சாம வேதத்தில் உள்ள பிராமணப் பகுதியில் வேதாங்கம் ஆறு என்று குறிப்பிடப்படுகிறது. சில வேதாங்கத்தின் தலைப்பு குறிப்பிடப்பெறவில்லை. இவ்வாறு கிடைக்கப்பெறுகின்ற வேதாங்கமே தற்போது இருக்கும் சிட்சை, சந்தஸ், வியாகரணம், நிருக்தம், ஜோதிடம், கல்பம் ஆகும்' (Max Muller, *1859:110–113*).

நவீன அகராதியியல் வேலைப்பாடாக அமையும் ராஜா ராதாகாந்த் தேவர் எழுதிய *சப்தகல்பதுருமம்* (Sabda Kalpadrumam) *(1822–1858)*, வேதாங்கம் என்று சிட்சை, கல்பம், வியாகரணம், நிருக்தம், ஜோதிடம், சந்தஸ் ஆகிய ஆறு உறுப்புகளையே குறிப்பிட்டுள்ளது.

இவையே தெளிவாகக் கிடைக்கக் கூடிய வேதாங்கம் குறித்த பதிவுகளாக உள்ளன. இவற்றில் நிகண்டு என்பது இடம்பெற்று வரவில்லை. தமிழில் மணிமேகலை[3] காலம் வரை வடமொழி வேதாங்க அமைப்புமுறை, சரியாகப் பின்பற்றப்பட்டு வந்துள்ளது தெரிகிறது. ஆனால், திவாகரத்திலே[4] அதன் மாறுபாடு தெரிகிறது. அருணாசலம் கூறுகின்ற 'திவாகர ஏட்டில் பிழை இருக்க வேண்டும் அல்லது திவாகரன் கருத்தில் பிழை இருக்க வேண்டும்' என்பதில், இங்குத் திவாகரர் கருத்தில் பிழை இருப்பதாகத் தெரியவில்லை. பல்லவர், சோழர் காலத்தில் வடமொழிக் கல்வி அறிவு, பரவலாக இருந்த தமிழகச் சூழலில் திவாகரர் வேதாங்க அமைப்புமுறையை மாறுபாட்டுடன் குறிப்பிடுவதற்கு வாய்ப்பில்லை எனலாம். ஏனெனில் மணிமேகலையிலும் ஆறங்கம் (வேதாங்கம்) நிகண்டு என்ற பெயரின்றிக் கொடுக்கப்பட்டுள்ளது. எனவே, திவாகரர் ஏட்டில் பிழை இருக்கவே வாய்ப்புண்டு. பிங்கலர், திவாகரருடன் தொடர்புடையவராகக் கருதப்படுவதால் தமது உறவாகக் கருதப்படும் திவாகரர் பின்பற்றிய முறையையே கையாண்டுள்ளார் எனலாம். இது தவறென்பதாலேயே இதனைப் பின்பற்றாமல் தமிழில் மிகுதியான பயன்பாட்டைக் கொண்ட மண்டலபுருடரின்

நிகண்டு சூடாமணி[5] ஆறங்கத்தை நிகண்டு என்ற பெயரின்றிக் குறிப்பிட்டுள்ளது.

நிகண்டு

'வேதச் சொற்களைக் கொண்ட தொகுப்பு மட்டுமே நிகண்டு' (Lakshman Sarup, 1920:13). இது வேத காலத்திலிருந்து வேத அறிஞர்கள் பலரால் செய்யப்பெற்று வந்துள்ளது. 'இது நிருக்தத்திற்கு முன்பு மிகப் பழங்காலத்தில் உருவாக்கப்பட்டிருக்கலாம் இதன் நிகண்டு மிகத் தொன்மையானதாக இருப்பதால் அதன் காலத்தை அறிவது அரிதாக உள்ளது. இது பண்டைய சமஸ்கிருத அகராதியாக அறியப்பெறுகிறது' (Patkar, 1981:1–2). அதாவது, நிகண்டு என்பது தற்காலத்தில் சூத்திர நடையில் சொற்பொருள் கூறும் அகராதி என்ற பொருண்மையில் பார்க்கப்படுகிறது.

வேதாங்கத்தில் கல்பத்திற்கு (கற்பம்) இணையாக நிகண்டு கருதப்படவில்லை. எனவே, 'பிங்கலரும், திவாகரரும் நிகண்டு என்பதைக் கல்பம் என்பதற்கு இணையாய் ஆண்டுள்ளனர் எனக் கருதலாம்' என்று மாதையன் கூறுவது ஏற்புடையதாய் அமையவில்லை. ஏனென்றால் கல்பம் என்பதன் அடிப்படை வேலை, வேள்விகளைச் செய்யும் வழியை வகுப்பது ஆகும். அதாவது, சடங்கு பிரமாணத்திற்கு உதவுவது (Ceremonial). இதனை, கைலாசநாத குருக்கள், "வேள்விமுறை பற்றிய விதிகளைத் தொடர்ச்சியாகவும் நினைவில் எளிதில் பதியக்கூடியவாறும், நூலாக்குவதொன்றையே நோக்கமாகக் கொண்டு இதை இதன் ஆசிரியர் உருவாக்கினார்" என்பர் (1981:181). ஆனால், நிகண்டு என்பது வேதச் சொற்றொகுப்பு மட்டுமே ஆகும். வேதாங்கத்தில் உள்ள கல்பத்துடன் அங்கமாக அமைந்துள்ள நிருக்தம் என்பதற்குத் தொன்மையான காலத்திற்கு உரியதாக நிகண்டு கருதப்படுவதால், கற்பத்திற்கும், நிகண்டிற்கும் காலப்பழமையும், வேறுபட்ட நோக்கமும், புலப்படுகின்றன. எனவே, அருணாசலம் கூறுவது போலக் 'கற்பம் என்பதற்குப் பதிலாக நிகண்டு பிழையாக வந்திருக்கலாம்' என்பதே ஏற்புடையதாக உள்ளது.

நிருக்தம்

'சொல்லிற்கான பொருளைக் கூறுவது நிருக்தம்' (Lakshman Sarup, 1920:13). இது நிகண்டில் கூறப்பட்டுள்ள வேதத்தின் பொருள் விளங்கா அரிதான சொற்களுக்குப் பொருள் கூறுகிறது. 'நிகண்டில் உள்ள சொற்களுக்குப் பொருள் வழங்குவதால் இது நிகண்டுவின் உரை நூலாக அறியப்படுகிறது' (Belvalkar, 2004:6). இது முழுக்க முழுக்க நிகண்டுடனும், வேதத்துடன் தொடர்புடைய ஒன்றாகவே அமைந்துள்ளது.

திவாகரம் சொற்பொருளைத் தொகுத்துக் கூறும் நூல். இதில் ‘செய்யுள் வழக்கு, உலகியல் வழக்கு முதலிய சொற்கள் தொகுத்துக் கூறப்படுகின்றன’ (மு. அருணாசலம், 2005:72). எனவே, நிகண்டு, நிருக்தம், திவாகரம் ஆகிய நூல்களுக்கிடையில் அடிப்படையிலே இவ்வாறான மிகுந்த வேறுபாடும், தனித்தன்மையும் அமைந்துள்ள நிலையில் திவாகரர், ஒருபொருள் பலசொற்களைக் குறிக்கும் நைகண்டுகம் (நிகண்டு) என்பதையும், நிருக்தம் என்ற பெயரையும் தன் நூலிற்கு எவ்வாறு ஏற்பார். வடமொழியில் தொண்ணூற்று ஒன்பது விழுக்காடு குறிப்பாக நிருக்தத்திற்குப் பிறகு, கிடைக்கும் நிகண்டு வகை நூல்களுக்குக்கு நிகண்டு என்றோ நிருக்தம் என்றோ பெயர் சூட்டப்பெறவில்லை. ஆகவே, நிகண்டு, நிருக்தம் ஆகியவற்றின் நோக்கம், பொருள் அமைப்பு முறை, தனித்தன்மை முதலியவற்றுடன் முழுக்க முழுக்க வேறுபட்ட நிலையில் அமைக்கப்பெற்ற திவாகரத்திற்குத் திவாகரர் அப்பெயர்களை (நிகண்டு, நிருக்தம்) வைக்கவில்லை. ‘நிகண்டு எனும் சொல் வேறு ஒரு நோக்கில் வேறு ஒரு பொருளில் ஆளப்பட்டமையால் அதை நூற்பெயராய் திவாகரர் ஆளவில்லை’ என்று மாதையன் கூறுவதற்கான வேறு ஒரு நோக்கு என்பது இதுவே ஆகும். ‘வேத வழக்கை ஆராயும் நிருக்தம் என்பதற்கும் தமிழில் உள்ள சொற்களஞ்சியத்தை ஆராயும் தன்னுடைய நூலுக்கும் மாறுபாடு இருப்பதும் கருதியே திவாகரர் வடமொழிப் பெயரைச் சூட்டாமல் இருந்திருக்க வேண்டும்’ என்று சண்முகம் கருதுவது பொருத்தப்பாடுடையதே எனலாம். ‘வைதிக சமயத்தவர் வேதத்தின் அங்கத்திற்குக் கூறிய பெயரைத் தாம் (திவாகரர்) முதன் முதலாக இயற்றுகின்ற நூலுக்குப் பெயராக அமைத்துக்கொள்ள விரும்பவில்லை’ என்று மு. அருணாசலம் கூறும் சமயம் தொடர்பான காரணம் பொருத்தமாக அமையவில்லை என்பதை மேற்சுட்டிய விளக்கத்தின் அடிப்படையில் அறிய முடிகிறது.

சுவடிகள்

திவாகர நிகண்டின் சுவடிகள், கையெழுத்துப் பிரதிகள் இந்தியாவின் பல்வேறு பகுதிகளில் உள்ள நூலகங்கள், பல்கலைக் கழகங்கள் முதலியவற்றில் கிடைக்கின்றன.

(மு. சண்முகம் பிள்ளை, இ. சுந்தரமூர்த்தி ஆகியோரின் திவாகரம் (1990–93) பதிப்பு நூலில் உள்ளதை அடியொற்றிக் கீழ்க்காணும் விவரம் கொடுக்கப்பட்டுள்ளது)

சுவடிகள்: கேரளப் பல்கலைக்கழகச் சுவடி நிலையத்தில் ஏழு, தஞ்சை சரஸ்வதி மஹால் நூலகத்தில் ஏழு, கல்கத்தா தேசிய நூலகத்தில் – இருபத்தியேழு, உ.வே. சாமிநாதையர் நூல் நிலையத்தில் ஒன்று, மதுரைத் தமிழ்ச்சங்கத்தில் மூன்று,

மு. அருணாசலம் பிரதி இரண்டு, வே. ரா. தெய்வசிகாமணிக் கவுண்டர் தொகுப்பு ஒன்று என மொத்தம் 48 சுவடிப் பிரதிகள் கிடைக்கின்றன.

கையெழுத்துப் பிரதிகள்: மு. ராகவையங்கார் கையெழுத்துப் பிரதி (நூல் முழுமையும் பாடபேதக் குறிப்புடன் கூடியது), வையாபுரிப்பிள்ளையின் முதல் எட்டுத் தொகுதி, வையாபுரிப்பிள்ளையின் பெயர்த்தொகுதி, வையாபுரிப்பிள்ளை யின் பாடபேதக் குறிப்புடன் கூடிய புத்தகம் எனச் சில கையெழுத்துப் பிரதிகள் கிடைக்கின்றன.

பதிப்புகள்

கிடைக்கப்பெறும் நிகண்டுகளில் முதன்மையானதாகத் திகழும் திவாகர நிகண்டின் 'முதற் பத்துத் தொகுதி தாண்டவராய முதலியாரால் பதிப்பிக்கப்பெற்றுள்ளது' (வையாபுரிப் பிள்ளை, 1982:xxvi). வ. ஜெயதேவன், இதற்கு முன்பு '1819 மற்றும் 1828ஆம் ஆண்டுகளில் பதிப்பிக்கப் பெற்றதாகக் குறிப்பிடுகிறார்' (1985:197−199). 'இச்செய்தி நம்பத்தகுந்தவையாக இருந்தால் அறியப்பெறும் திவாகரப் பதிப்புகளில் இதுவே காலத்தால் முந்தையது ஆகும்' (மா. சற்குணம், 2002:138). 'தாண்டவராய முதலியார் 1835இல் பதிப்பித்தது முதல் எட்டுத் தொகுதிகளே' (இ. சுந்தரமூர்த்தி, 2010:155). மு. சண்முகம் பிள்ளை, மா. சற்குணம் முதலியோரும் இதனையே குறிப்பிடுகின்றனர். ஆனால், வையாபுரிப்பிள்ளையும் (1982). சுந்தர சண்முகனாரும் (1965:103) பத்துத் தொகுதிகள் என்று குறிப்பிட்டுள்ளனர். ஏனெனில் 1839இல் 9, 10ஆம் தொகுதிகளைச் சென்னைக் கல்விச் சங்கத்து வித்துவான் பு. நயநப்ப முதலியார் பதிப்பித்து வெளியிட்டுள்ளார். மீதமுள்ள இரண்டு தொகுதிகளும் பின்னர் வெளியிடப்படும் என்று இப்பதிப்பில் குறிப்பிடப்பெற்றுள்ளது தெரிகிறது. இவ்விரண்டு கருத்துகளுக்கும் பதிப்புகள் சரியாகக் கிடைக்காததே காரணம் ஆகும்.

இதனைத் "தாண்டவராய முதலியார் அச்சிட்டது முதல் எட்டுத் தொகுதிகளே. அவர் தமது வேலையின் நிமித்தம் விசாகப்பட்டினத்திற்குச் சென்று தங்க நேர்ந்தமையால் தொடர்ந்து அவரால் அச்சு வேலைகளைக் கவனிக்க இயலவில்லை. இச்செய்தி அவர் கல்விச்சங்கத்துப் புத்தக பரிபாலகராகிய கொற்றமங்கலம் இராமசாமிப் பிள்ளைக்கு எழுதிய கடிதத்தால் தெரியவருகிறது. எட்டுத் தொகுதியைத் தொடர்ந்து ஒன்பது பத்தாம் தொகுதிகளைக் கல்விச்சங்கத்து வித்துவானாயிருந்த பு. நயநப்ப முதலியார் பரிசோதித்து முதல் பத்துத் தொகுதிகள் வரையில் ஒரு தொகுதியாக 1839ஆம் ஆண்டு வெளிப்படுத்தினார்.

'மற்றையிரண்டு தொகுதிகளும் பின்னர் வெளிப்படுத்தப்படும்' என்னும் குறிப்பும் இப்பகுதியில் காணப்படுகிறது. இதன்படி எஞ்சிய இரு தொகுதிகளும் திவாகரத்தின் இரண்டாம் தொகுதியாக அடுத்து அச்சிட்டு வெளிப்படுத்தியிருத்தல் கூடும். அந்தப் பதிப்பு கிட்டாமையால் சரியான ஆண்டு விவரம் குறிக்க இயலவில்லை" என்று மு. சண்முகம் பிள்ளை, இ. சுந்தர மூர்த்தி கூறுவதன் மூலம் தெரிகிறது (1990, ப. xliv).

1839இல் வெளிவந்த சேந்தன் திவாகரம் 245 பக்கங்களைக் கொண்டுள்ளது. இது சென்னைப்பட்டினத்தில் தி. விசாகப் பெருமாளய்யரது கல்வி விளக்க அச்சுக் கூடத்தில் அச்சிடப் பெற்றுப் பதிப்பிக்கப்பெற்றதெனத் தெரிகிறது. மீதமுள்ள இரண்டு தொகுதிகளும் சேர்த்து 184 ... (0) இல் வெளிவந்துள்ளன. மேலும், 1868, 1886, 1917, 1923, 1924. . . என்று தொடர்ந்து 2008 வரை திவாகர நிகண்டின் பதிப்புகள் வெளிவந்துள்ளன. இந்நிகண்டின் தெய்வப்பெயர்த் தொகுதி மட்டும் பல பதிப்புகளைப் பெற்றுள்ளது. 'ஏறக்குறைய 13 பதிப்புகள் வெளிவந்துள்ளன' (ச.வே.சு, 2008, தொ. 1:16) இதுவரை வந்துள்ள பதிப்புகளில் 1990−93ஆம் ஆண்டுகளில் சண்முகம் பிள்ளை, சுந்தரமூர்த்தி ஆகியோர் பதிப்பித்த செம்பதிப்பே மிகச்சிறந்த பதிப்பாகக் கருதப்படுகிறது.

'தமிழ் நிகண்டு வரலாறும் திவாகரமும்' எனும் தலைப்பின்கீழ் விளக்கப்பட்ட கருத்துகள் பின்வருமாறு அமைந்துள்ளன. தமிழில் சொற்பொருள் உரைக்கும் நூல்கள், உரிச்சொல் என்ற பெயராலும் நிகண்டு என்ற பெயராலும் அழைக்கப்பெற்று வந்துள்ளன. சொற்பொருள் விளக்கத் தனிவகையான நூல் தோன்ற திவாகரம் அடிப்படையாக இருந்துள்ளது. ஆசிரியரின் வாழ்விடம், பெயர் குறித்தான தகவல்கள் போதிய சான்றின்மை யால் தெளிவில்லாமல் உள்ளன. திவாகரர், சமணர் என்றும், சைவர் என்றும் இனங்காணப்படுகிறார். இவர் மூன்று வகையான காலத்தவராகக் கருதப்படுகிறார். ஆயினும், தமிழ்ச் சூழலில் கி.பி. 9ஆம் நூற்றாண்டு என்பது பெரும்பான்மையாக ஏற்கப்படு கிறது. ஆட்சி மாற்றம், பிறமொழிக் கலப்பு, சமய எழுச்சி முதலியவற்றின் பின்புலத்தில் திவாகரம் தோன்றியுள்ளதாகத் தெரிகிறது. திவாகரத்தில் அமைந்துள்ள காப்புச் செய்யுள் பகுதி ஆசிரியர்தான் எழுதினாரா என்ற ஐயத்திற்குரியதாகவே உள்ளது. திவாகரம், சேந்தன் திவாகரம் என்ற இரண்டு பெயர்கள் திவாகரத்திற்கு வழங்கிவரும் சூழலில் அயோத்திதாசர் இந்நூலை முன்கலை திவாகரம் எனும் பெயரால் குறிப்பிட்டுள்ளார். இதனால், திவாகர நிகண்டு, முன்கலை திவாகரம் எனும் பெயராலும் அழைக்கப்பெற்று வந்துள்ளது தெரிகிறது. திவாகரரும்

பிங்கலரும், வேதாங்கத்தில் கற்பம் என்பதற்கு இணையாக நிகண்டு என்பதை ஆண்டுள்ளனர். ஆகையால், நிருக்தம், நிகண்டு என்ற பெயர்களைத் திவாகரர் ஏற்கவில்லை என்ற கருத்து ஏற்கத்தக்கதாக அமையவில்லை. நிகண்டு என்பதற்கு மாறாகக் கற்பம் என்பது பிழையாக வந்துள்ளதே ஏற்புடையதாகத் தெரிகிறது. நிருக்தமும் நிகண்டும் திவாகரத்திலிருந்து முற்றிலும் வேறுபட்ட நிலையில் அமைந்திருப்பதால் அப்பெயர்களைத் திவாகரர் தன் நூலிற்குச் சூட்டவில்லை. திவாகரத்தின் பதிப்பு வரலாறு தெளிவின்றிக் காணப்படுகிறது. எனவே, பதிப்புகள் தொடர்பாகப் பல்வேறு கருத்துகள் அமைந்துள்ளன. திவாகர நிகண்டு, முழுமையாகவும் தனித்தனித் தொகுதிகளாகவும் பதிப்புகளைப் பெற்றுள்ளது.

அடிக்குறிப்புகள்

1. திருவிதாங்கூர் பல்கலைக் கழகத்தில் தமிழ் இலக்கிய சரித்திரத்தில் காவிய காலம் என்ற தலைப்பில் விரிவான சொற்பொழிவை *1949*ஆம் ஆண்டு சனவரி *24* முதல் *29* முடிய நிகழ்த்தினார். இவரது மறைவிற்குப் பின்பு இதன் திருத்திய வடிவம் *1957*இல் வெளிவந்தது (இராம. சுந்தரம், *1993:9*).

2. பாடவேறுபாடு

சைவ சித்தாந்த நூற்பதிப்புக் கழக வெளியீடு (1958). மு. சண்முகம் பிள்ளை, இ. சுந்தர மூர்த்தி ஆகியோரின் சென்னைப் பல்கலைக் கழக வெளியீடு (1990–93). திவாகரம்	க. அயோத்திதாசரை ஆசிரியராகக் கொண்டு வெளிவந்த தமிழன் இதழ் (1907–1914)
வள்ளுவன், சாக்கை, எனும் பெயர் மன்னர்க்கு/ உள்படு கருமத் தலைவர்க்கு ஒன்று (மக். பெ. தொ. 189)	வள்ளுவர் சாக்கைய்ரெனும் பெயர்மன்னர்க்/ குள்படு கருமத் தலைவர்க்கொக்கும் (1908, நவம்பர் 11, 2(22), 3.
சுருதி, மறை, சாகை, எழுதாக் கிளவி ஆதிநூல் என்ப வேதநூல் பெயரே (ஒலி. பெ. தொ. 1825) ஞான பாகையும், கரும பாகையும் ஆயிரு பாற்பொருள் வேதநூற்கே (ஒலி. பெ.தொ. 1826)	ஆதிநூ லெழுதாக்கேள்வியாரண மொத்துசாகை/ யேதமில் சுருதி தன்னோடிருக்கிவை யேழும் வேதம்/ வேதநூற் பொருளினாமம் விதித்திடு ஞானபாகை/ ஆதியாங் கருமபாகை அறுத்தபாகையுமாமென்ப . (1908, செப்டம்பர் 09, 2(13), 1.

சாத்வித ஞானம், தவம், மெய்மை, நல்லருள்/(ஆர்த்த) மோனமோடு ஐம்புல நடக்கம் (பல். கூ. ஒ. தொ. 2309)	சாத்துவித, ஞானந், தவ, முண்மெய், நல்லபாளார்த்த மோனடே டைம்புலனடக்கல் சத்துவமாகும்.
தானம், தவமே, தருமம் பேணல், ஞானம், கல்வி, நலனிவை தெரிதல் ஈனம் இல்லா இராசத குணமே (பல். கூ. ஒ. தொ. 2310)	தானந்தவமே, தருமம்பேணன், ஞானக்கண் நலநிவை தெரித லீனமில்லாவிராசத குணமே.
தாமதம் நிறைபே ருண்டி, மடி, வஞ்சம்/ காமம், நீதிகேடு, உறக்கம், கலமே (பல் .கூ. ஒ. தொ. 2311)	தாமத, நிறைபே, ருண்டி வஞ்சங், காம, பீதி கேடுமுறக்கம் நாம வடிவே தாமத மாகும் (1907, ஜுலை 17, 1(5), 1

3. கற்பங் கைசந் தங்கா லெண்கண்
   தெற்றெ னிருத்தஞ் செவிசிக் கைமூக்
   குற்ற வியாகர ணமுகம் பெற்றுச்
   சார்பிற் றோன்றா வாரண வேதக்
   காதி யந்த மில்லையது நெறியெனும் (மணி. 27: 101–105)

4. ஆறு அங்கம் மந்திரம், வியாகரணம், நிகண்டு
   சந்தோ பிசிதி, நிருக்தம், சோதிடம் (பல். கூ. ஒ. தொ. 2371)

5. ஆறங்கஞ் சிகை கற்ப மாம்வியா கரணம் மற்றும்
   வீறிய நிருத்தஞ் சந்தோ விசிதஞ் சோதிடம் என்றாகும்
   கூறிடுங் கொடிய காமங் குரோதமே யுலோபம் மேகம்
   பாறிய மதங்க ளேமாற் சரியமுட் பகைஆ றென்ப
   (பல். கூ. ஒ. தொ. 1089)

நிருக்தம் – திவாகரம் பொருட்புல வகைப்பாடு: ஒப்பீடு

இந்திய மொழிகளில் தொன்மையான மரபிலக்கணங்களும் செவ்விலக்கியங்களும் உள்ளன. அவை மரபு சார்ந்த ஓர் அமைப்பு முறையினைக் கொண்டுள்ளன. ஒரு வரையறைக்கு உட்பட்ட ஒழுங்கினையும் நெறிமுறைகளையும் கொண்ட மரபுசார் தன்மையில் உள்ள நூல்களின் முறைமைகள் இந்திய மொழி ஆக்கங்களில் இழை யோடிக் கிடக்கின்றன. இதனைத் தமிழ், சமஸ்கிருத நிகண்டுகளிலும் காணலாம். ஒவ்வொரு நூலும் ஏதாவதொரு பொருண்மையை உள்ளடக்கியதாய் அமைந்திருக்கும். அத்தன்மையில் நிகண்டு நூல்கள், சொற்பொருள் விளக்கம் கூறுவதையே முதன்மை யாகக் கொண்டுள்ளன.

ஒரு சொல்லின் பொருளும் அப்பொருளுடன் தொடர்புடைய பிற பொருள்களும் இணைந்து ஒரு பொருட்களத்தை உருவாக்குகின்றன. தொடர்புடைய பொருள்களைக் காட்டும் சொற்கள் எல்லாம் சேர்ந்து ஒரு சொற்களத்தை உருவாக்கு கின்றன. இப்படிச் சொற்களத்தால் சுட்டப்படுகின்ற பொருட்பரப்பைப் பொருட்களம் எனலாம். பொருட்களங்கள் சொற்பொருள்களினிடையே காணப்படும் உறவுகளின் மூலம் தோன்றுகின்றன.

அறிவையும், சிந்தனைப் பரப்பையும் பல கூறுகளாய்ப் பிரித்து, கருத்துகளாக மாற்றி அவற்றின் எல்லைகளை வரையறை செய்யும்போது கருத்துக்கூறுகள் உருவாகின்றன. அவை, ஒலித்தொடர்களோடு இணைக்கப்படும்போது சொல்லாக்கமும், பொருளாக்கமும் மொழியில் ஏற்படுகின்றன. 'சொற்கள் குறிக்கின்ற கருத்துக் கூறுகளை ஒன்றாக நிறுத்தி ஒரு கருத்துப் பரப்பை ஏற்படுத்தலாம். அந்தக் கருத்துப் பரப்பைக் கருத்துக்களம் அல்லது பொருட்களம் என்றும் அழைக்கலாம். பொருண்மைக் களத்தைக் குறிக்கும் வகையில் தொடர்பு நிலையில் அமையும் சொற்களைத் தொகுத்து நிறுத்தும்போது தோன்றும் சொற்பரப்பு, சொற்களம், சொற்குவியல் அல்லது சொற்றொகுதி என்று அழைக்கப்படும்' (செ. சண்முகம், 1989:159).

சொற்றொகுதியில் அங்கம் வகிக்கும் சொற்களின் பொருள் அடிப்படையில் சமூகம் சார்ந்த சொற்றொகுதி, மக்கள் சார்ந்த சொற்றொகுதி, மொழி சார்ந்த சொற்றொகுதி எனச் சொற்றொகுதிகளை வகைப்படுத்தலாம். இவற்றில் அமையப் பெறும் சொற்கள் இணையும்போது மாந்தவியல் தொடர்பான மனம், செயல் முதலிய சொற்கள் சிறு பொருட்புலமாக உருவாகி, குறிப்பிட்ட ஒரு வகைச்சொற்கள் ஒரு தொகுதியாய் உருவாகின்றன. அவை ஒருபொருள் பலசொற்களான தெய்வம், மக்கள், விலங்கு, மரம் பண்பு என்பன போன்ற பொருட்புலங்களில் உருவாகின்றன. சிறுசிறு பொருட்புலங்களான புத்தன், அருகன், சிவன், திருமால் என்ற தனித்தனிச் சொற்களின் பொருட்புல வகைப்பாடு உருவாகி இவை தொகுத்தமைத்து தெய்வம் என்ற ஒரு பொருட்புலத்தில் அடங்குகின்றன. இவ்வாறான சிறுசிறு பொருட்புலத்தில் உருவான சொற்கள் வகைப்படுத்தப்பட்டுத் தொகுத்தமைப்பதால் பெரும் பொருட்புலச் சொற்றொகுதிகள் உண்டாகின்றன. இப்புலங்கள், ஒருபொருள் பலசொல், பலபொருள் ஒருசொல் எனும் பிரிவினுள் நிருக்தம், திவாகரம் ஆகிய நூல்களுள் காணப்படுகின்றன. இவ்வாறு, இந்நூல்களில் அமையப்பெற்ற பொருட்புல வகைப்பாடு எவ்வாறான சிறப்பினையும் தாக்க உறவினையும் கொண்டு அமைந்துள்ளது என்பதை இவ்விரு நூல்களின் பொருட்புல வகைப்பாட்டை அடிப்படையாகக் கொண்டு ஒப்பிட்டு விளக்குவது இன்றியமையாததாகிறது.

நிருக்தம், திவாகரம் நூல்களின் பொருட்புல வகைப்பாடு எவ்வாறு அமைந்துள்ளது என்பதை அறியும் நோக்கில், இரண்டு நூல்களையும் ஒப்பிடுவது இப்பகுதியின் நோக்கமாக அமைகின்றது. இதனை அறிய, கீழ் வரும் பிரிவுகளாக இப்பகுதி பகுக்கப்படுகிறது.

- அமைப்பு
- பொருண்மை
- கருத்து விளக்கமுறை
- ஒற்றுமை வேற்றுமை

அமைப்பு

நிருக்தம், திவாகரம் நூல்களில் அமைந்துள்ள ஒட்டுமொத்தப் பொருண்மையும் எவ்வமைப்பைக் கொண்டு வகைப்படுத்தப்பட்டுள்ளது; உட்பொருட்கூறுகள் எவ்வடிவில் அமைக்கப்பட்டு வெளிப்படுத்தப்பட்டுள்ளன; மொழிசார்ந்த மரபு நிலையிலான அமைப்புமுறை எத்தன்மையதாய் அடக்கம் பெற்றுள்ளது; நூல்களின் சமூகப் பண்பாட்டுக்குரிய சிறப்புக் கூறுகளாக எவையெவை இடம்பெற்றுள்ளன என்பவற்றை நூல்களின் அமைப்பு ஒப்பீடு மூலம் அறியலாம்.

நிருக்தத்தின் அமைப்பை விளக்கும் இப்பகுதியில் முறையாக நிகண்டின் அமைப்பும் நிருக்தத்தின் அமைப்பும் விளக்கப்படுகின்றன.

நிகண்டு: அமைப்பு

நிகண்டில் உள்ள சொற்களுக்கே நிருக்தம் பொருள் கூறுவதால் முதலில் நிகண்டின் சொற்பொருள் அமைப்பைக் காணுதல் இன்றியமையாததாகிறது. நிகண்டு ஐந்து அத்தியாயங் களைக் கொண்டுள்ளது.

1. *முதல் மூன்று அத்தியாயங்கள் ஒருபொருள் பலசொற்களைக் கூறுகின்றன.*
2. *நான்காம் அத்தியாயம் பலபொருளுள்ள தனிச் சொற்களைக் கூறுகின்றது.*
3. *ஐந்தாம் அத்தியாயம் தேவதைகள் பற்றிய சொற்களைக் கூறுகின்றது.*

இம்மூன்று பொருட்பரப்பைக் கொண்டே நிகண்டு அமைந்துள்ளது. இதனுள் பல்வேறு பொருட்புல வகைப்பாட்டின் அடிப்படையில் சொற்கள் அமையப்பெற்றுள்ளன. இவற்றிற்குச் சொற்பொருள் விளக்கம் நிருக்தத்தில் தரப்பட்டுள்ளது. இங்கு நிகண்டின் சொற்கள் மட்டுமே குறிப்பிடப்படுகின்றன.

நிகண்டின் முதல் அத்தியாயத்தில் ஒருபொருள் பலசொற்கள் கூறப்பட்டுள்ளன. அவை வருமாறு: நிலம் – 21, பொன் – 15, ஆகாயம் – 16, வானத்திற்கும் சூரியனுக்கும் பொதுப்பெயர் – 6,

கதிரவன் – 15, திசைகள் – 8, இரவு – 23, விடியற்காலம் – 16, பகல் – 12, மேகம் – 30, சொல் (வாக்கு) – 57, நீர் – 101, நதி – 37, குதிரை – 26, பெயர்ச்சொல்லோடு சேர்ந்து வருவன – 10, ஒளிர்வதன் வினைச்சொல் – 11, தேசுடையன – 11.

நிகண்டின் இரண்டாம் அத்தியாயம் ஒருபொருள் பலசொற்களைக் கொண்டுள்ளது. அவை வருமாறு: செய்கை – 26, மகவு – 15, மனிதன் – 25, கைகள் – 12, விரல்கள் – 21, விரும்புவதென்பதின் வினைச் சொற்கள் – 18, உணவு – 28, உண்ணுதலின் வினைச்சொற்கள் – 10, வலிமை – 28, செல்வம் – 28, பசு – 9, கோபிப்பதின் வினைச் சொற்கள் – 10, கோபம் – 10, செல்வது என்பதின் வினைச்சொல் – 122, விரைவு – 26, அருகாமை – 11, போர் – 46, பரவுதலின் வினைச்சொல் – 10, கொல்வதின் வினைச் சொற்கள் (வதம்) – 33, வஜ்ராயுதம் – 18, அடக்கியாள்வதின் வினைச்சொல் – 4, அடக்கி ஆளுபவனின் பெயர்கள் – 4.

நிகண்டின் மூன்றாம் அத்தியாயத்திலும் ஒருபொருள் பலசொற்கள் இடம்பெற்றுள்ளன. அவை வருமாறு: பலவின் பெயர்கள் – 12, சிறியது – 11, பெரியது – 25, வீடு – 22, பணிவிடை பற்றிய வினைச்சொல் – 10, இன்பம் – 20, உருவம் – 16, புகழத்தக்கது – 10, அறிவு – 11, உண்மை – 6, பார்ப்பதின் வினைச்சொல் – 8, நான்குவிதச் சொற்களிலும் படிக்கப்பட்டவை (ஸர்வபதம்) – 9, உவமைகள் – 12, துதிப்பதின் வினைச்சொல் – 43, அறிவாளி (மேதாவி) – 24, துதிப்பவன் – 13, யாகம் – 15, யாகத்தைச் செய்விப்பவன் – 8, இரங்கலின் வினைச்சொல் – 17, கொடுத்தலின் வினைச்சொல் – 10, விரும்பிக் கொடுத்தலின் வினைச்சொல் – 4, தூங்குவன உணர்த்தும் வினைச்சொல் – 2, கிணறு – 14, திருடன் – 14, வெளிவந்துள்ளன, மறைந்துள்ளவை – 6, தொலைவு – 5, பழமை – 6, புதுமை – 6, ஒருபொருள் குறித்த இரண்டு சொற்கள் – 26, வானம், பூமி ஆகியவற்றை இணைத்துக் குறிக்கும் பெயர்கள் – 24.

நிகண்டின் நான்காவது அத்தியாயம் பல பொருள்களை உணர்த்தும் சொற்களைத் தொகுத்துரைக்கின்றது. அதாவது, பல பொருள்களைக் கூறும் பல சொற்களின் தொகுப்பாக இது அமைந்துள்ளது. இது பல்வேறு பொருண்மையைக் கொண்டு அமையப்பெற்றுள்ளதால் பல்பொருள் என்ற பொருட் தலைப்பை மட்டும் பெற்றுள்ளது. நிகண்டில் குறிப்பிட்டுள்ள சொற்கள் அப்படியே இங்குப் பல்பொருள் சொற்கள் என்று எடுத்தாளப்படுகின்றன. அவை வருமாறு: ஜஹா (Jahā), நிதா (nitā), ஸிதாம (sitāma), மேஹநா (mēhanā), தமூநா: (tamūnā), மூஷ:

(Mūṣa), இஷிரேண (Iṣirēṇa), குருதந (kurutana), ஜடரே (jaṭarē), திதஉ (tita'u), ஸிப்ரே (siprē), மத்யா (matyā), மந்தூ (mantū), ஈர்மாந்தாஸ: (īrmāntāsa), காயமாந:(Kāyamāna), லோதம் (Lōtam), ஸீரம் (sīram), வித்ரதே (vitratē), த்ருபதே (trupatē), தூக்வநி (tūkvani), நம்ஸந்தே (namsantē), நஸந்த (nasanta), ஆஹநஸ: (āhanasa), அத்மஸத் (Atmasat), இஷ்மிண: (iṣmiṇa), வாஹ: (Vāha), பரிதக்ம்யா (Paritakmyā), ஸுவிதே (suvitē), தயதே (tayatē), நுசித் (nucit), நூச (nūca), தவநே (tavanē), அகூபாரஸ்ய (akūpārasya), சிசீ(ஸிஸீ)தே (cicī(sisī)tē), ஸுதுக: (sutuka), ஸுப்ராயணா: (Suprāyaṇā), அப்ராயுவ: (Aprāyuva), ச்யவந: (Cyavana) ரஜ: (Raja), ஹர: (Hara) ஜுஹுரே (Juhurē), வ்யந்த: (vyanta) க்ராண: (Krāṇa), வாசீ (Vācī,), விஷ்ண: (viṣṇa), ஜாமி: (Jāmi), பிதா (Pitā), சம்யோ: (camyō), அதிதி: (Atiti), ஏரிரே (Ērirē), ஜஸுரி: (jasuri), ஜரதே (Jaratē), மந்திநே (mantinē), கௌ: (kau), காது: (Kātu), தம்ஸய: (Tamsaya), தூதாவ (Tūtāva), சயஸே (cayasē), வியுதே (viyutē), ருதக் (rutak), அஸ்யா: (asyā), அஸ்ய (Asya).

ஸஸ்நிம் (Sasnim), வாஹிஷ்ட: (vāhiṣṭa), தூத: (Tūta) வாவசாந: (Vāvacāna) வார்யம் (Vāryam), அந்த: (anta) அஸச்சந்தி (Asaccanti), வநுஷ்யதி (vanuṣyati), தருஷ்யதி (taruṣyati), பந்தநா: (pantanā), அஹந: (Ahana), நத: (Nata), ஸோமோ அக்ஷா: (Sōmō akṣā), ச்வாத்ரம் (Cvātram), ஊதி: (ūti), ஹாஸமாநே (Hāsamānē), பட்பி: (paṭpi), ஸஸம் (Sasam), த்விதா (tvitā), வ்ரா: (vrā), வராஹ: (Varāha), ஸ்வஸராணி (Svasarāṇi), சர்யா: (caryā), அர்க: (Arka), பவி: (Pavi), வக்ஷ: (Vakṣa), தந்வ (Tanva), ஸிநம் (sinam), இத்தா (ittā), ஸசா (sacā), சித் (cit), ஆ (ā), த்யும்நம் (tyumnam), பவித்ரம் (pavitram), தோத: (tōta), ஸ்வஞ்சா: (Svañcā), சிபிவிஷ்ட: (Cipiviṣṭa), விஷ்ணு: (Viṣṇu), ஆக்ருணி: (Ākruṇi), ப்ருதுஜ்ரயா: (Prutujrayā), அதர்யும் (Ataryum), காணுகா (kāṇukā), அதரிகு: (atariku), ஆங்கூஷ: (Āṅkūṣa), ஆபாந்தமந்யு: (Āpāntaman'yu), ச்மசா (Cmacā), உர்வசீ (urvacī), வயுநம் (vayunam), வாஜஸ்பத்யம் (vājaspatyam), வாஜகந்த்யம் (vājakantyam), கத்யம் (katyam), கதிதா (katitā), கௌரயாண: (kaurayāṇa), தௌரயாண: (Taurayāṇa), அஹ்வயாண: (Ahvayāṇa), ஹரயாண்: (Harayāṇ), ஆரித: (Ārita), வ்ரந்தீ (Vrantī), நிஷ்பபீ (niṣpapī), தூர்ணாசம் (tūrṇācam), க்ஷும்பம் (kṣumpam), நிசும்புண: (nicumpuṇa), பதிம் (Patim), பாது: (pātu), வ்ருக: (Vruka), ஜோஷவாகம், க்ருத்தி: (krutti) (Jōṣavākam), ச்வகநீ (Cvakanī), ஸமஸ்ய (samasya), குடஸ்ய (kuṭasya), சர்ஷணி: (carṣaṇi), சம்ப: (Campa), கேபய: (Kēpaya), தூதுமாக்ருஷே (Tūtumākruṣē), அம்ஸத்ரம் (amsatram), காகுதம் (kākutam), பீரிடே (pīriṭē), அச்ச (acca), பரி (pari), ஈம் (īm), ஸீம் (sīm), ஏநம் (ēnam), ஏந்நம் (ēnnam), ஸ்ருணி: (sruṇi:).

ஆசுசுக்ஷணி: (Ācucukṣaṇi), *ஆசாப்ய* (Ācāpya), *காசி:* (kāci), *குணாரும்* (Kuṇārum), *அலாத்ருண:* (alātruṇa), *ஸலலூகம்* (Salalūkam), *கத்பயம்* (katpayam), *விஸ்ருஹ:* (visruha), *வீருத:* (Vīruta), *நக்ஷத்தாபம்* (Nakṣattāpam), *அஸ்க்ருதோயு:* (askrutōyu), *நிச்ரும்பா:* (Nicrumpā), *ப்ருபதுக்தம்* (Prupatuktam), *ர்ருதூதர:* (rrutūtara), *ருதூபே* (Rutūpē), *புலுகாம:* (pulukāma), *அஸிந்வதீ* (Asinvatī), *கபநா* (kapanā), *பாருஜீக:* (pārujīka), *ருஜாநா:* (Rujānā), *ஜூர்ணி:* (Jūrṇi), *ஓமநா* (Ōmanā), *உபலப்ரக்ஷிணீ* (upalaprakṣiṇī), *உபஸி* (upasi), *ப்ரகலவித்* (prakalavit), *அப்யர்த்தயஜ்வா* (apyarttayajvā), *ஈக்ஷே* (īkṣē), *க்ஷோணஸ்ய* (kṣōṇasya), *அஸ்மே* (asmē), *பாத:* (pāta), *ஸவீமநி* (Savīmani), *ஸப்ரதா:* (sapratā), *விததாநி* (Vitatāni), *ச்ராயந்த:* (crāyanta), *ஆசீ:* (Ācī), *அஜீக:* (Ajīka), *அமூர:* (Amūra), *சசமாந:* (Cacamāna), *தேவோதேவாச்யாக்ருபா* (Tēvōtēvācyākrupā), *விஜாமாது:* (vijāmātu), *ஓமாஸ:* (Ōmāsa), *ஸோமாநம்* (Sōmānam), *அநவாயம்கிமீதிநே* (anavāyamkimītinē), *அமவான்* (amavāṉ), *அமீவா* (amīvā), *துரிதம்* (turitam), *அப்வே* (apvē), *அமதி:* (amati), *ச்ருஷ்டீ* (Cruṣṭī,), *புரந்தி:* (puranti), *ருசத்* (Rucat), *ரிசாதஸ:* (ricātasa), *ஸுத்த்ர:* (Suttra), *ஸுவிதத்ர:* (Suvitatra), *ஆநுஷக்* (Ānuṣak), *துர்வணி:* (turvaṇi), *கிர்வணஸே* (Kirvaṇasē), *அஸுர்தே ஸூர்தே* (asurtē sūrtē), *அம்யக்* (amyak), *யத்ருச்மின்* (yatrucmiṉ), *ஜாரயாயி* (jārayāyi), *அக்ரியா* (akriyā), *சந:* (cana), *பசதா* (Pacatā), *சுருத:* (curuta), *அமிந:* (Amina), *ஜஜ்ஜதீ:* (Jajjatī), *அப்ரதிஷ்குத:* (Apratiṣkuta), *சாசதாந:* (Cācatāna), *ஸ்ருப்ர:* (Srupra), *ஸுசிப்ர:* (Sucipra), *ரம்ஸு* (Ramsu), *த்விபர்ஹா:* (tvipar’hā), *அக்ரா:* (Akrā), *உராண:* (Urāṇa) *ஸ்தியாநாம்* (Stiyānām), *ஸ்திபா:* (stipā), *ஜபாரு* (Japāru), *ஜரூதம்* (jarūtam), *குலிச:* (kulica), *துஞ்ஜ:* (Tuñja), *பர்ஹணா* (Par’haṇā), *ததநுஷ்டிம்* (tatanuṣṭim), *இலீபிச:* (ilīpica), *கியேதா:* (Kiyētā), *ப்ருமி:* (Prumi), *விஷ்பித:* (Viṣpita), *துரிபம்* (Turipam), *ராஸ்பிந:* (rāspina), *ருஞ்ஜதி:* (Ruñjati), *ருஜுநீதீ* (Rujunītī), *ப்ரதத்வஸூ* (pratatvasū), *ஹிநோத* (hinōta), *சோஷ்கூயமாண:* (cōṣkūyamāṇa), *சோஷ்கூயதே* (Cōṣkūyatē), *ஸூமத்* (sūmat), *திவிஷ்டிஷு* (tiviṣṭiṣu), *தூத:* (tūta), *ஜிந்வதி* (Jinvati), *அமத்ர:* (amatra), *ருசீஷம:* (Rucīṣama:), *அநர்சராதிம்* (Anarcarātim), *அநர்வா* (anarvā), *அஸாமி* (asāmi), *கல்தயா* (kaltayā), *ஜலஹவ:* (jalahava:), *பகுர:* (Pakura), *பேகநாடன்* (Pēkanāṭaṉ), *அபிதேதந* (apitētana), *அம்ஹூர:* (amhūra), *பத:* (Pata), *வாதாப்யம்* (Vātāpyam), *சாகன்* (cākaṉ), *ரதர்யதி* (rataryati), *அஸக்ராம்* (asakrām), *ஆதவ:* (ātava), *அநவபரவ:* (Anavaparava), *ஸதாந்வே* (Satānvē), *சிரிமபிட:* (cirimapiṭa), *பராசர:* (Parācara), *க்ரிவிர்ததி* (Krivirtati), *கரூலதி* (karūlati), *தந:* (tana), *சராரு:* (Carāru), *இதம்யு:* (Itamyu), *கீகடேஷு* (Kīkaṭēṣu), *புந்த:* (punta), *வ்ருந்தம்* (Vruntam), *கி:* (ki), *உல்பம்* (Ulpam), *ருபீஸம்* (rupīsam.).

நிகண்டின் ஐந்தாவது அத்தியாயம், பூமியில் உள்ள தேவதைகள் – 3, அக்னி – 31, பூமியை இருப்பிடமாகக் கொண்ட பொருள்கள் – 36, இடைவெளியை இருப்பிடமாகக் கொண்ட தெய்வங்கள் – 32, இடைவெளியை இருப்பிடமாகக் கொண்ட பொருள்கள் – 36, வானத்தில் உள்ள தெய்வங்கள் – 31 ஆகிய பெயர்களைப் பொருண்மையாகக் கொண்டமைந்துள்ளது.

நிருக்தம்: அமைப்பு

நிகண்டின் ஐந்து அத்தியாயங்களில் இடம்பெற்றுள்ள மேற்சுட்டிய சொற்கள், நிருக்தத்தின் பொருண்மைகளாக இடம்பெற்றுள்ளன. இவை மட்டும் அல்லாது யாஸ்கர், தான் சொற்பொருள் விளக்கத்திற்காக எடுத்தாண்டுள்ள சொற்களும் நிருக்தத்தில் இடம்பெற்றுள்ளன என்பதை இராமானுஜ தாதாசாரியர், "யாஸ்க நிருக்தத்தில் 1158 சொற்களுக்கு விளக்கம் கூறப்படுகிறது. அவற்றில் நிகண்டுச் சொற்களும் யாஸ்கர் தானாகவே மந்திரங்களிலிருந்து விளக்கத்திற்காக எடுத்துக் கொண்ட சொற்களும் சேர்ந்துள்ளன" என்று குறிப்பிடுவதன் மூலம் அறியலாம் (1973:6). நிருக்தத்தில் இடம்பெற்றுள்ள சொற்கள் எவ்வாறான அமைவினையும், வகைதொகைப் பிரிவுகளையும் கொண்டு, எவ்வாறான பொருட்புல வகைப் பாட்டில் சொற்பொருள் கூறுகின்றன என்பதை ஆராய்வது இன்றியமையாததாகிறது.

நிருக்தத்தின் முதல் அத்தியாயத்திலிருந்து இரண்டாம் அத்தியாயம் நான்காம் பாடம் வரை அறிமுகப் பகுதிகளாக அமைந்துள்ளன. நிருக்தம், சொற்களைப் பெயர்ச்சொல், வினைச்சொல், உபஸர்கம், நிபாதம் என்று நான்கு வகையாகக் கொண்டு இவற்றிற்கு இலக்கணம் கூறிப் பொருள் விளக்குகின்றது. எல்லாப் பெயர்களும் வினையிலிருந்தே உண்டாகின்றன என்ற நிருக்தக்காரர்களுடைய கொள்கையைப் பிறர் ஏற்காததை மறுத்து விளக்கி உரைக்கிறார் யாஸ்கர் (அத். 1.12,13). நிருக்தத்தின் தேவை (அத். 1.14,21) விளக்கப்படுகிறது. குத்ஸரின் மந்திரங் களுக்குப் பொருளில்லை என்ற கருத்து மறுத்துரைக்கப்படு கிறது (அத். 1.14,15). இதற்கடுத்து, சொற்பொருள் விளக்கத்தின் அடிப்படை கருத்துகள் கூறப்படுகின்றன. இதற்கு ஆறு வகையான விதிகளை வகுத்தளிக்கிறார் யாஸ்கர் (அத். 2.1). பிறகு, சொல்லுருவம் வழக்கில் சிதைந்து நிற்கிறதென்பது விளக்கப்படுகின்றது.

நிருக்தம், இரண்டாம் அத்தியாயம் ஐந்தாம் பாடத்தி லிருந்து மூன்றாம் அத்தியாயம் வரை, நிகண்டின் முதல் மூன்று அத்தியாயங்களில் அமைந்துள்ள சொற்களுக்குச் சொற்பொருள் உரைக்கின்றது. இதில் குறிப்பிட்ட முதன்மையான சொற்களுக்கு

மட்டும் விளக்கம் கூறப்படுகின்றது. இடையில் கதைகளும், சில எடுத்துக்காட்டுகளும் தரப்படுகின்றன. தந்தை உடைமைகளில் பெண்களுக்குச் சமபங்கு உண்டு என்ற கருத்தும் விளக்கப்படு கிறது (அத். 3.2).

நான்கு, ஐந்து, ஆறு ஆகிய அத்தியாயங்களில் நிகண்டின் நான்காம் அத்தியாயத்தின் அனைத்துச் சொற்களுக்கும் பல்பொருள் விளக்கம் அளிக்கப்படுகின்றது. 7இல் இருந்து 12ஆம் அத்தியாயங்கள் வரை நிகண்டின் ஐந்தாம் அத்தியாயத்தில் உள்ள சொற்கள், அவற்றைச் சேர்ந்த பொருட்கள் முதலியவை விளக்கப்படுகின்றன. இதில் அக்னி, இந்திரன், சூரியன் ஆகிய மூன்று தெய்வங்களை முதன்மையாகக் கொண்டு மற்ற தெய்வங்களைக் கூறும் சொற்களும் இத்தெய்வங்களையே குறிப்பிடுவதாக உரைக்கப்படுகின்றன.

மூன்று தெய்வங்களின் இருப்பிடங்கள், பங்குகள், புகழை அடிப்படையாகக் கொண்ட பெயர்கள் முதலியவை ஏழு, எட்டு, ஒன்பது, பத்து ஆகிய நான்கு அத்தியாயங்களில் வகுத்துரைக்கப்படுகின்றன. மந்திரங்களில் தெய்வத்தைக் கண்டறியும் வழி (அத். 7.1) கூறப்படுகிறது. ஒரு ரிஷி எந்த விருப்பத்தை மனதில் நிறுத்தித் தெய்வத்தைப் புகழ்கிறாரோ அதுவே, அந்த மந்திரத்தின் தெய்வம் என்று கூறுவதால், ரிஷிகள் தங்களுடைய மனதில் தோன்றும் பல கருத்துகளை அடிப்படையாகக் கொண்டு மந்திரங்களைக் கண்டுள்ளார்கள் என்பது கவனத்தில் கொள்ளத்தக்கதாகும். தெய்வங்கள் பெருமை உள்ளவர்கள். தாம் நினைத்தபடி இயங்குபவர்கள். அவர்களுக்கு அனைத்தும் அவர்களே. ஒரு தெய்வத்திடமிருந்து மற்றவர் உண்டாவதாகக் கூறுவதும், தன்னிடத்திலிருந்துதான் பெருமை என்ற ஒரு காரணத்திற்காகப் பிறப்பதாலும், ஒரே தெய்வத்துக்குப் பல பெயர்கள் உண்டாகின்றன என்பதும் நோக்கத்தக்கன. தேவதைகளுக்கான உருவம் பற்றி ஏழாம் அத்தியாயம் ஐந்தாம் பாடத்தில் விளக்கப்படுகிறது. பூமியை இருப்பிடமாகக் கொண்ட விலங்குகள் தொடர்பானவை ஒன்பதாம் அத்தியாயத்தில் விளக்கப்படுகின்றன. இடைவெளியை இருப்பிடமாகக் கொண்ட பறவை (பட்சி) முதலிய இவை தொடர்பானவை பத்து, பதினோராம் அத்தியாயங்களில் விளக்கப்படுகின்றன. பன்னிரண்டாம் அத்தியாயத்தில் வானத்தை இருப்பிடமாகக் கொண்ட தெய்வங்கள், தேவகணங்கள், தேவ பத்தினிகளின் மந்திரங்கள் விளக்கப்படுகின்றன. இனி, இவை தொடர்பான விரிவான விளக்கம் வருமாறு:

நிருக்தத்தில் அமைந்துள்ள பன்னிரண்டு அத்தியாயங்களும் முறையே கீழ்வரும் சொற்பொருளை விளக்குகின்றன.

- முதல் மூன்று அத்தியாயங்கள் ஒருபொருள் பலசொல்லை விளக்குகின்றன
- நான்கு, ஐந்து, ஆறு ஆகிய அத்தியாயங்கள் பலபொருட் சொற்களை விளக்குகின்றன
- ஏழு முதல் பன்னிரண்டு வரையுள்ள அத்தியாயங்கள் தெய்வத்தின் பெயர்களை விளக்குகின்றன.

முதல் அத்தியாயம்

நிருக்தத்தின் அறிமுகப் பகுதியாக முதல் அத்தியாயம் அமைந்துள்ளது. இதில் அமையும் பொருண்மைகளைக் கீழ்வரும் பிரிவுகளில் வகைப்படுத்தலாம்.

- நிகண்டு பற்றிய விளக்கம் தருவது
- சொற்கள் பற்றிய விளக்கம் தருவது
- பொருள் மாறுபாடு உபஸர்கம் பற்றிய பிறர் கூற்றுகளைத் தருவது
- வினைச்சொற்கள் பெயர்ச்சொற்களிலிருந்தே உருவாதல் குறித்தது
- மந்திரங்கள் பற்றிய விளக்கம் தருவது
- சொற்பொருள் எவ்வாறு விளக்கிக் கூறுவது என்பது

அத்தியாயத்தின் முதல் பாடம் (அத். 1.1) தொடக்கப்பகுதியில் நிகண்டு என்றால் என்ன, அப்பெயர் எவ்வாறு ஆயிற்று, ஏன் நிகண்டென்று அழைக்கப்படுகிறது என்பதற்கான விளக்கம் அளிக்கப்படுகிறது. மேலும், பெயர்ச்சொல் (நாமம்), வினைச்சொல் (ஆக்யாதம்), வினையைச் சிறப்பிக்கும் சொற்கள் (உபஸர்கம்), பல நோக்கமுள்ள அசைச் சொற்கள் (நிபாதம்) முதலான நான்கு வகைச்சொற்கள் கூறப்படுகின்றன.

உலகத்தைப் பின்பற்றி வேதத்திலும் செயல்கள் (கர்மாக்கள்) கூறப்படுகின்றன; மந்திரங்களும் உண்டாகின்றன. வார்ஷ்யாயணி என்பவர் பொருளில் (வஸ்துக்கள்), உண்டாதல், இருத்தல், மாறுபாடடைதல், வளர்தல், தேய்தல், அழிதல் என்ற ஆறு வகையான மாறுபாடுகள் இருந்துவருகின்றன என்கிறார். உபஸர்கங்கள் வினைச்சொல், பெயர்ச்சொற்களோடு சேர்க்கப்படாதபோது அதற்குத் தனித்த பொருளில்லை என்று சாகடாயநரும், சொற்களுக்குப் பல பொருள்கள் உண்டு எனக் கார்க்யரும் கூறுகிறார்கள். உபஸர்கம், பலதரப்பட்ட பொருளில் வரக்கூடியது. காட்டாக, அபி என்பது நோக்கி என்ற பொருளில் வருகிறது. ப்ரதி என்பது இதற்கு எதிரான

கருத்தைக் கொண்டது. அநு என்பது உவமையையும், பின் தொடர்வதையும் குறிக்கும். அபி என்பது தொடர்பானதைக் குறிக்கும். இதுபோன்று உபஸர்கத்திற்குப் பலவாறான பொருள்கள் உண்டு.

நிபாதங்கள்: பல பொருளில் வருவதால் நிபாதங்கள் என்று சில சொற்கள் பெயர் பெற்றன. இவை உவமையிலும், ஒன்று சேர்த்துக் கூறுவதிலும், செய்யுள் நடையை நிரப்புதலிலும் வருகின்றன. இவற்றில் நான்கு நிபாதங்கள் துவ, ந, சித், நு என்ற உவமைகளைக் குறிக்கின்றன. 'ந' என்பது இல்லை என்ற பொருளைத் தருகிறது. ஆனால், வேதத்தில் தடுத்தல் என்ற பொருளோடும், உவமையிலும் வருகின்றது. தொடரில் 'ந' என்ற நிபாதம் முதன்மையான சொல்லுக்கு முன் வந்தால் எதிர்மறையைக் குறிக்கும். பின் வந்தால் உவமையைக் குறிக்கும். காட்டாக, மதம் பிடித்தவர்கள் கள்ளுக்காகச் சண்டையிடுவது போல் என்பதில் பின் வந்த உவமையைக் குறிக்கின்றது (துர்மதா ஸோ ந ஸுராயம்). இங்கு நானும் நீயும் சேர்ந்து என்ற பொருளில் 'ச' என்ற நிபாதம் வந்துள்ளது (அஹம்ச த்வம்ச வ்ருத்ரஹந்). இதுபோன்று பலபொருளில் நிபாதம் வருவதாக அமையும்.

எல்லாப் பெயர்ச்சொற்களும் வினைச்சொல்லிருந்து வருகின்றன என்று சாகடாயநரும் நிருக்தக்காரர்களும் கூறுகின்றனர் (அத். 1.12). ஆனால், கார்க்யரும் வையாகரணர்களில் சிலரும் இதை ஏற்கவில்லை. இவர்களின் இக்காரணத்திற்கு யாஸ்கர், விளக்கம் தந்து பெயர்ச்சொற்கள் வினைச் சொற்களிலிருந்தே வருகின்றன என்கிறார் (அத். 1.14). கௌத்ஸர் என்பவர் மந்திரங்களுக்குப் பொருள் கிடையாது என்று காரணம் கூறுகிறார் (அத். 1.15). அதாவது, மந்திரங்களுக்குப் பொருளிருந்தால் பிராமணங்கள் எதற்கு? மந்திரங்கள் பொருத்த மில்லாத பொருளைத் தெரிவிக்கின்றன. முன்னுக்குப் பின் முரண்பட்ட கருத்தையும் கூறுகின்றன. புரியாத பொருளுள்ள சொற்கள் மந்திரங்களிலிருந்து வருகின்றன (அம்யக், யாத்ருச்மின், ஜாரயாயி காணுகா). இவற்றிற்கு யாஸ்கர் பதில் கூறுகிறார்; அதாவது, மந்திரங்கள் சொற்களின் வடிவில் இருந்து வருகின்றன; சொற்களுக்குப் பொருளுண்டு எனும் முறையில் மந்திரங்களுக்கும் பொருளுண்டே என்கிறார் (அத். 1.16).

இரண்டாம் அத்தியாயம்

முதல் அத்தியாயத்தில் தொடங்கிய நிருக்தத்தின் அறிமுகப்பகுதி, இவ்வத்தியாயத்தில் முதல் பாடத்திலிருந்து நான்காம் பாடம் வரையும் தொடர்ந்து முடிவடைகிறது.

முதல் பாடத்தில் நிர்வசநம் (சொல்லின் பொருளை விளக்கிக் கூறுவது) விளக்கப்படுகிறது. சொற்களுக்கு எப்படி, எச்சூழலில், எத்தன்மையில் பொருள் கூற வேண்டும் என்று உரைக்கப் பட்டுள்ளது. அதாவது, 'எந்த இடத்தில் பொருத்தமில்லாத பொருள் வருகின்றதோ, அங்குச் சொல்லிலக்கண முறையைக் கையாளாமல், ஏதாவது ஒரு முறையில் இடத்திற்குத் தகுந்த பொருளை வழங்க வேண்டும். இலக்கணம் தடுமாறும் இடத்தில் பொருள் கூறுவதை விட்டுவிடக் கூடாது. ஏதாவது ஒன்றின் காரணத்தால் பொருளைக் கூறிவிட வேண்டும். வேற்றுமை (விபக்தி), சொல்லிலக்கண முரண்பாடு வருமென ஐயுற்று, பொருளை ஆராயாமல் இருத்தல் கூடாது' (அத். 2.1) என்று எடுத்துரைக்கப்பட்டுள்ளது. இதனைத் தொடர்ந்து ஐந்தாவது பாடத்திலிருந்து நிகண்டுவில் உள்ள சொற்களுக்குப் பொருள் கூறுவது தொடங்குகிறது.

நிருக்தத்தின் சொற்பொருள் விளக்கம், நிகண்டின் முதல் அத்தியாயத்தில் முதல் பெயராக உள்ள இடப்பெயரைக் குறிக்கும் சொல்லைக் கொண்டு ஆரம்பமாகிறது. இதில் பூமியின் பெயர்களைக் குறித்துவரும் கௌ, க்ஷா, நிர்ருதி ஆகிய பெயர்கள் விளக்கப்படுகின்றன. கௌ (அத். 2.5) என்பது பூமி வெகு தூரம் பரவியிருப்பதாலும், அதன் மீது விலங்கு இனம் நடப்பதாலும் நடப்பது என்ற பொருளைக் கொண்டு பெயர் பெற்று வந்துள்ளது. விலங்கு இனம் இங்கு வாழ்வதாலும் க்ஷா (அத். 2.6) என்பது பூமியைக் குறிக்கிறது. மனிதர்கள் பூமியில் சுகத்தை அனுபவிப்பதால் பூமியானது நிர்ருதி (அத். 2.7) என்று சொல்லப்படுகிறது. இவை போன்று இருபத்தியொரு பெயர்கள் பூமியைக் குறித்து வந்துள்ளன. இப்பெயர்களை விளக்க எடுத்துக்கொண்ட பூமியைக் குறித்து வந்துள்ள ரிக்வேதப் பாடல்களில் உள்ள பிற சொற்களுக்கும் பொருள் கூறப்படுகின்றது (கௌ என்றால் பசு, பசுவிடமிருந்து உண்டான வஸ்துக்களையும் (தோல்), பாலையும் குறிக்கின்றது). கூறப்படும் சொற்களின் பொருள்கள் ஒருபொருள் பலசொல்லாகவும், பலபொருள் சொல்லாகவும் அமையப் பெற்றுள்ளன.

ஹிரண்யம் (பொன்) என்பதற்குப் பதினைந்து பெயர்கள் உள்ளன. ஹிரண்யம் (அத். 2.10) என்பது பொற்கொல்லனால் பல்வேறு உருவின் நீட்டப்படுவது என்பதனால் ஆவது. ஒருவரிட மிருந்து மற்றொருவருக்குக் கைமாறுகிறது. எல்லோராலும் விரும்பப்படுவது. மக்களுக்கு ஹிதமாகவும், ரமணியமாகவும் இருப்பது. ஹ்ரியதே (ஹரிக்கப்படுவது) என்பதாலாவது என்று ஐந்து வகையான பொருள்கள் இதற்குத் தரப்பட்டுள்ளன.

அந்தரிக்ஷம் (இடைவெளி) (அத். 2.10) என்பதற்குப் பத்துப் பெயர்கள் கூறப்பட்டுள்ளன. இப்பெயர் ஆகாயத்தில் தொடங்கி, பூமியை முடிவாகக் கொண்டிருப்பதால் ஏற்பட்டதாகும் அல்லது ஆகாயத்திற்கும் பூமிக்கும் இடைப்பட்டதாக நிற்பதால் உருவானதாகும். உடலுள் அழியாமல் இருப்பதாலும் வந்திருக்கலாம். பூமிக்கும் மேலுள்ள ஆகாயத்திற்கும், பூமியில் நீர் தேங்கி நிற்கும் இடத்திற்கும் ஸமுத்ரம் என்பது பெயராக உள்ளது.

சூரியனுக்கும் வானத்திற்கும் பொதுவான பெயர்கள் பகுதியில் சூரியனைக் குறித்துவரும் முதன்மையான சொற்கள் விளக்கப்படுகின்றன. ஆதித்யா (அத். 2.13) என்றால் ரஸத்தை எடுத்துக்கொள்கிறான்; ஒளியுள்ளவற்றின் ஜ்யோதிஸ்ஸை எடுத்துக்கொள்கிறான்; ஒளியால் மிளிர்கிறான் என்று பொருள். ஆதியின் புத்திரன் என்பதாலும் ஆதித்யன் என்று வந்துள்ளது. மேலும், ஆதித்ய என்பது மித்ரன், வருணன் ஆகியவற்றுக்கும் பெயராக வந்துள்ளது. ஸ்வ: (அத். 2.14) என்பது சுகமாக அடையக் கூடியவன்; இருட்டைப் போக்கக் கூடியவன்; ரசங்களை எடுத்துக்கொள்ள வியாபித்துள்ளவன்; மற்ற கிரகங்கள், நட்சத்திரங்களின் ஒளியை எடுக்கச்செல்கிறான் என்ற பொருள் களில் கூறப்படுகிறது.

ப்ருச்நி: (அத். 2.14) ஒளிமயமான வர்ணமானது இவனை அடைந்துள்ளது. நாக:, கௌ, விஷ்டப:, நப: என்றிவையும் சூரியனுடைய பெயர்களாகும். கதிர்களின் (ரச்மி) பெயர்கள் (அத். 2.15): ரச்மி என்றால் கட்டுப்படுத்துவது என்று பொருள். திசையின் பெயர்கள் குறிப்பிடப்படுவது என்ற பொருளில் கூறப்படுகிறது. இது எளிதில் அடையக் கூடியது, பரவி நிற்பது என்ற பொருள்களிலும் வந்துள்ளது. காஷ்டா (அத். 2.15) என்றால் திசைகள் வெகுதூரம் தாண்டி நிற்பது என்றும் சூரியன், துணைத் திசைகள், நீர், ஓடுவது என்ற பலபொருளிலும் குறிப்பிடப்படுகிறது. வீருத்ரன் (மேகம்) (அத். 2.16) என்றால் மறைப்பது, இருப்பது, வளர்வது என்ற பொருள்களில் வருகிறது. இரவு (அத். 2.18) என்பது இரவில் திரியும் விலங்கு இனங்களை ரமிக்கும்படி செய்வதாலும், பகலில் திரியும் விலங்கு இனங்களும் தமது வினைகளை முடித்துக்கொண்டு இளைப்பாறி ஓரிடத்தில் இருக்கும்படி செய்வதாலும் இராத்திரி என்ற பெயர் வந்துள்ளது. விடியற்காலை (உஷ:) (அத். 2.18) என்றால் இருட்டைப் போக்குதல் என்று பொருள். அஹஸ் (அத். 2.20) என்பது இரவும் (கருப்பும்), பகலும் (வெளுப்பும்) வரும். மேகம், பொழிவது என்ற பொருளில் வந்துள்ளது. உபரம், உபலம், அப்ரங்கள் (அத். 2.21) மேகத்தைக் குறித்து வருகின்ற சொற்களாகும்.

வாக்கு (சொல்) (அத். 2.23) என்றால் சரஸ்வதி என்று பொருள். இதற்கு நதி, தேவதை என்ற பொருள்களும் உண்டு. நீர் (ஜலம், உதகம்) (அத். 2.24): உதகம் என்பது நனைப்பது என்ற பொருளில் நீருக்குப் பெயராகி வந்துள்ளது. நதி (அத். 2.24) என்றால் சப்தம் செய்துகொண்டிருப்பதால் சப்தம் செய்வது என்ற பொருள்களில் இது வந்துள்ளது. குதிரை (அச்வா) (அத். 2.27): வழியை அடைவதாலும், நிறையை உண்கிறது என்பதாலும் அச்வம் என்று சொல்லப்படுகிறது. ததிக்ரா, வாஜீ என்றாலும் குதிரை என்பது பொருள். க்ரீவா (அத். 2.28) என்றால் கழுதை என்பதாகும். விழுங்குவது, சொல்வது, நினைப்பது என்ற பொருளில் இது வந்துள்ளது. மற்றொரு பெயர்ச்சொற்களோடு சேர்ந்துவருவது: ஆதிஷ்டோ, பயோஜனா (அத். 2.28) என்பதற்கு அதற்கும் அந்தந்த விலங்குகளுக்கும் தேவதைகளுக்கும் உள்ள கூட்டுச் சேர்க்கை வெளியாகிறது. ஜ்வலிக்கிறது (அத். 2.28) என்பது ஒளிர்கிறது என்றும், தேசுடையன என்பது ஒளிர்வது என்ற பொருளில் வந்துள்ளன. இவ்வாறான ஒருபொருள் பலசொற்கள் விளக்கம்பெற்று வந்துள்ளன. இவை விலங்கு, பஞ்ச பூதங்களில் நீர், நிலம், வானம் ஆகியவற்றையும், சொல், திசை, மேகம், சூரியன், இரவு முதலியவற்றைப் பொருட்புலங்களாகக் கொண்டு அமைந்துள்ளன.

மூன்றாவது அத்தியாயம்

அத்தியாயம் மூன்று ஒருபொருள் பலசொற்களுக்கான பொருள்களைத் தருகின்றது. அவை வருமாறு: செயல் (கர்மா) (அத். 3.1) என்பது செய்யப்படுவது என்பதால் வந்துள்ளது. மகவு (அபத்யம்) (அத். 3.1) – பிதாவினிடத்திலிருந்து தனியாகப் பிரிந்து பரவுவதால் இப்பெயர் வந்துள்ளது. மனிதன் (மநுஷ்ய) (அத். 3.8) – சிந்தனை செய்து வினைகளை உருவாக்குகிறான். மிகவும் மகிழ்ச்சியை அடைந்த நிலையைக் குறிப்பது. தோள் (பாஹு) (அத். 3.8) – இரண்டு கைகளாலும் வினைகள் செய்யப்படு கின்றன என்பதால் இப்பெயர் வந்துள்ளது. விரல் (அங்குலி) (அத். 3.8) – இச்சொல் செயல்களைச் செய்வதற்குமுன் செல்வதனாலும் பொருள்களை முன்னால் நழுவ விடுவதாலும் முன்னின்று செய்கின்றன என்பதாலும் முன் செல்கின்றன, பாதுகாக்கின்றன, அடையாளமாக அமைதல், அடைகின்றன என்பதனாலும் விரல்கள் எனப்படுகின்றன. காந்தி கர்மா (அத். 3.9) என்றால் விரும்புவது என்று பொருள். அன்னம் (அத். 3.9) – உண்ணப்படுவது என்ற பொருளில் வந்துள்ளது. உண்பது என்பதைக் குறிக்கும் வினைச்சொற்கள் உண்ணு வதைக் குறித்துள்ளது. வலிமை (பலம்) (அத். 3.9) – தாங்குவது

என்பதால் இப்பெயர் வந்துள்ளது. தனம் (அத். 3.9) என்றால் செய்து வைத்தல், கோ (அத். 3.9) என்றால் பசு என்ற பொருளைக் குறிக்கின்றன. கோபம், செல்வது ஆகிய பெயர்களும் விளக்கப்படுகின்றன (அத். 3.9). விரைவு (அத். 3.9) என்றால் குறுகிய நேரத்தில் வந்துவிடுதல் ஆகும். அந்திகம் (ஸமீபம்) (அத். 3.9) – அருகில் கொண்டுவருவது. போர் (ஸங்க்ராமம்) (அத். 3.9) – சேர்ந்து செல்வதால்; ஒருவனை ஒருவன் விழுங்க முயற்சிப்பதால், இரண்டு கிராமங்கள் போருக்காகச் சேர்ந்து உள்ளன என்பதால் இப்பெயர் வந்துள்ளது. பரவுவது (வயாபதி): ஆக்ஷாண:, ஆபாந: என்ற சொற்கள் பரவுவது என்ற பொருளில் வந்துள்ளது (அத். 3.10). கொல்லுவது (வியாத:) (அத். 3.10) என்றால் அழிப்பவன் என்று பொருள். வஜ்ராயுதம் (அத். 3.11) என்றால் விலக்குதல் என்று பொருள். குத்ஸ (அத். 3.11) என்ற சொல்லுக்கு வெட்டப் படுவது, பிடுங்குவது என்று பொருள். ஐச்வர்யம் (அத். 3.11) என்றால் அடக்கியாள்வது என்பது பொருள். அடக்கியாள்பவன் (ஈச்வரன்): இந:, ஆதித்யன், ஆத்ம செய்தியாகவும் சொல்லப் படுவது என்று குறிப்பிடப்படுகிறது (அத். 3.12). பல (பஹு) (அத். 3.13) – மிகவும் பெரிய அளவில் இருப்பது என்று பொருள். சிறிய (ஹ்ரஸ்வம்) (அத். 3.13) – குறுகியது என்பதாகும். பெரிய (மஹத்) (அத். 3.13) – அளவினால் மற்றதைவிடப் பெரியது; பெருமை பொருந்தியது என்பது பொருள். க்ருஹம் (அத். 3.13) என்பது வீடு. பரிசரணகர்ம (அத். 3.13) என்பது தொண்டு செய்வது. இன்பம் (சுகம்) (அத். 3.13) என்பது இந்திரங்களுக்கு நலம் தருவது என்பதால் வந்துள்ளது. உருவம் (அத். 3.13) என்பது பிரகாசித்தல் (ஒளிர்வது) என்ற காரணத்தால் வந்துள்ளது. அறிவு, உண்மை, பார்ப்பது ஆகிய சொற்கள் கூறப்படுகின்றன (அத். 3.13). உவமைகள் (உபமா) (அத். 3.13,14) என்பது ஒப்பிட்டுப் பேசுதல் என்பதால் வந்துள்ளது. வழிபடுகிறான் (அத். 3.19) என்ற பொருளில் 44 வினைச்சொற்கள் வருகின்றன. மேதாவி (அத். 3.19) என்பது அறிவை உடையவன், மதியில் தரிக்கப்படுபவன் என்று பொருள். துதி செய்பவன் (அத். 3.19) – புகழ் செய்பவன். யாகம் (அத். 3.19) என்பது யஜ்ஞம் என்று கூறப்படுகிறது; யஜதி (அத். 3.19) என்றால் யாகம் செய்கிறான் என்று பொருள். யாகம் செய்பவன் (ரித்விக்) (அத். 3.19) – துதிகள் ஏவுகிறவன், ரிக்குகளால் யாகம் செய்கிறான், அந்தந்த ருதுவில் யாகங்களைச் செய்வதால் ஏற்படுவது என்றும் கொள்ளலாம். கேட்பது (யாசிப்பது) (அத். 3.19) என்பது குறித்து 17 வினைச்சொற்கள் உள்ளன. கொடை (அத். 3.19) – அளிப்பது. கொடையாளி (அத். 3.19) – அன்புடன் கொடுத்தல்; வாங்குபவனை வேண்டுவது ஆகும். ஸ்வபிதி, ஸஸ்தி (அத்.3.19) என்ற சொற்கள் தூங்குவது என்ற பொருளில் வந்துள்ளன. கிணறு (கூபம்) (அத்.3.19) – இழிவான தண்ணீரைக்

கொடுப்பதாலும், தண்ணீரை ஆழத்தில் கொண்டிருப்பதாலும், கோபத்தை உண்டாக்குவதாலும் ஏற்படுகிறது. திருடன் (ஸ்தேந) (அத். 3.19) – பாவம் குவிந்துள்ளது, நிர்ணயிக்கப்பட்டுள்ளது, மறைந்துள்ளது முதலிய ஆறு பொருள்களில் வந்துள்ளது. நிர்ணீதம் (அத்.3.19) என்பது ஐயப்பாட்டை விளக்குகிறது. தொலைவு (அத். 3.19) என்பது ஓடிவிட்டது அல்லது கஷ்டத்தைக் கொடுப்பது என்ற பொருளிலிருந்து வந்துள்ளது. பழமையானது (புராணம்), புதியது (நவம்) எனும் சொற்கள் விளக்கப்படுகின்றன (அத். 3.19). ஒரே பொருளை உணர்த்தும் இரண்டு சொற்கள்: ப்ரபித்வே, அபிகே என்ற சொற்கள் சமீபத்தில் உள்ளதைக் கூறுகின்றன. ப்ரபித்வே (அத். 3.20) என்பது அடைந்துள்ளது என்பதையும், அபிகே (அத். 3.20) என்பது எதிர் நோக்கி வருவது என்பதையும் குறிப்பிடுகின்றன. தபரம் (அத். 3.20) என்பது பிளப்பது; அர்பகம் என்பது சிறிதாக்கப்பட்டது என்ற பொருளில் வந்துள்ளன. திர: (அத். 3.20) (தாண்டப்பட்டுள்ளது), ஸத: (அத். 3.20) (ஒன்றாகச் சேர்ந்துள்ளது) இவ்விரண்டு சொற்களும் அடையப்படுவது என்பதாகும். வானம் (ஆகாயம்), பூமி (அத். 3.22) இவை எல்லா வழிகளிலும் உலகத்தைத் தாங்குகின்றன என்பது பொருள். இவ்வத்தியாயத்தில் அமைந்துள்ள பொருண்மைகளைத் தொழில், செயல், மக்கள் பெயர், பண்பு, ஆயுதம், விலங்கு, செல்வம், இடம் முதலிய பொருட்புலங்களில் வகைப்படுத்தலாம்.

நான்கு, ஐந்து, ஆறு அத்தியாயங்கள்

நிகண்டின் நான்காவது அத்தியாயத்தில் இடம்பெற்றுள்ள பலபொருள் சொற்கள், நிருக்தத்தில் 4, 5, 6 ஆகிய அத்தியாயங்களில் அமைந்துள்ளன. இவ்வத்தியாயங்களில் முந்தைய அத்தியாயங்கள் போல் முதன்மையான சொற்களுக்கு மட்டும் பொருள் கூறுவதல்லாமல், நிகண்டில் அமைந்துள்ள அனைத்துப் பலபொருள் சொற்களுக்கும் சொற்பொருள் வழங்கப்படுகின்றது. இவற்றில் பொருள் அறியப்படாத 278 சொற்களுக்குப் பொருள் விளக்கம் கூறப்படுகிறது.

நான்காவது அத்தியாயம்

நான்காவது அத்தியாயம், பலபொருள் சொற்கள் அறுபத்திரண்டைக் கூறுகிறது. அவை வருமாறு: ஜஹா (அத். 4.1) – கொன்றான். இதை விளக்கும் இடத்தில் மர்யா, மர்யாதா (அத். 4.2) மனிதர்களின் பெயர் மனிதர்களால் எடுத்துக்கொள்ளப் பட்டது, மர்யாதை உள்ளவர்களின் எல்லை என்ற பொருளில் வந்துள்ளது. மேததி (அத். 4.2) என்றால் ஆக்ரோசம், திட்டுவது என்பது பொருள். நிதா (அத்.4.2) என்றால் வலை. பாச்யா (அத். 4.2) என்றால் பாசச் சமூகத்தைச் சொல்கிறது. சிதாம

(அத். 4.3) என்றால் ஒருவித மாமிசம், தோள். ப்ருஷ்பம் (அத். 4.3) என்றால் தொடப்பட்டுள்ளது. மேஹநா (அத். 4.4) என்றால் சித்ரம், பெருமை வாய்ந்ததாக உள்ள எந்தத் தடை உள்ளதோ அது. தமூநா (அத்.4.4) என்பது கொடுரமில்லாதவன். (தாநமநா:) கொடுக்கும் எண்ணமுள்ளவன், அடக்கப்பட்ட மனதுள்ளவன். மூஷ: (அத். 4.5) என்றால் திருடுவது (முஷ்ணாதி) என்று பொருள். அதிதி: (அத். 4.5) என்பது வீட்டைக் குறித்து வருவது, திதிகளில் பிறர் வீட்டை அடைபவன் என்று பொருள். துரோணோ (அத். 4.5) என்பது வீட்டின் பெயர், த்ருப்தி செய்விக்க முடியாதது. போஜனம் (அத். 4.5) மனிதன் அனுபவிக்கத்தக்கப் பொருள் அல்லது தானம் ஆகும். சிச்நா (அத்.4.6) என்பது ஆணின் உறுப்பையும் (ஆண்குறி) குறிக்கும். த்ரித: (அத். 4.5) என்பது அறிவினால் எல்லாவற்றையும் தாண்டினவராக இருந்தார் அல்லது மூன்று எண்ணிக்கையையும் பெயராகக் கொள்ளலாம்.

காயமாந: (அத். 4.14) என்ற சொல்லுக்குப் பார்ப்பவன், ஆசைப்பட்டுக் கொண்டிருப்பவன் என்று பொருள். லோதம் (அத். 4.14) – அதிக ஆசைப்பிடித்த ரிஷியைப் பசுவாக நினைத்துக் கொண்டு போகிறார்கள். சீரம் (அத். 4.14) – எல்லா விலங்குகளிடத் திலும் உட்புகுந்து படுத்திருப்பவன், பரவியுள்ளவன். வித்ரதே, த்ருபதே (அத். 4.15) – என்றால் குதிரைகள் கட்டுமிடத்தில் பழுப்பு வர்ணத்தோடு விளங்குகின்றனர் என்று பொருள். கநிநிகே (அத். 4.15) என்றால் கந்தியைக் குறிப்பிடுவது. கந்யா (அத். 4.15) என்றால் விரும்பத்தக்கவள். அர்ப்பகே (அத். 4.15) என்றால் சிறியதாக உள்ள என்பதாகும். துக்வநீ (அத். 4.15) – தீர்த்தம், நதியின் துறையில். நம்ஸந்தே (அத். 4.15) – மறுபடியும் நமக்கு மருத்துக்கள் தாழ்வார்களா? என்று பொருள். நஸந்த (அத். 4.15) கருத்தினுடைய தாரைகள், உதகத்தினுடைய தாரைகள் ஸமிதோ நஸந்த என்பதாகும். ஆஹநஸ் (அத். 4.15) என்றால் உன்னுடைய எந்த மந்திரங்கள் வஞ்சனையோடு கூடி இருக்கின்றனவோ அவற்றைக் கொண்டு இந்திரனை எனக்குக் கொடுக்கும்படிச் செய் என்று பொருள். அத்மஸத் (அத். 4.16) – அன்னத்தைப் பிடுங்கிக் கொடுப்பவள், இல்லத்திலே இருப்பவள் என்று பொருள். இஷ்மிண (அத். 4.16) என்றால் சுறுசுறுப்புள்ளவர்கள், ஆசையுள்ளவர்கள், நேருக்கு நேராகச் செய்திகளை அறிந்தவர்கள் என்பது பொருள். வாஹ: (அத்.4.16) – சோம ரசம் நிறைந்த பிழியும் பலகையைக் குறிக்கும். பரிதக்ம்யா (அத். 4.16) – இரவில் எங்குத் தூங்குகிறாய். ஸுவிதே (அத். 4.17) – நன்றாகச் சென்றது, செல்வது. தயதி (அத். 4.17) – பல செயல்களைக் குறிக்கும், பாதுகாப்பது, கொடுப்பது, பங்கிடுவது, எரிப்பது, பொசுக்குவது, கொல்லுதல் ஆகும். நூசித் (அத். 4.16) – பழையது, புதியது, இரண்டும் ஆகும். நூச (அத். 4.17) – தற்பொழுதும், முன்பும் தனத்திற்கு இருப்பிடம். தாவெநே

(அத். 4.18) – தானம். அசுவபாரம் (அத். 4.18) – ஆதித்யன், சமுத்திரம். சிசீதே (அத். 4.18) – ரக்ஷஸ்ஸுக்களை (இரவில் சுற்றுபவர்) ஒழிக்கக் கொம்புகளைத் தீட்டுதல். ரக்ஷ: (அத். 4.18) – பாதுகாத்துக் கொள்ள வேண்டும். இரவில் சுற்றுகிறான், ரகசியத்தில் ஹிம்சிக்கிறான் என்று பொருள். ஸுதுக: (அத். 4.18) – நன்றாகச் செல்லக் கூடியவற்றால் நல்லப்பிள்ளைகளை உடையவன். ஸுப்ராயணா: (அத். 4.18) – நன்றாகச் செல்ல இடம் கொடுப்பவை. அப்ராயுவ: (அத். 4.19) – தேவதைகள் எப்பொழுதும் எங்களுடைய வளர்ச்சிக்கு உதவியாக இருந்துவரவேண்டும், வழுவாமல் ஒவ்வொரு நாளும் எங்களை ரசிக்க (களிக்க) வேண்டும். ச்யவந: (அத். 4.19) – ரிஷியின் பெயர், துதிகளை நழுவச் செய்கிறார். ரஜ: (அத். 4.19) – விளங்குவது, ஒளி, நீர், உலகங்கள், இரவு, பகல் ஆகும். ஹர: (அத். 4.19) – கைப்பற்றுகிறது என்ற பொருளிலும், இரவு, பகல், நீர் என்ற பொருளிலும் வருகின்றது. ஜிஹுரே (அத். 4.19) – அறிவாளிகள் ஹோமத்தைச் செய்தார்கள். வ்யந்த: (அத். 4.19) – பலசொல்லுக்குரியது; பார்ப்பது. க்ராணா: (அத். 4.19) – நுண்ணறிவு உள்ளவற்றாலும், ஐச்வரியம் உள்ளவர்களாலும் சோம ரசம் பிழியப்படுகிறது. வாசீ, வாசீபி: (அத். 4.19) – இரண்டு பலகைகளுக்கு இடையில் வைத்துச் சோமரசத்தைப் பெருகச்செய்; கருங்கல்லால் ஆன உளியினால் நசுக்கித் தயாராக்குங்கள். விஷுணஸ்ய (அத். 4.19) – கெட்ட எண்ணம் உள்ளவர்களைத் தண்டிக்க சக்தியுள்ளவர்களே. யாக்ஞத்திற்கு வரக்கூடிய உப சாகாசம் அடையட்டும். ஜாமி: (அத்.4.20) – மிகுதியானது. பிதா (அத்.4.21) – பெண்ணிடத்தில் கர்ப்பத்தை உண்டாக்குபவன்; ஆகாசம். சம்யோ: (அத். 4.21) – ரோகத்தை அடக்குவது, பயத்தைப் போக்குவது. அதிதி: (அத். 4.22) – தைரியமில்லாதவர்கள், தேவர்களுடையது. ஏரிரே (அத். 4.23) – ஏவுதல். ஜஸுரி: (அத்.4.24) – கட்டப்பட்டது. ஜரதே (அத். 4.24) – அக்னியை வளர்த்துக்கொண்டு தன்னறிவுள்ளவர்கள் துதிக்கிறார்கள். மந்திநே (அத். 4.2) – துதிப்பது. கௌ: (அத்.4.24) – நிலம், பசு, சூரிய கிரகணங்கள். காது: (அத். 4.25) – கர்ணக: காது செதுக்கப்பட்டது, செதுக்கப்பட்ட இடைவெளியில் உள்ளது. தம்ஸய: (அத். 4.25) – தொழில்கள். தூதாவ (அத். 4.25) – அவன் மிகவும் செழிப்படைந்தவன், அவனைத் துன்பம் நெருங்கவில்லை. சயஸே (அத். 4.25) – வீழ்த்துகிறாய். வியுதே (அத். 4.25) – பிரிக்கப்பட்டு நிற்கின்றது. ருதக (அத். 4.25) – பிரிக்கப்பட்டுள்ளது, அவ்விதமே வளர்கிறது. அஸ்யா: (அத். 4.25) – அநுதாத்தமாய் வந்துள்ளது. அஸ்ய (அத். 4.26) – விரும்பத்தக்க என்று பொருள். இவ்வத்தியாயத்தில் அமைந்துள்ள பொருண்மைகள், செயல், பண்பு, பொருள், உணவு, விலங்கு, செல்வம், மக்கள், மனித உறுப்பு, ஒலி, இடம், இரவு, பகல் முதலிய பொருட்புலங்களில் இடம்பெற்று வந்துள்ளன.

ஐந்தாவது அத்தியாயம்

அத்தியாயம் ஐந்து, எண்பத்து நான்கு பலபொருள் சொற்களைக் கூறுகின்றது. இச்சொற்கள் கீழ்வரும் பொருண்மைகளாய் அமைந்துள்ளன. ஸஸ்நிம் (அத். 5.1) – மேகம். வாஹிஷ்ட: (அத். 5.1) – இருப்பதில் சிறந்தவன். தூத: (அத். 5.1) – எப்பொழுதும் சென்று கொண்டிருக்கிறான்; ஓடிக்கொண்டிருக்கிறான்; தீமைகளை விலக்குகிறான். வாவசந: (அத். 5.1) – விரும்பப்படுவது, சப்தம் செய்வது. வார்யம் (அத். 5.1) – உயர்ந்த வரம். அந்த: (அத். 5.1) – மனிதனால் வேண்டத்தக்கதாக இருப்பது, இருள் கண்ணில்லாதவன் என்று கூறுமிடத்தும் வந்துள்ளது. அஸச்சந்தி (அத். 5.2) – ஒன்றுக்கொன்று சேராமல் ஒன்றையொன்று விடாமல் இருக்கிறது. வநுஷ்யதி (அத். 5.2) – கொல்வது என்ற வினைச் சொல்லிருந்து வந்தது. தருஷ்யதி – வதம் செய்வது. பந்தநா: (அத். 5.2) – வழிபடுவது. ஆஹந: (அத். 5.2) – கூறத்தகாத வார்த்தைகளைச் சொல்வது. நத: (அத். 5.2) – புணர்ச்சியுணர்ச்சியை அடக்கியுள்ளவர். ஸோமோ அக்ஷா: (அத்.5.3) – எட்டுவது, வசிப்பது, பெருகுகிறது. ச்வாத்ரம் (அத்.5.3) – விரைதல். ஊதி: (அத். 5.3) – பாதுகாப்பது. ஹாஸமாநே (அத். 5.3) – பட்பி: – பானங்கள் அல்லது உணர்ச்சியை ஏற்படுத்தக்கூடிய துதிபாடுதல். ஸஸம் (அத். 5.3) – ஒளிர்வதைப் பார்த்தான். த்விதா (அத். 5.3) – இருவிதமாக இருப்பவன். அன்னத்தால் சுகத்தைக் கொடுப்பவனாகவும் இருக்கிறான். வ்ரா: (அத். 5.3) – வேடர்கள் விலங்குகளைத் தேடுவதுபோல் உன்னை அழைக்கக் கூறப்பட்ட மந்திரங்கள் உன்னைத் தேடுகின்றன. வராஹ: (அத். 5.4) – மேகம், உயர்ந்த உணவை உடையவன், பன்றி (அங்கிரஸ் வராஹம்) என்று கூறப்படுகிறது. ஸ்வஸராணி (அத். 5.4) – பகல், தானாகவே செல்லுகின்றது, ஆர்யனால் செலுத்தப்படுகின்றான். சர்யா: (அத். 5.4) – செயல்களைப் படைக்கின்றன, அம்புகளைக் (சரங்கள்) கூறுகின்றது என்று பொருள். அர்க்க: (அத். 5.4) – வழிபடப்படுகிறது. அர்க்க என்பது தெய்வம், மந்திரம், அன்னம் என்பது பொருள். பவி: (அத். 5.5) – பூமியைப் பிளப்பது என்ற பொருளில் ரதத்தின் சக்கரம். வக்ஷ: (அத். 5.5) – மார்பு. தந்வ, தன்வந், தன்வ (அத். 5.5) – இடைவெளி. ஸிநம் (அத். 5.5) – அன்னத்திற்குக் கோபம் என்று பெயர். விலங்குகளைக் கட்டுவதால் இது உண்டாவது. இத்தா (அத். 5.5) – அமுதா. ஸசா (அத். 5.5) – சேர்த்து. சித் (அத். 5.5) – பசுக்கள். ஆ – உபஸர்க்கம், மேல் என்ற பொருளில் வருவது. த்வும்நம் (அத். 5.5) – ஒளி வீசுகிறது. பவித்ரம் (அத். 5.6) – சுத்தம் பண்ணுவது, சூரியனுடைய கிரணங்கள், நீர், அக்னி, வாயு, சூரியன், இந்திரன். தோத: – பூமியில் உள்ள பள்ளம். ஸ்வஞ்சா: (அத். 5.7) – நன்றாக அடையப்பட்டது. சிபிவிஷ்ட: (அத். 5.7) –

விஷ்ணு. விஷ்ணு: (அத். 5.7) – சிபிவிஷ்ட (அத். 5.8) – வெளிவராத ரச்மியை (கதிர்கள்) உடைய சூரியன் சொல்லப்படுகிறான்; நன்றாக வெளிவந்துள்ள கிரணம் உள்ளவன் அல்லது விஷ்ணுவின் பெருமையை விளக்குவதாகக் கொள்ளலாம். ஆக்ருணி: (அத். 5.9) – ஒளிமை, வரம்பெற்றுள்ளவன். ப்ருதுஜ்ரயா: (அத். 5.9) – பரந்த வேகம் உள்ளவன். அதர்யும் (அத். 5.10) – புகழ் உள்ளவனாயும், தூரத்திலிருந்து பார்க்கத்தக்கவனாகவும் உள்ளவர். காணுகா (அத். 5.11) – ஆசை, சோமரசத்தின் அடைமொழி, குடிப்பது, சுத்தமாக்கப்பட்டது. அதரிகு: (அத். 5.11) – ஒருவகை மந்திரம், ஆணையிடுவது, அக்னி, இந்திரன். ஆங்கூஷ: (அத். 5.11) – துதியைச் சொல்வது. ஆபாந்தமந்யு: (அத். 5.12) – கோபமுள்ளவன். ச்மச (அத். 5.12) – விரைவில் பரவுவது, உடலைச் சூழ்ந்து நிற்பது. உர்வசீ (அத். 5.13) – நீரில் நடப்பவன், உருவம், பரவி நிற்பது, பார்க்கக் கூடியது. மிகுந்த புகழை அடைவது, பெருத்த ஆசையுள்ளவள். அவயுநம் (அத். 5.15) – அவன் இருட்டை அறிவுக்கெட்டாதபடி பரப்பி அதைச் சூரியனால் அறிவுள்ளதாகச் செய்தான். வாஜஸ்பத்யம் (அத். 5.15) அன்னத்திற்காகச் செல்வது, சோமரசம். வாஜகந்த்யம் (அத். 5.15) – சோமன் இங்குச் சொல்லப்படுகிறான். கத்யம் (அத். 5.15) – எடுத்துக்கொள்ளத் தகுந்தது. கதிதா, கத்யதி (அத். 5.15) – கலப்பது. கௌரயாண: (அத். 5.15) – ஆகாயமாக இருக்கும் வாகனத்தை உடையவன். தௌரயாண: (அத். 5.15) – விரைவில் செல்லும் வாகனத்தை உடையவன். அஹ்ரயாண: (அத். 5.15) – குறைவற்ற ரதத்தை உடையவன். ஹரயாண: (அத். 5.15) – எப்பொழுதும் சென்றுகொண்டிருக்கும் ரதத்தை உடையவன். ஆரிதா: (அத். 5.15) – நிலைத்துள்ளவன். வ்ரந்தீ (அத். 5.15) – மிருதுவாக்குகிறது, மிருதுவாகச் செய்பவன், காற்று, சூரியன். நிஷ்ஷபீ (அத். 5.16) – எப்பொழுதும் பெண்ணின்மேல் ஆசையுடையவன். தூர்ணாசம் (அத். 5.16) – விரைவில் பரவும் தண்ணீர். க்ஷூம்பம் (அத். 5.16) – நாய்க்குடை, பாம்பின் குடைபோல் இருப்பது. நிசும்புண: (அத். 5.17) – சமுத்ரம், சோமம், நீர். பதிம் (அத். 5.18) – மஹத்தான அன்னத்தை இந்திரன் அவனுக்குக் கொடுக்கிறான். பாது: (அத். 5.19) – நடப்பது. வ்ருக: (அத். 5.20) – சந்திரன், நாய், பெண்நரி, சூரியன். ஜோஷவாகம் (அத். 5.21) – புரியாத பெயருள்ளது, எப்பொழுதும் ஜபத்தை மட்டும் செய்பவன். க்ருத்தி: (அத். 5.22) – புகழ், தைக்கப்பட்ட துணை, உவமையாகவும் சொல்லப்படும். ச்வக்நீ (அத். 5.22) – விலங்குகளைக் கொல்லும் வேடன், தன்னை நெருங்கியுள்ளதைக் கொல்லுபவன். ஸமஸ்ய (அத். 5.23) – கெட்ட எண்ணமுள்ள சத்துருக்களின் ஆயுதங்கள். குடஸ்ய (அத். 5.24) – செய்யப்பட்டுள்ளது. சர்ஷணி: (அத். 5.24) – பார்ப்பவன். சம்ப (அத். 5.24) – அழிக்கக்கூடியது, அடக்கக் கூடியது. கேபய: (அத். 5.24) – தூய்மைப்படுத்த

முடியாத, இழிவானது. தூதுமாக்ருஷே (அத். 5.25) – தூது, விரைவில், வலிமையின் மைந்தன், உன் அருகில் தானாக இழுக்கிறாய். அம்ஸத்ரம் (அத். 5.25) – வில், கவசம், வெளியில் இழுக்கப்படுவது. காகுதம் (அத். 5.26) – தாடை. பீரிடே (அத். 5.27,28) – வானவெளியினைக் குறிப்பிடுவது. அச்ச (அத். 5.28) – அடைவது, அதைக் குறித்து. பரி, ஈம், ஸீம் ஆகியவற்றின் பொருள்கள் முன்னர்க் கூறப்பட்டுள்ளன (அத். 5.28). ஏநம், ஏநாம் (அத். 5.28) என்பது அஸ்யா: என்பதால் விளக்கப்பட்டுள்ளன. ஸ்ருணி: (அத். 5.28) – அரிவாள், அங்குசம் அடைவதற்கு, வளைந்துள்ளது என்பன பொருள். இப்பொருண்மைகளைத் தெய்வம், செயல், பண்பு, விலங்கு, பலபொருள், மக்கள், மனித உறுப்பு முதலிய பொருட்புலங்களில் வகைப்படுத்தலாம்.

ஆறாவது அத்தியாயம்

பலபொருள் கொண்ட நூற்று முப்பத்திரண்டு சொற்கள் இவ்வத்தியாயத்தில் இடம்பெற்றுள்ளன. இதில் விளக்கம்பெறும் சொற்கள் கீழ்வரும் பொருள் விளக்கத்தினைப் பெற்றமைகின்றன. ஆசுசுக்ஷாணி: (அத்.6.1) – ஆசுசு என்பது விரைவில், க்ஷணி (அத். 6.1) – பிற்பகுதி. ஆசாப்ய: (அத். 6.1) – திசை, பரவி நிற்கிறது. காசி (அத். 6.1) – கைப்பிடி, ஒளிர்வது, விடுவிக்கப்பட்டுள்ளது, திருடுவது, மோஹிப்பது. குணாரும் (அத். 6.1) – மேகத்தைச் செய்து, சத்தம் போடும் மேகத்தை அழிப்பது. அலாத்ருண: (அத். 6.2) அழிக்கத்தகுந்த மேகம். ஸலலூகம் (அத். 6.3) – என்றும் செல்வது, பாவம். கத்பயம் (அத். 6.3) – நீரில் இன்பம் காண்பவன். விஸ்ருஹ: (அத். 6.3) – நீர். வீருத: (அத். 6.3) – செடிகள், வளர்வது. நஷத்தாபம் (அத். 6.3) – நெருங்கியதைத் தாக்குபவன், பிறரை நெருங்கித் தாக்குபவன். அஸ்க்ருதோயு: (அத். 6.3) – குறைவற்ற ஆயுள் உள்ளவன். நிச்ரும்பா: (அத். 6.3) – நிலைத்து நின்று இழுப்பது. ப்ருபதுக்தம் (அத். 6.4) – மகத்தான புகழ், பெரிய புகழ் உள்ளவன். ருதூதர: (அத். 6.4) – ருதூதர சோமன், மிருதுவான வயிற்றை உடையவன். ருதூபே (அத். 6.4) – புலுகாம: (அத். 6.4) – மிகுந்த காமத்தை உடையவன். அஸிந்வதீ (அத். 6.4) – பொறுத்து உண்ணாதவன். கபநா: (அத்.6.4) – அசையும் புழுக்கள். பாருஜிக: (அத். 6.4) – பிரசித்தமான ஒளியுள்ளவன். ருஜாநா: (அத். 6.4) – நதிகள். ஜூர்ணி: (அத். 6.4) – வேகமாகச் செல்வது, ஓடுகிறது. ஓமநா (அத்.6.4) – திருப்தி பண்ணுவதற்காக நான்கு பக்கங்களிலிருந்தும் பகலில் வருகின்றது. உபலப்ரக்ஷிணீ (அத்.6.5) – கல்லில் அறைப்பவள், மாவறைக்கும் கல்லைத் தாங்குபவள். உபஸி – மடியில். ப்ரகலவீத் (அத். 6.6) – கெட்ட நண்பர்கள் வணிகன் போல் அளக்கிறார்கள். அப்யர்தயஜ்வா (அத். 6.6) – வளர்ந்துள்ள, தனத்தையுடையவன். ஈக்ஷே (அத். 6.6) – அடக்கி ஆள்பவன்.

க்ஷோணஸ்ய (அத். 6.6) – இருப்பிடம். அஸ்மே பல வேற்றுமைகளில் வரும். பாத: (அத். 6.7) – இடைவெளி, நீர். ஸவீமநி (அத். 6.7) – கட்டளையிடு. ஸப்ரதா: (அத். 6.7) – எல்லாப் பக்கங்களிலும் பருத்திருக்கிறாய். விததாநி (அத். 6.7) – அறிவுகள். ச்ராயந்த: (அத். 6.8) – நெருங்கினவர்கள். ஆசீ (அத். 6.8) – நெருங்கியது, சிறிது சமைக்கப்பட்டது, விரும்பி எதிர்பார்ப்பது. அஜிக: (அத். 6.8) – மனிதன் உன்னுடைய போகத்தை எப்பொழுது அடைகிறானோ அப்பொழுது மிகவும் தின்பதாய்க் கொண்டு செடிகள் விழுங்குகிறாய். அமுரா: (அத். 6.8) – நாங்கள் மூடர்களாக இருக்கிறோம் நீ அவ்வாறு இல்லை; நாங்கள் உன் மகிமையை அறிய மாட்டோம் நீயே அறிவாய். சசமாந: (அத். 6.8) – புகழ்பாடுவது. தேவோதேவாச்யாக்ருபா (அத். 6.8) – தேவன், தேவர்களை அடையக் கூடிய இரங்கல் (கற்பித்தல்) உள்ளவன். விஜமாது: (அத். 6.9) – உறுதிசெய்யப்படாத மருமகன். ஓமாஸ:, ஸோமாநம் (அத். 6.10) – சோமத்தைப் பிழிபவனைப் பிரகாசமுள்ளவனாகச் செய், மந்திரங்களின் தலைவனே. அநவாயம் (அத். 6.11) – உறுப்புகள் இல்லாதது. கிமீதிநே – இது என்ன? இப்பொழுது என்ன என்பவன். அமவான் (அத். 6.12) – அமைச்சருடன், பிணிபோலத் தன்னைச் சேர்ந்தவர்களுடன் கூடியவன். அமீவா – உன்னுடைய கற்பத்தில் கெட்ட பெயருள்ள எந்தப் பிணி புகுந்துள்ளதோ. துரிதம் (அத். 6.12) – கடினப்பட்டுத் தாண்டக்கூடியது. அப்வா (அத். 6.12) – மற்றவர்களிடமிருந்து வேறுபடுத்தும் பிணி, பயம். அமதி: (அத். 6.12) – தன்னறிவுள்ளவன். சுஷ்டி (அத். 6.12) – விரைவில் பரவுவது. புரந்தி: (அத். 6.13) – பரவிய அறிவுள்ளவன். ரூசத் (அத். 6.13) – வர்ணம். ரிசாதஸ்: (அத். 6.14) – தொல்லை தருபவர்கள்மீது ஆயுதத்தைப் போடுபவன். ஸூதத்ர: (அத். 6.14) – கல்யாண தானமுள்ளவன். ஸூவிதத்ர: (அத். 6.14) – மகிழ்ச்சிகரமான கல்வியை உடையவன். ஆநுஷ்க் (அத். 6.14) – வரிசையாக, ஒன்றன்பின் ஒன்றாக. துர்வணி (அத். 6.14) – மேலோங்கி நிற்பது. கிர்வணஸே (அத். 6.14) – சொல் நிறைந்த புகழ் அடையக் கூடியவன். அஸூர்தேஸூர்தே (அத். 6.15) – நன்றாக ஏவப்பட்டுள்ள, கற்களால் ஏவப்பட்டுள்ள. அம்யக (அத். 6.15) – தன்னை நோக்கியுள்ளது, எப்பொழுதுமே சத்ருக்களை நோக்கிச் செல்வது. யாத்ருச்மின் (அத். 6.15) – மனம் வைத்ததைச் செயலினால் அடைந்தவன். ஜாரயாயி (அத். 6.15) – காளை போல் உள்ள கோக்களின் பிதா, யஜ்ஞங்களால் உண்டானவன். அக்ரியா (அத். 6.16) – முன்னால் செல்வதால். சந: (அத். 6.16) – அன்னம். பதசா (அத். 6.16) – சமைப்பது. சுருத: (அத். 6.16) – தண்ணீர். அமிந: (அத். 6.16) – அளந்து முடிக்க முடியாதது, பெரியது, மற்றொன்றால் தாக்கப்பட்டது. ஜஜ்ஜதி: (அத். 6.16) – தண்ணீரைக் குறிப்பிடு கிறது. ஒளியை உண்டாக்குவதால் வந்தது. அப்ரதிஷ்குத:

(அத். 6.16) – எதிர்க்க முடியாதது, தடுக்க முடியாதது. சாததாந: (அத். 6.16) – மிகுந்து நிற்பது. ஸ்ருப்ர: (அத். 6.17) – ஓடுவது. ஸுசிப்ர (அத். 6.17) – ஓடுவது. ரம்ஸு (அத். 6.17) – ரசிப்பது. த்விபர்ஹா: (அத். 6.17) – இரண்டு இடங்களின் நிமிர்ந்து நிற்பவன் என்று குறிக்கிறது. அக்ர: (அத். 6.17) – ஆக்ரமிப்பது. உராண: (அத். 6.17) – பெரியதாகச் செய்து கொண்டு. ஸ்தியா (அத்.6.17) – கொழுத்துள்ளது, சேர்ந்துள்ளது. ஸ்தியா: (அத்.6.17) – நெருங்கியவர்களைப் பாதுகாப்பவன். ஜபாரு (அத். 6.17) – விரைவில் வளர்பவன், பிறரை அழித்துக்கொண்டு வளர்பவன், பிறரை உட்கொண்டு வளர்பவன். ஜரூதம் (அத். 6.17) – துதி (புகழ்), குலிச: (அத். 6.17) – போர்க்கருவி. துஞ்ஜ: (அத். 6.18) – கொடை. பர்ஹணா (அத். 6.18) – நான்கு பக்கங்களிலும் வளர்வது, எங்கும் ஹிம்சிப்பது. ததநுஷ்டிம் (அத். 6.19) – இரவிலும், பகலிலும் இந்திரனுக்கு ரசத்தைக் கொடுக்கப் பிழிகிறது, பிறரை அழிக்கிறான், பிராகாசமுள்ளவனாகிறான். இலீபிச: (அத். 6.19) – பூமியின் பொந்தில் படுத்திருப்பதைச் சொல்லுகிறது. கியேதா: (அத்.6.20) – எவ்வளவு தண்ணீரைத் தாங்குகிறான் என்று சொல்ல முடியாதவன். ப்ருமி: (அத். 6.20) – சுற்றுவது. விஷ்பித: (அத். 6.20) – நன்கு பரந்துள்ளது. துரிபம் (அத். 6.21) – விரைவில் பெருகுவதாயும், பெரியதாகவும், பல இடங்களை, மறைக்கக் கூடியதாயும் பல உருவமுள்ளதாயும். ராஸ்பிந: (அத். 6.21) – சப்தம் போடும். ருஞ்ஜதி: (அத். 6.21) – அலங்கரிப்பது. ருஜீநீதீ (அத். 6.21) – வழியில் செலுத்துபவன். ப்ரதத்வஸூ (அத். 6.21) – ஐஸ்வர்யத்தை அடைந்தவன். ஹிநோத (அத். 6.22) – தேவர்களை வழிபடும் யாகத்திற்காக யாகத்தை ஏவு, மந்திரத்தை ஏவு, சோமரசம் பெருகட்டும். சோஷ்கூயமாண: (அத்.6.22) – தள்ளிக்கொண்டு. சோஷ்கூயதே (அத். 6.22) – உதறித்தள்ளுவது, விலக்குவது. ஸுமத் (அத். 6.22) – தானே. திவிஷ்டிஷி (அத். 6.22) – சொர்க்கத்தை அடையும் ஆசையோடு செயல்படுவது. தூத: (அத். 6.22) – எப்பொழுதும் சென்றுகொண்டிருக்கிறான், ஓடிக்கொண்டிருக்கிறான், தீமைகளை விலக்குகிறான். ஜிந்வதி (அத். 6.22) – ப்ரீதியை உண்டுபண்ணுவது. அமத்ர (அத். 6.23) – அளவில்லாதது, பெரிதாக ஆகின்றது, பிறரால் துன்புறுத்தப்படாதது. ருசீஷ்ம: (அத். 6.23) – ரிக்குக்குச் சமமானவன். அநர்சராதிம் (அத். 6.23) – இழிவில்லாத கொடையுள்ளவன். அநர்வா (அத். 6.23) – பிறரை நெருங்காதவன், தன்னையே முக்கியமாகக் கொண்டவன். அஸாமி (அத். 6.23) – முடிவடையாதது. கல்தயா (அத். 6.24) – பானையைக் குறிப்பிடும். ஜலஜவ: (அத். 6.25) – பாபம் உள்ளவர்களாக நினைக்கவில்லை, பணம் இல்லாதவர்களாக நினைக்கவில்லை. பகுர: (அத்.6.25) – ஒலியை உண்டுபண்ணுபவன், பயத்தை உண்டாக்குபவன், பிரகாசத்தோடு ஓடுபவன். பேகநாடான் (அத்.6.26) – வட்டியினால்

இருமடங்காக ஆக்க ஆசைப்படுபவர்கள். அபிதேதந (அத். 6.27) – உயிரோடு இருக்கும் போதே எங்களிடம் ஓடி வாருங்கள், எங்களைப் பிறர் கொல்வதற்குமுன் ஓடிவாருங்கள். அம்ஹுர: (அத்.6.27) – கஷ்டப்படுபவன். பத: (அத்.6.27) நிபாதம்; வருத்தத்தைத் தெரிவிக்கின்றது, பிறர்படும் துன்பத்தைக் கண்டு இரங்குவது. வாதாப்யம் (அத். 6.28) – நீரைக் குறிக்கிறது. சாகன் (அத். 6.28) – பயப்படும் பறவைக் குஞ்சி, மரத்தில் உள்ள கூண்டில் அன்புடன் வைக்கப்பட்டது. ரதர்யதி (அத். 6.28) – முடிவானதை அடைய விரும்புபவன், ரதத்தை ஆசைப்படுவது. அஸக்ராம் (அத். 6.29) – மலடாகாத மாடுகள் போல் அன்னத்தைக் கொடு. ஆதவ: (அத். 6.29) – அசைவது. அநவப்ரவ: (அத். 6.29) – மறுக்க முடியாத சொல்லுடையவன். ஸதாந்வே (அத்.6.30) – கொடுக்காதவளே, விகடையே, பலமில்லாதவளே. சிரிமபிட: (அத். 6.30) – மேகம், பிடம், இடைவெளி. பராசர: (அத். 6.30) – மிகவும் மெலிந்தவன். க்ரிவிர்ததி (அத். 6.30) – கூர்மையான பல்லுள்ளவன். கரூலதி (அத். 6.30) – விழுந்த பல்லுள்ளவன். தந: (அத். 6.31) – மக்களைக் கொடுக்க வேண்டுமென்ற எண்ணம் உள்ளவர்களாகவும், இனிமையாகப் பேசுபவர்களாகவும் செய்வாயாக. சராரு: (அத். 6.31) – சந்திக்க விரும்புபவன். இதம்யு: (அத். 6.31) – இதை ஆசைப்படுபவன், உடையவன். கீகடேஷி (அத். 6.32) – என்ன செய்தார்கள், கிரியை எதற்காக என்கிறார்கள். புந்த: (அத். 6.32) – அம்பு, பிளப்பது, பயத்தைக் கொடுப்பது, ஒளியுள்ளதால் பாய்கிறது. வ்ருந்தம் (அத். 6.33) – உன்னுடைய வில் பலவித பாணங்களை இறைப்பது, நன்றாகச் செய்யப்பட்டது. கி: (அத். 6.35) – இந்த அக்னி, யமனுக்கு அன்னத்தையும் வகுக்கிறான், தேவர்களை அடையும் நாளிலும் மாதத்திலும் உண்டாகிறான். உல்பம் (அத்.6.35) – கர்ப்பப்பை, மறைப்பது, வேண்டப்படுவது. ருபீஸம், டிரிபீஸம் (அத். 6.35) – மங்கியுள்ள ஒளியுள்ளது, அபகரிக்கப்பட்டுள்ளது, மறைந்துள்ள ஒளியுள்ளது என்பது பொருள்கள் ஆகும். இவ்வத்தியாயம் பலபொருள் சொற்களை மிகுதியாகக் கொண்டுள்ளது. இதில் இடம், தெய்வம், பண்பு, விலங்கான புழுக்கள், பறவை, பொருள், செயல், மக்கள், மனித உறுப்புகளில் பெண் உறுப்பு (கர்ப்பப்பை) முதலிய பொருட்புலங்கள் அமைந்துள்ளன.

ஏழு முதல் பன்னிரண்டு வரையுள்ள அத்தியாயங்கள்

தெய்வம் மற்றும் அது தொடர்பானவற்றிற்கும் சொற்பொருள் விளக்கம், ஏழு முதல் பன்னிரண்டு அத்தியாயம் வரை உள்ள ஆறு அத்தியாயங்களில் அளிக்கப்பட்டுள்ளது. ஒரு பாடலில் (துதி) உள்ள பெயர் முதன்மையாக எத்தெய்வத்தைக் குறிப்பிடுகிறதோ, அது அத்தெய்வத்தின் மந்திரம் என்று சுட்டப்பெறுகிறது.

ஏழாவது அத்தியாயம்

பூமியை இருப்பிடமாகக் கொண்ட தெய்வத்தின் பெயர்கள் இதில் விளக்கப்படுகின்றன. பாடல்கள் (ரிக்குகள்) மூன்று வகையானவை, அவை:

1. பரோக்ஷக்ருதா: – ப்ரத்யக்ஷமில்லாத (மறைமுகமாக) நிலையில் தேவதையைக் கூறுபவை.
2. ப்ரத்யக்ஷக்ருதா: – நேருக்கு நேராகத் தேவதையைக் கூறுபவை.
3. ஆத்யாத்மிக்ய: – தன்னைப் பற்றியே தன்னால் கூறப்படுபவை.

இவற்றில் தெய்வத்தை மறைமுகமாகச் சொல்லும் பாடல்களும், நேருக்கு நேராகச் சொல்லும் பாடல்களும், வேதத்தில் மிகுதியாக இடம்பெற்றுள்ளன. தன்னைப் பற்றிக் கூறும் பாடல்கள் மிகவும் குறைவு. தெய்வத்தினுடைய பெருமையின் காரணமாகவே ஒவ்வொரு தெய்வத்திற்கும் பல பெயர்கள் வந்துள்ளன. அதற்கு உரித்தான செயல்களைக் கொண்டும் துதிக்கப்படுகின்றன. தெய்வத்திற்கு உருவம் உண்டா இல்லையா என்பதும் நோக்கப்படுகிறது (அத். 7.7,8). இக்கருத்து கீழ்வரும் நிலையில் பிரித்து விளக்கப்பட்டுள்ளது.

- மனித உருவம் தெய்வத்திற்கு உண்டு
- மனித உருவம் தெய்வத்திற்கு இல்லை
- உருவமுண்டு, உருவமில்லை என்ற இருவகைக் கொள்கை
- இயற்கை உருவத்தில் உள்ளவர்களுக்கு அவர்களின் செயல் காரணமான உருவம்

இதனை, துர்க்காச்சாரியர் நான்கு வகையாக வகைப்படுத்து கிறார் என்று எடுத்துக்காட்டப்பட்டுள்ளது. அவை: '1. புருஷ (மனித) உருவம், 2. இயற்கை உருவம், 3. செயல்படுவதற்காக இருவித உருவமாக இருப்பது, 4. எப்பொழுதும் இருவிதமாக இருப்பது' என்பதாகும் (அத். 7.8). தெய்வத்திற்கு உருவம் உண்டா இல்லையா என்ற கருத்துக் கொள்கைகள் நிருக்த காலக்கட்டத்திலும் இருந்து வந்துள்ளன என்பது கவனிக்கத்தக்க ஒன்றாகும். உருவம் தொடர்பான வாதத்திற்கு முடிவு இல்லை என்பது மட்டும் இதிலிருந்து தெளிவாகத் தெரிகிறது. இவை அனைத்தும் முழுமையாக உறுதி செய்யப்பட்டுச் சமூகத்தில் ஏற்கப்பட்டதாயும் தெரியவில்லை. மக்கள் மத்தியில் தெய்வத்தின் உருவக் கொள்கை பலவாறு இருந்துள்ளது என்பதை இவை பிரதிபலிக்கின்றன.

அக்னி (அத்.7.14) – பூமியை இருப்பிடமாகக் கொண்டவன்; இப்பெயர் எதனால் வந்ததெனில் முன்னிற்கிறான்; யாகங்களில் முன்னால் வைக்கப்படுகிறான்; தான் முக்கியமாக இருப்பதால் மற்றவற்றைத் தனக்கு அங்கமாக ஆக்குகிறான். கோபமில்லாதவன் என்ற பொருளில் இந்தச் சொல் வந்துள்ளதென்று ஸ்தௌலாஷ்டீவி என்பவர் சொல்கிறார். தோழமையில்லாதவன், ஈரமில்லாதவன் என்றும் இது மூன்று வினைச்சொல்லிலிருந்து உண்டானது என்கிறார் சாகபூணி. 1. இண்கதௌ, 2. அஞ்ஜ் அல்லது தஹ, 3. ணீங். இவற்றிலிருந்து அ, க, நீ எழுத்தை எடுத்து ஒன்றுகூட்டி அக்நி எனும் சொல் உருவாக்கப்பட்டுள்ளது. இவற்றின் திரண்ட பொருள் என்பது வருகிறான், பொருள்களை விளக்குகிறான் அல்லது எரிக்கிறான், தேவர்களுக்கு ஹவிஸ்ஸைக் கொண்டு போய்ச் சேர்ப்பிக்கிறான் என்பதாகும். தேவகணங்களும் அக்னியைச் சேர்ந்தவை. அக்னாயீ, ப்ருதிவ், இளா என்ற பெண்களும் இவனோடு சொல்லப்படுகின்றனர். மேலும், ஹவிஸ்ஸிகளை வகிப்பதும், தேவதைகளை ஆவகனம் செய்வதும் இவனுடைய தொழிலாகும். பார்வையைச் சேர்ந்துள்ளதெல்லாம் அக்னியினுடைய செய்கையே. இவன் துதி செய்யும் காலத்தில், இந்திரன், சோமன், வருணன், பர்ஜன்யன், ருதுக்கள் என்ற பெயர்களால் துதிக்கப்படுகிறான்.

இந்திரன் (அத்.7.11) – நடுப்பகலில் செய்யப்படும் யாகம் (மாத்யந்திநஸவநம்) க்ரீஷ்மருது, த்ரிஷ்டுப் சந்தசு, பஞ்சதச ஸ்லோகம், ப்ருஹத்ஸாம இவை இவனைச் சேர்ந்தவை. நடு இடத்தில் சொல்லப்படும் தேவ கணங்களும் (பாடல்) இவனைச் சேர்ந்தவை. ரசத்தைக் கொடுப்பதும், வ்ருத்திரனை வதம் செய்வதும், வலிமையை அடிப்படையாகக் கொண்டு செய்யப்படுகிறதும் இவனது தொழில்கள். அக்னி, சோமன், வருணன், பூஷா, ப்ருஹஸ்பதி, ப்ரஹ்மணஸ்பதி, பர்வதம், குத்ஸன், விஷ்ணு, வாயு, மித்ரன் என்ற தேவதைகளின் பெயர்களில் இவன் துதிக்கப்படுகிறான்.

சூரியன் (அத்.7.12) – மூன்றாவது உலகம் (த்ருதீய ஸவநம் – மாலையில் செய்யப்படும் யாகம்). வர்ஷருது, ஜகதீசந்தஸ், ஸப்ததச ஸ்தோமம், வைரூப ஸாமம் இவை இவனைச் சேர்ந்தவை. பூமியிலிருந்து கதிர்களின் உதவியால் ரசத்தை எடுப்பது, துதிப்பது இவனுடைய தொழில். தலைமை தாங்கி நடத்தும் காரியங்கள் அனைத்தும் இவனுடையதே. சந்திரன், வாயு பர்ஜந்யனோடும் இவனுக்குத் துதி காணப்படுகிறது.

அக்னி (அத்.7.14–18) – முன்னோர்களான ரிஷிகளால் வழிபடத் தகுந்தவன். வணங்கத் தகுந்தவன். பெரிதாயும் ஒரே

ஆத்மாவாயும் உள்ள இந்த அக்னியைப் பலவிதமாக அறிவாளிகள் சொல்கிறார்கள். மித்ரன், வருணன், அக்னி என்றும் தெய்விக மாகக் கருடனாகவும் கூறுகிறார்கள்.

ஜாதவேதா: *(அத்.7.19–20)* – வழிபடத்தகுந்தவன் என்று பொருள். உண்டானவற்றை அறிபவன் அல்லது உண்டானவை இவனை அறிகின்றன; உண்டான ஒவ்வொரு பொருளிலும் இருக்கிறான்; ஐஸ்வர்யத்தை (செல்வம்), அறிவை, கல்வியை உடையவன் என்று பொருள். உருவானவுடனேயே பசுக்களை அடைந்ததால் ஜாதவேதாஸ்க்கு அத்தன்மைகள் ஏற்பட்டதென்று ப்ராஹ்மணம் கூறுகின்றது.

வைச்வாநர: *(அத்.7. 21–31)* – எல்லா மக்களையும் நடத்தி வைக்கிறான், எல்லா மக்களும் இவனை நடக்கச் செய்கிறார்கள். மழைபொழியும் செயலால் இவனைத் துதிப்பதால் இடையிலிருப்பானே வைச்வாநரன் என்று கூறுகிறார்கள். இவன் நீரைப் பொழிபவன், மேகத்தைக் கொல்லும் இவனை மழைக்காக நெருங்குகிறார்கள் மக்கள் என்பது விளக்கமாக அமைகிறது.

எட்டாவது அத்தியாயம்

அத்தியாயம் எட்டில், பூமியை இருப்பிடமாகக் கொண்ட தெய்வங்களின் விளக்கத்தில் அக்னி என்ற பெயர் இடம்பெற்று வந்தது. இதற்கடுத்து, அக்னியின் பெயர்கள் என்ற தலைப்பில் இப்பெயரின் பொருள் குறித்த பலசொற்கள் இடம்பெற்றுள்ளன. இவை ஒருபொருள் குறித்த பலபெயராக அமைகின்றன *(அத். 8. 1–22)*. அவை வருமாறு:

த்ரவிணோதா: *(அத். 8.1,2,3)* – மக்கள் செல்வத்தை நோக்கிச் செல்வதால் இப்பெயர் ஏற்பட்டது. இதன் பொருள் வலிமை எனப்படும். இதமம் *(அத். 8.4)* – நன்றாக வளர்க்கப்பட்டது. தநூநபாத் *(அத். 8.5)* – நெய்யைக் குறிக்கிறது. அக்னியைக் குறிக்கிறது என்று சாகபூணி கூறுகிறார் *(அத். 8.5)*. நெய்யென்று காத்தக்யர் கூறுகிறார். நராசம்ஸ் *(அத். 8.6)* – யாகம். இல: *(அத். 8.8)* – இள என்பது துதி பண்ணப்படுகிறது; வளர்க்கப்படுகிறது. பர்ஹி: *(அத். 8.8)* – நான்கு பக்கங்களிலும் வளர்கிறது. த்வார: *(அத். 8.9)* – செல்வது. உஷாஸாநக்தா *(அத். 8.10)* – உஷஸ் என்பது பின்மாலை, நக்தம் என்பது இரவு, தைவ்யா ஹோதாரா *(அத். 8.11)* – பூமி, இடைவெளி ஆகியவற்றில் உள்ள அக்னியைக் குறிப்பது. திஸ்ரோதேவீ: *(அத். 8.12)* – மூன்று பெண் தேவதைகளைக் குறிப்பது. த்வஷ்டா *(அத். 8.13)* – விரைவில் ஒளியால் பரவுபவன், ஒளியுள்ளவன். வனஸ்பதி – வனங்களைப் பாதுகாப்பவன், அழிப்பவன். ஸ்வாஹாக்ருதய: *(அத். 8.20)* – நன்றாகச் சொன்னான் என்ற பதின்மூன்று சொற்களும் அக்னியைக் குறித்து வந்துள்ளன.

ஒன்பதாம் அத்தியாயம்

தெய்வங்களுடன் தொடர்புடைய பூமியை இருப்பிடமாகக் கொண்ட பொருள்களின் பெயர்கள் இவ்வத்தியாயத்தில் விளக்கப்படுகின்றன. ஒரு சொல்லுக்கான பலபெயர்கள் இதில் இடம்பெற்றுள்ளன. அவை வருமாறு:

'பூமியை இடமாகக் கொண்டுள்ள எந்த விலங்குகள் துதியைப் பெறுகின்றனவோ அவற்றை விளக்குவோம்' என்று கூறி அச்வ: *(அத்.9.1)* – குதிரை என்பது முதலில் விளக்கப்படுகிறது. சகுனி: *(அத்.9.3)* – சக்தியுள்ளது, செல்லும் இயற்கையுள்ளது. மண்டூகா: *(அத். 9.5)* – தவளை. அக்ஷா: *(அத். 9.7)* – சூதாட்டக்காய். க்ராவாண: *(அத். 9.8)* – கல். நராசம்ஸ: *(அத். 9.9)* – மனிதனைப் புகழ்வதாகும். ரத: *(அத். 9.11)* – செல்வது, இன்பமாய் வீற்றிருத்தல். துந்துபி: *(அத். 9.12)* – ஒலியைப் பின்பற்றி ஏற்பட்டுள்ள பெயர், பிளக்கப்பட்டுள்ள மந்திரத்திலிருந்து செய்யப்பட்டுத் தோலால் மூடப்பட்டுள்ளது. இஷுதி: *(அத். 9.13)* – அம்புகள் இருக்கும் இடம். ஹஸ்தகந: *(அத். 9.14)* – போர் புரிபவன், கருவி. தநு: *(அத். 9.17)* – செல்வது வதம் பண்ணுவது, ஏவுவது, வெளியிடப் படுவது. ஜ்யா *(அத். 9.17)* – நாண்கயிறு. இஷு: *(அத். 9.18)* – செல்கிறது, வதம் பண்ணுகிறது. அச்வாஜனீ *(அத். 9.19)* – சாட்டை. உலுகலமாக *(அத். 9.20)* – உலக்கை. வ்ருஷப *(அத். 9.22)* – மக்களை வர்ஷிக்கிறது, எருது. த்ருகாண: *(அத். 9.23)* – மரத்தாலான கருவி. பிது: *(அத். 9.24)* – அன்னம், காப்பாற்றுகிறது, குடிக்கிறது, வளர்வது. நத்ய: *(அத். 9.26)* – நதி. ஓஷதய: *(அத். 9.27)* – செடிகொடிகள். ராத்ரி *(அத். 9.29)* – இருட்டால் சூழ்ந்துள்ளது. அரண்யானீ *(அத். 9.29)* – அரண்யத்தின் பத்தினி மனைவி, கிராமத்திலிருந்து விலகி நிற்பதால் அரண்யம் எனப்பட்டது. ச்ரத்தா *(அத். 9.30)* – சத்யம் கொள்வது. ப்ருதிவீ *(அத். 9.31)* – பூமி. அகநாயீ *(அத். 9.33)* – அக்னியின் மனைவி. உலூகலமுஸலே *(அத். 9.35)* – உலூ என்பது உலக்கை, முஸலாம் என்பது அடிக்கடிச் செல்வது. ஹவிர்தானே *(அத். 9.36)* – ஹவிஸ்ஸுகளை வைக்கும் இடங்கள். த்யாவாப்ருதிவி *(அத். 9.38)* – வானமும் பூமியும். விபாட் சுதுத்ரீ *(அத். 9.39)* – நதி. அர்த்நீ *(அத். 9.39)* – செல்லச் செய்பவை, மரத்தால் செய்யப்பட்டவை, தவறாமல் இருப்பவை. சுனாஸீரௌ *(அத். 9.41)* – வாயும், ஆதித்யனும். தேவீஜோஷ்ட்ரீ *(அத். 9.42)* – மகிழ்ச்சியை அடைந்துள்ள இரண்டு பெண் தேவதைகள். தேவீ ஊர்ஜாஹீது *(அத். 9.43)* – அந்நரஸத்தால் ஹோமம் பண்ணி மகிழ்விக்கத்தக்கவர்கள் என்ற முப்பத்தாறு சொற்களும் பூமியை இருப்பிடமாகக் கொண்ட பொருள்களின் பெயர்கள் ஆகும்.

பூமியை இருப்பிடமாகக் கொண்டுள்ள பொருள்களின் பெயர்கள் எனும் இப்பகுதியில் பல பொருட்புலங்கள் அடங்கியுள்ளன. அவற்றில் உயிர் உள்ளவை, உயிரற்றவை எனும் இவை சார்ந்த பொருட்கள் இடம்பெற்றுள்ளன. இவற்றைப் பூமியில் உள்ள விலங்கு, செயல், இடம், பல்பொருள், பத்தினி மனைவி, பெண் தேவதை, வானம், பூமி முதலிய பொருட்புலங்களில் வகைப்படுத்தலாம்.

பத்தாவது அத்தியாயம்

வானத்திற்கும் பூமிக்கும் இடைப்பட்ட பகுதியை (இடைவெளி) இருப்பிடமாகக் கொண்ட தெய்வத்தின் பெயர்களைக் கொண்டுள்ளது இவ்வத்தியாயம். இதில் மொத்தம் முப்பத்தியிரண்டு சொற்கள் வந்துள்ளன.

முதலாவதாக வாயு என்ற தெய்வம் அமைந்துள்ளது. வாயு (அத். 10.1) என்றால் அசைவது, செல்வது என்று பொருள். வருண: (அத். 10.4) – மறைக்கிறான் என்ற பொருளில் வந்துள்ளது. ருத்ர: (அத். 10.5) – அழுகிறான் அல்லது ஓடுகிறான், சத்தமிடுகிறான், பிறரை அழவைக்கிறான். இந்த்ர: (அத். 10.8) – அன்னத்தைப் பங்கிட்டுக் கொடுப்பவன் அல்லது அன்னத்தைக் கொடுப்பவன், தாங்குபவன், அனுப்புகிறவன், தரிப்பவன், குடித்து மகிழ்ச்சி அடைபவன். பர்ஜன்ய: (அத். 10.10) – எவன் மனித இனத்திற்கு மகிழ்ச்சி அளிக்கிறானோ அவன் என்பது பொருள். ப்ரம்மணஸ்பதி: (அத். 10.13) – வேத மந்திரங்களைப் பாதுகாப்பவன், பரிபாலிப்பவன். க்ஷேத்ரஸ்யபதி: (அத். 10.14) – வசிக்குமிடம். வாஸ்தோஷ்பதி: (அத். 10.17) – வீட்டின் தலைவனான தெய்வம், குடியிருக்கும் இடம், வசஸ்பதி: (அத். 10.18) – சொல்லின் தலைவன், சொல்லைப் பாதுகாப்பவன், பாலிப்பவன். யம: (அத். 10.20) – கட்டுப்படுத்துபவன். மித்ர: (அத். 10.21,22) – மரணத்திலிருந்து காப்பாற்றுபவன், கொட்டிவிட்டு ஓடுகிறான், மகிழ்ச்சியை உண்டாக்குகிறான். க: (அத். 10.22) – விருப்பத்தை நிறைவேற்றுபவன், தாண்டுபவன். விச்வகர்மா (அத். 10.25) – உடலுள் இருக்கும் ஆன்மா. தார்க்ஷ்ய: (அத். 10.27) – இடைவெளியில் வாழ்பவன், விரைவில் பாதுகாக்கிறான், பரவுகிறது. மன்யு (அத். 10.29) – கோபத்துடன் வில்லிலிருந்து செலுத்தப்பட்ட அம்பைக் குறிக்கிறது. ததிக்ரா: (அத். 10.30) – ஐந்துவித மனிதர்களையும் பரவுகிறான், ஆயிரம், நூற்றை அடைகிறான், இயற்கை உள்ளவன். ஸவிதா (அத். 10.32) – எல்லாவற்றையும் உண்டாக்கியவன், சூரியன், கதிரவன். வாத: (அத். 10.35) – காற்று. வேந: (அத். 10.38) – ஒளியுள்ளது. அஸூநீதி: (அத். 10.38, 39) – உயிரை நடத்துபவன்.

ருத: (அத். 10.41) – ரிதம். இந்து (அத். 10.41) – வளர்வது. ப்ரஜாபதி (அத். 10.42, 43) – உயிர்களின், மக்களின் (ப்ரஜை) பாதுகாப்பாளன். அஹி: (அத். 10.43) – நீரில் உண்டானவன். அஹிர்புத்ந்ய: (அத். 10.44) – இடைவெளியைப் பின்பாகமாகக் கொண்டுள்ள அஹி. புரூரவா (அத். 10.46, 47) – பலவிதமாகச் சப்தம் இடுபவை. இப்பொருண்மைகளை வாயு, சூரியன், கதிரவன், வருணன், இந்திரன், ருத்ரன், இடம், அம்பு முதலிய பொருட்புலங்களில் வகைப்படுத்தலாம்.

பதினோராவது அத்தியாயம்

இடைவெளியை இருப்பிடமாகக் கொண்ட தெய்வப் பெயர்களுக்குப் பிறகு, அவற்றோடு தொடர்புடையவற்றின் பெயர்கள் இவ்வத்தியாயத்தில் விளக்கப்படுகின்றன.

ச்யேன: (அத். 11.1) என்றால் இந்திரன். ஸோம: (அத். 11.4) – ஒருவகைச் செடியை நசுக்கிப் பிழிவது. சந்த்ரமா: (அத். 11.5) – மேலிருந்து பார்த்துக் கொண்டே செல்பவன், பிரகாசமாகவும், அளவாகவும் உள்ளவன். ம்ருத்யு: (அத். 11.6) – மதத்தை அடைகிறான், மகிழ்ச்சியை அடைகிறான். விச்வாநர: (அத். 11.8) – எல்லாவற்றையும் உண்டாக்கியவன், சூரியன், கதிரவன். தாதா (அத். 11.10, 11) – எல்லாவற்றையும் வளர்ப்பவன். மருத: (அத். 11.13) – அளவான சபதத்தைப் போடுகிறவன், அளவான ஒளியுள்ளவன். ருத்ரா: (அத். 11.14) – சத்தமிட்டுக்கொண்டு ஓடுபவன். ருபவ: அத். 11.15) – மிகவும் விளங்குகிறார்கள், அறநெறியால் உண்டானவர்கள். அங்கிரஸ: (அத். 11.16) – பன்றி. அதர்வண: (அத். 11.19) – அலையாமல் இருப்பவன், சுற்றத்தவர்கள். ஆப்த்யா: (அத். 11.20) – அடைபவர்கள். ஸரமா (அத். 11.23) – ஓடுவது. ஸரஸ்வதீ (அத். 11.24) – நதி. வாக் (அத். 11.27) – சொல். அநுமதி: (அத். 11.29) – அமாவாசைக்கு முன்னால் வருவது. ராகா (அத். 11.30) – கொடுப்பது, அமாவாசைக்குப் பின்னால் வருவது. ஸினீவாலீ (அத். 11.31, 32) – வாலுள்ளது. குஹூ: (அத். 11.32) மறைப்பது. இந்த்ராணி (அத். 11.38) – இந்திரனுடைய மனைவி. கௌரீ (அத். 11.39) – ஒளிர்கிறது. தேனு: (அத். 11.42) – நக்கிக் குடிக்கிறது, மகிழ்விக்கிறது. அகன்யா (அத். 11.43) – கூறக்கூடாதது, பாவத்தைப் போக்கக் கூடியது. பத்யா, ஸ்வஸ்தி (அத். 11.45, 46) – பாதையால் நன்மை செய்பவள். ரோதஸி (அத். 11.49) – ருத்ரனின் மனைவி ஆகிய முப்பத்தாறு சொற்களும் இடைவெளியை இருப்பிடமாகக் கொண்டுள்ள பொருள்களின் பெயர்களாக விளக்கப்படுகின்றன. இவற்றை, இந்திரன், சூரியன், கதிரவன், ருத்ரன், பன்றி, நதி, சொல், அமாவாசைக்கு முன், பின் நாள், இந்திராணி, ருத்ரன் மனைவி முதலிய பொருண்மைகளில் வகைப்படுத்தலாம்.

பன்னிரண்டாவது அத்தியாயம்

வானத்தை இருப்பிடமாகக் கொண்ட தெய்வங்களின் பெயர்கள் இவ்வத்தியாயத்தில் இடம்பெற்று வந்துள்ளன. அவை வருமாறு: அச்விநி (அத். 12.1) என்றால் தேவர்கள் முன் நிற்கிறார்கள்; இதற்குப் பரந்து நிற்கிறார்கள் என்பது பொருள். உஷா: (அத். 12.5,6) – வெளிச்சத்தைக் கொடுக்கிறது. ஸுர்யா (அத். 12.7) – சூரியனின் மனைவி. வ்ருஷாகபாயி (அத். 12.8) – வ்ருஷாகபியின் மனைவி. ஸரண்யூ (அத். 12.9) – ஓடுகிறது. ஸவிதா (அத். 12.12) – சூரியன். ஸூர்ய: (அத். 12.14) – செல்வது, ஏவுவது, நன்றாக வளர்வது. பூஷா (அத். 12.16) – புஷ்டியை அடைந்தவன், சூரியன். விஷ்ணு: (12.18) – பரவுபவன், உட்சென்றுள்ளான், உலகை நன்றாக அடைந்தவன். கேசி (அத். 12.25,26) – கிரணங்கள் உடையவன், சூரியன், அக்நி, மின்னல். வ்ருஷாகபி (அத். 12.27) – பூமியை நடுக்கத்துடன் இறுகச் செய்துகொண்டிருக்கும் சூரியன். அஜஏகபாத் (அத். 12.29) – பிறப்பு இல்லாதவன், ஒரு காலாலேயே பாதுகாப்பவன். மநு: (அத். 12.33) – மனனம் செய்வது. தத்யங் (அத். 12.33) – உள்நோக்கி. ஆதித்யா, ஸப்தரிஷய, தேவ: முதலியவை விளக்கப்பட்டுவிட்டன (அத். 12.36,37). விச்வேதேவா: (அத். 12.39) – அனைத்துத் தேவர்களும். ஸாத்யா: (அத். 12.40) – சாதனத்தைச் செய்துள்ள தேவர்கள். வஸவ: (அத். 12.41) – இருப்பவர்கள். தேவபத்ந்யோ (அத். 12.44) – தேவ பத்நி, தேவர்களின் மனைவி. தெய்வங்களில் ஆண், பெண் தெய்வங்கள் பாகுபாடு உள்ளது, ஆண் தெய்வங்கள் முதலிலும், பெண் தெய்வங்கள் பிறகும், நெய்யை உண்ண வேண்டும் என்று வேத மந்திரம் (ரிக். 5–46–8) கூறுகிறது (அத். 12.46). இம்முப்பத்தொரு சொற்களும் வானத்தில் உள்ள தெய்வங்களின் பெயர்களாக அமைந்துள்ளன. இவ்வத்தியாயத்தில் அமைந்துள்ள பொருண்மைகள், பரந்து நிற்கும் அச்வினி, சூரியன் மனைவி, வ்ருஷாகபியின் மனைவி, மின்னல், விஷ்ணு, தேவர்கள் மனைவி, கிரணங்கள் முதலிய பொருட்புலங்களில் வகைப்படுத்தலாம்.

இதுவரை விளக்கப்பட்ட பொருட்புலங்களை நோக்குகையில் நிருக்தத்தின் முதல் மூன்று அத்தியாயங்கள், ஒருபொருட் பலசொல் அடங்கிய பல பொருட்புலச் சொற்களைக் கூறுகின்றன. நான்கிலிருந்து ஆறு வரையுள்ள அத்தியாயங்களில் பலபொருள் கொண்ட சொற்கள் மூன்று அத்தியாயங்களில் பகுத்துக் கூறப்பட்டுள்ளன. ஒவ்வோர் அத்தியாயமும் செம்பாதி அளவில் சொற்களைக் கொண்டிராமல், மிகுதியாகவும் குறைவாகவும் பெற்று அமைந்துள்ளன. ஆறிலிருந்து பன்னிரண்டு வரை அமைந்துள்ள அத்தியாயங்கள் தெய்வப் பெயர்களுக்கான அத்தியாயங்களாகக் கூறப்பட்டாலும், அவை முழுவதிலும் தெய்வங்களின் பெயர்கள் இடம்பெறவில்லை. பூமியை

இருப்பிடமாகக் கொண்ட தெய்வங்கள் அக்னி, ஜாதவேதா:, வைச்வாநர: ஆகும். இவற்றில் அக்னி என்ற தெய்வத்திற்கு மட்டும் தனியாக அக்னியின் பெயர்கள் என்று 13 பெயர்கள் கொடுக்கப்பட்டுள்ளன. இது அக்காலத்தில் அக்னிக்கு மிகுந்த முக்கியத்துவம் இருந்துள்ளதை வெளிக்காட்டுகிறது. தெய்வம் தொடர்பான பொருள்களின் பெயர்களும் இடம்பெற்றுள்ளன. பூமி, இடைப்பட்டபகுதி, வானம் ஆகியவற்றை இருப்பிடமாகக் கொண்ட தெய்வங்களின் பொருள்களை விளக்கும் இடத்தில் பூமிக்கும்,இடைப்பட்ட பகுதிக்கும் உரிய பொருள்களின் பெயர்கள் மட்டும் விளக்கப்படுகின்றன. வானத்தை இருப்பிடமாகக் கொண்ட தெய்வங்களின் பொருள்கள் என்று ஏதும் இடம்பெற வில்லை. நிகண்டில் வானத்திற்கான பொருள் தொடர்பான பெயர்கள் இடம்பெறாததால் நிருக்தத்திலும் அவை காணப்பட வில்லை என எண்ணமுடிகிறது.

திவாகரம்: அமைப்பு

திவாகரத்தின் பொருண்மை, பரந்துபட்ட பெரும் (தொகுதி) பொருட்புலமாகவும், குறிப்பிட்ட பொருட்புலத்தில் சிறுசிறு உட்கூறு பொருட்புலன்களையும் உள்ளடக்கியதாய் அமைந்துள்ளது. இந்நூல் பன்னிரண்டு பிரிவுகளை உடையது. ஒவ்வொன்றும் ஒவ்வொரு பெயர்த்தொகுதி ஆகும். அவை:

1) தெய்வப் பெயர்த்தொகுதி
2) மக்கட் பெயர்த்தொகுதி
3) விலங்கின் பெயர்த்தொகுதி
4) மரப் பெயர்த்தொகுதி
5) இடப் பெயர்த்தொகுதி
6) பலபொருள் பெயர்த்தொகுதி
7) செயற்கை வடிவின் பெயர்த்தொகுதி
8) பண்பு பெயர்த்தொகுதி
9) செயல் பற்றிய பெயர்த்தொகுதி
10) ஒலி பற்றிய பெயர்த்தொகுதி
11) ஒருசொல் பலபொருள் பெயர்த்தொகுதி
12) பல்பொருள் கூட்டத்து ஒருபெயர்த்தொகுதி.

தெய்வம், மக்கள், விலங்கு, மரம், இடம் முதலிய பன்னிரண்டு தொகுதிகளில் திவாகரப் பொருட்புலக் கட்டமைப்பு

அமைந்துள்ளதாயினும், இதில் முதல் பத்துத் தொகுதிகளே தெளிவான தனித்தனி பொருட்புலங்களாய் வெளிப்படு கின்றன. ஒவ்வொரு தொகுதியிலும் அடங்கும் அனைத்துச் சொற்களும் அந்தந்தத் தொகுதிகளினுள் அமையவில்லை. தெய்வப்பெயர்த் தொகுதியில் சமயம் சார்ந்த தெய்வங்களுடன், இயற்கை சார்ந்த தீ, காற்று, நீர், மின்னல் முதலிய சொற்கள் கூறப்பட்டுள்ளன. இவை 'இயற்கையை தெய்வத்துள் அடக்குவதற் கான காரணம் மதச்சார்பே ஆகும்' (பெ. மாதையன், 2005, ப. 196). முதல் தொகுதியில் உள்ள பஞ்ச பூதங்கள் என்ற பொருட்புலத்தில் நிலம் என்பது இடம்பெறவில்லை. மாறாக இடப்பெயர்த் தொகுதியில் இடம்பெற்றுள்ளது. மக்கட் பெயர்த் தொகுதியிலும் உயர்திணையுடன் (மக்கள்) மனித உறுப்புகளும் சேர்த்துக் கூறப்பட்டுள்ளன. எனவே, இதில் மக்கட்பெயர்கள் மட்டுமே இடம்பெறவில்லை என்பது தெரிகிறது. விலங்கின் பெயர்கள் பகுதியில் பறவை, ஊர்வன முதலிய அனைத்தும் கூறப்பட்டுள்ளன. இவற்றிற்குப் பொதுப்பெயராய் விலங்கு என்ற பெயரே பயன்படுத்தப்பட்டுள்ளது. 'தொல்காப்பிய மரபியலைத் தழுவி இங்கு விலங்கின் பெயர்த் தொகுதியைத் திவாகரர் அமைத்திருக்கிறார் எனலாம்' (மு. சண்முகம்பிள்ளை & இ. சுந்தரமூர்த்தி, 1991:xxix). இவற்றின் மூலம் தொல்காப்பியமும் இதற்கு அடிப்படையாய் இருந்துள்ளது என உணர முடிகிறது. மரப்பெயர்த் தொகுதியில் காடு முதலான பெயர்களும் விறகு, தாவர விளைபொருள் முதலியவை பல்பொருள் பெயர்களிலும் கூறப்பட்டுள்ளன. அடுத்து, செயற்கைப் பெயர்கள் அமைந்துள்ளன. பண்பு பற்றிய பெயர்களும் செயல்பற்றிய பெயர்களும் ஒன்றோடொன்று தொடர்புடையனவாய் உள்ளன. ஒலி பற்றிய பெயர்களில் பேசுதல், கேட்டல் என்ற தன்மையிலான சொற்கள் இடம்பெற்றுள்ளன. இவற்றிற்குப் பின் பல்பொருள் ஒருசொல், பலபொருள் கூட்டத்து ஒருசொல் இடம்பெற்றுள்ளன. இவ்வாறு கூறப்பட்டுள்ள சொற்பொருட்டொகுப்பு வகைகள் திவாகரப் பொருட்புலக் கட்டமைப்பாக அமைந்துள்ளன. இனி, இவை தொடர்பான விரிவான விளக்கம் வருமாறு:

தெய்வப் பெயர்த்தொகுதி

தெய்வப் பெயர்த்தொகுதி, தெய்வங்கள் மற்றும் இவை தொடர்பான ஒருபொருள் பலபெயர்களைப் பெற்று அமைந்துள்ளது. இதன் தொடக்கப் பகுதி விநாயகர் காப்புச் செய்யுளுடனும், இது இல்லாமலும் காணப்படுகிறது. இது அருகன் அல்லது சிவன் ஆகிய பெயர்களைத் தொடக்கமாகக் கொண்டு 159 நூற்பாக்களில் அமைந்துள்ளது. இதனுள் அமையும் சொற்களைக் கீழ்வரும் பிரிவுகளில் வகைப்படுத்தலாம்.

- சமயங்கள் அடிப்படையில் அமையும் பெயர்கள்
- ஆண், பெண் என்ற பால் பாகுபாட்டு அடிப்படையில் வகைப்படுத்தப்பட்டுள்ள பெயர்கள்
- இயற்கை சார்ந்த பெயர்கள்
- நாள் என்பதைக் குறித்துவரும் பெயர்கள்
- கோள் என்பதைக் குறித்துவரும் பெயர்கள்
- நட்சத்திரம் என்பதைக் குறித்துவரும் பெயர்கள்
- காலம் என்பதைக் குறித்துவரும் பெயர்கள்
- பொழுது முதலியவற்றைக் குறித்து வரும் பொருட்புலப் பெயர்கள்.

சமயம் மற்றும் பால் பாகுபாட்டு அடிப்படையில் அமையும் பெயர்கள்: அருகன், சிவன், திருமால், பிரமன், இந்திரன், கணபதி, முருகன், காமன், வயிரவன், ஐயனார், வயிச்சிரவணன், புத்தன், நமன், காலன் ஆகியவை ஆண் தெய்வப் பெயர்களாகவும் உமையவள், கங்கை, காடுகள், திருமகள், சரஸ்வதி, சேட்டை, இந்திராணி, பத்திரகாளி, பகவதி, இடாக்கினி, யோகினி ஆகியவை பெண் தெய்வப் பெயர்களாகவும் அமைந்துள்ளன. இவை வைதிக, அல்வைதிக சமயப் பிரிவுகளில், ஆண், பெண் என்ற பால் பாகுபாட்டுத் தன்மையில் தெய்வங்களைப் பாகுபடுத்தி யும் வகைப்படுத்தியும் வெளிக்காட்டுகின்றன. இவ்வமைப்பில் ஒருவகையான பால் அமைப்பு ஒழுங்குமுறை தெளிவாக வெளிப்படுகிறது.

பொதுப்பெயர்களாக அமரமாந்தர், தெய்வப் பெண் பொதுப்பெயர், தேவர் பொதுப்பெயர், கடவுள் பொதுப்பெயர், அசுரர், மாவலி, அரக்கன், வித்யாதரர், கந்தருவர், பூதகணம், பேய் முதலியவை உள்ளன. தெய்வப்பெயர்த் தொகுதியில் கடவுள் என்று தனியாக ஒரு நூற்பாவை வைத்திருப்பது தெய்வம், கடவுள் இந்த இரண்டு சொற்களுக்கும் ஒருவித வேறுபாடு இருப்பதைக் காட்டுகிறது. தெய்வம் என்று திவாகரம் கூறிய பெயர்களெல்லாம் தெய்வ நிலைக்கு உட்பட்ட சக்திகளாகத் தெரிகின்றன. ஆனால், தெய்வத்தன்மை கொண்ட மனிதர்களையும் கடவுள் என்று தெய்வநிலையில் வைத்துப் பார்ப்பது கீழ்வரும் திவாகரத்தின் கடவுள் பொதுப்பெயர் மூலம் அறிய முடிகிறது.

கடவுள் பொதுப்பெயர்

  பண்ணவர், பகவர், தீர்த்தர், பட்டாரகர்
  புங்கர் என்பவும் கடவுளர் பொதுப்பெயர்   (29)

இந்நூற்பாவையும் அருகன், புத்தர் பெயர் நூற்பாக்களையும் ஒப்பிட்டு நோக்குகையில் ஒருவித ஒற்றுமை இருப்பதாகத் தெரிகிறது.

அருகன் பெயர்

அநகன், அசலன், அதிகுணன், அபயன்,
அமையன், அறிவன், அதிசயன், அமலன்,
பூரணன், **புங்கவன்**, புணர்முக் குடையோன்,
அசோகுடைச் செல்வன், அண்ணல், தத்துவன்,
ஆதியங்கடவுள், அறவாழியந்தணன்,
அரியணைச் செல்வன், அருளாயி வேந்தன்,
பண்ணவன், பகவன், எண்குணன், மாசேனன்,
விண்ணவன், தேவன், விறலோன், விளங்கொளி,
பொன்னெயில் நாதன், பூமிசை நடந்தோன்,
முனைவன், வீரன், முதல்வன், புனிதன்,
காமற் காய்ந்தோன், **கடவுள்** மூர்த்தி,
சினேந்திரன், திகம்பரன், சாந்தன், புண்ணியன்,
மூர்த்தி, ஆசான், முழுதொருங்கு உணர்ந்தோன்,
வரதன், சினவரன் என்றிவை முதலாய்
அருகற்கின்னம் அனந்தம் பெயரே. (1)

புத்தன் பெயர்

அண்ணல், வாமன், அருங்கலை நாயகன்,
புண்ணிய முதல்வன், **ஆதிபுங்கவன்**,
பாரின் மிசையோன், சாந்தன், புனிதன்,
பகவன், செயினன், அறமூர்த்தி,
போதிவேந்தன், சினவரன், புத்தன்,
ஏகதேவன், முக்குற்றங்கடிந்தோன்,
அருள்நெறிசுரக்கும் செல்வன், அனந்த –
லோசனன், வனைந்த பூமிசை நடந்தோன்,
அகளங்கன், முத்தன், **ஆதியங் கடவுள்**,
புண்ணிய மூர்த்தி, **பண்ணவன்**, நாதன்,
பஞ்ச தாரைவிட் டவுணர்க் கூட்டிய
எஞ்சலில் பெருமாற் கின்னமும் பலவே. (12)

மேற்குறிப்பிட்டுள்ள நூற்பா பாடல்களில் உள்ள சொற்களில் புங்கவன், ஆதியங்கடவுள், பண்ணவன், பகவன் என்று கடவுள் பெயரில் குறிப்பிட்ட நான்கு பெயர்கள் வெளிப்படுகின்றன. இதன் மூலம் கடவுள் என்ற பெயர் யாருக்குப் பெயராகி வந்திருக்கிறது என நோக்குகையில் அது சமண, பௌத்த தீர்த்தங்கரர்களாகிய முனிவர்களுக்குப் பெயராகி வந்திருப்பது தெரிகிறது. அதாவது, முற்றும் துறந்த முனிவர்கள் என்பதாலும், அனைத்தையும் துறந்தவர், கடந்தவர் என்பதாலும் கடவுள் என்றழைக்கப்பட்டு, தெய்வநிலையில் வைத்துப் பார்க்கப்படு

ச. பால்ராஜ்

கின்றனர். மேற்கண்ட விளக்கங்களின் அடிப்படையில் தெய்வத்தன்மை உள்ள கடவுள் தன்மையர்கள் யார்யார் என்று விளங்க முடிகிறது. ஆனால், கடவுள் என்ற பொதுப்பெயர் இரண்டு மதத் தீர்த்தங்கரர்களையும் குறிக்கப் பயன்பட்டு வருவதால் அதை அல்வைதிக சமயத்தவர்களுக்கு என்று கூறமுடியாத நிலை உள்ளது.

தெய்வமாக எண்ணப்படும் இயற்கை சார்ந்த பெயர்களான ஆகாயம், காற்று, பனிக்காற்று, வடகாற்று, மேல்காற்று, கீழ்க்காற்று, தென்றல், சுழல் காற்று, நெருப்பு, வடவாமுகாக்கினி, விளக்கு, அனற்பொறி, அனற்றிரளி, காட்டெரி, கொள்ளி, தீக்கடை, தீக்கடவுள், நீர், வெள்ள நீர், வருணன் ஆகியவையும், கோள்கள், ராசி, நட்சத்திரம், நாள், காலம், பொழுது முதலியவையும் தெய்வங்களாகக் கருதப்பட்டுள்ளன. அவை: அருக்கன், சந்திரன், செவ்வாய், புதன், வியாழன், சுக்கிரன், சனி, வாரம், இராகு, கேது, அனந்தன், மேடராசி, இடபராசி, மிதுன ராசி, கர்க்கடகராசி, சிங்கராசி, கன்னி ராசி, துலாராசி, விருச்சிகராசி, தனுராசி, மகரராசி, கும்பராசி, மீனராசி, அச்சுவதி, பரணிநாள், கார்த்திகை, உரோகிணி, மகசிரப், திருவாதிரை, புனர்பூசம், பூசம், ஆயிலியம், மகம், பூரம், உத்திரம், அத்தம், சித்திரை, சோதிநாள், விசாகம், அனுடம், கேட்டை, மூலம், பூராடம், உத்திராடம், திருவோணம், அவிட்டம், சதைய நாள், பூரட்டாதி, உத்திரட்டாதி, இரேவதி, அருந்ததி, வானமீன், காலநுட்பம், நாழிகை, பொழுது, சந்தி, சாமம், பகல், வெயில், இரவு, இருள், நாள், முன்னை நாள், பின்னை நாள், அருணோதயம், பக்கம், திங்கள், முதல், இரண்டாம், மூன்றாம், நான்காம், ஐந்தாம் பக்கத்துக்குப் பெயர், பாதி நாள், காலத்தின் பெயர், மாத்திரை, நிகழ்காலம், வெப்பம், கோடை, சிறுபொழுது, அறுவகைப் பருவம், பனி, சரற்காலம், அச்சிரநாள், இருதுப்பருவம், காலம், உகமுடிவு, கற்பம், வாழ்நாள், மழை, மேகம், இடியேற்றின் பெயர், பெருமழை, விடாது, மழை பெய்துவிடுதலின் பெயர், துளி, ஆலங்கட்டி, துவலை, மின்னல், இடி, பரிவேடம், வானவில், காமன்தண்டம் ஆகியவையாகும். உலகமோ நிலம், தீ, நீர், வளி, வான் என்ற ஐம்பூதங்களின் சேர்க்கையால் உருவானதாகும். ஐம்பூதங்களாகிய நீர், நெருப்பு, காற்று, ஆகாயம் ஆகியவற்றின் பெயர்களும் அவற்றின் வெவ்வேறு கூறுபாடுகளும் திவாகரத்தில் விளக்கப்படுகின்றன. நிலம் மட்டும் தெய்வ நிலையில் கூறப்படும் பெயர்களில் குறிப்பிடப்படவில்லை. மாறாக இடப்பெயர்த் தொகுதியில் சேர்க்கப்பட்டுள்ளது குறிப்பிடத்தக்கதாகும். பஞ்ச பூதங்களில் ஒன்றாகத் திகழும் நிலத்தைத் தெய்வமாகக் கருதி தெய்வப்பெயர்த் தொகுதியில் திவாகரர் கூறாதது ஏனெனத் தெரியவில்லை.

மக்கட்பெயர்த் தொகுதி

மக்கட் பெயர்த்தொகுதி, இருநூற்றைம்பது நூற்பாக்களில் மக்கட்பெயர்களைக் கொண்டுள்ளது. இதில் இடம்பெறும் பொருண்மைகளைக் கீழ்வரும் பிரிவினுள் அடக்கலாம்.

- சமயம் சார்ந்த மக்கட் பெயர்கள்
- அரசமரபுப் பெயர்கள், தொழில் அடிப்படையில் அமைந்த பெயர்கள்
- உடற்குறை மற்றும் பொதுவாக அமையும் பெயர்கள்
- ஆண், பெண் பெயர்கள்
- ஐந்நில மக்கட் பெயர்கள்
- உறவுப் பெயர்கள்
- உடல் உறுப்புப் பெயர்கள்

சமயம் சார்ந்த மற்றும் சிறப்பு பெற்ற மக்கள்களாக அருந்தவர், சைவதவப் பாலோர், நாராயணன் சமயத்தோர், சமணர், பௌத்தர், சமணமுனி, சடைமுடியோர், பார்ப்பார், நூலுரைப்போர், கலைவல்லோர், அறிவுடையோர், புலவர், மிகவல்லோர், மூத்தோன், பெருமையிற் சிறந்தோன், இறைவன், உயர்ந்தோர், திரண்டோர் ஆகிய பெயர்கள் அமைந்துள்ளன. இதில் அமைந்துள்ள இறைவன் என்ற பெயர் தெய்வத்தையும் குறித்து வந்துள்ளது. இதில் உள்ள பெயர்கள் மக்களையும் தெய்வத்தையும் செம்பாதியளவுக் கொண்டதாயினும் மக்கட்க்கே உரியதாக வந்துள்ளதால், இப்பொருண்மை மக்கட்பெயர்த் தொகுதியில் இடம்பெற்று வந்துள்ளது. குறிப்பாக இது அரசருக்கு உரிய பொருளில் வருவதும் கவனிக்கத்தக்கதாகும். இறைவன் பெயர் வருமாறு:

நாதன், நாயகன், அதிபன், காந்தன்,
பதி, கோன், ஈசன், செம்மல், இறையே,
தலைவன், மன்னவன், பிரானே, கொழுநன்,
அரசன், ஆதி, எனப்பதி னைந்தும்
உரைசெய் எப் பொருட்கும் இறைவன் மேற்றே (175).

அரச மரபுப் பெயர்களில் பெருவேந்தர், குறுநில வேந்தர், படைத்தளபதி, மந்திரி ஆகிய பெயர்களும் இடம்பெற்றுள்ளன. அரசர், குருகுலத்தரசர், சேரன், சோழன், பாண்டியன், சாளுக்கியர், குறுநில வேந்தர், குறும்பர், மந்திரி, மந்திரி நட்பாளர், மந்திரித்தந்திரி, கருமத் தலைவர், பெரும்போர்த் தலைவர், பரிவாரத்தின் பெயர்கள் ஆகியவை வந்துள்ளன. தமிழ் அரசர்கள் பெயர்கள், வேந்தனைக்

குறிக்கும் பொதுப்பெயர்கள் இன்றி வேற்று அரச மரபான சளுக்கியர் பெயர் இடம்பெற்று வந்துள்ளது கவனிக்கத்தக்கதாகும்.

வேள்புல வரசன், சளுக்கியர் வேந்தன் (183).

தொழில் மற்றும் செயல் அடிப்படையில் அமைந்த பெயர்களாகச் செட்டிகள், வேளாளர், அநாரியர், சோனகர், மருத்துவர், குயவர், உப்பமைப்போர், சித்திரகாரர், கண்ணாளர், தச்சர், கன்னார், தட்டார், வண்ணார், உறைகாரர், ஈரங்கோலியர், ஊன்வினைஞர், தோல் வினைஞர், நாவிதர், செக்கார், கள்வினைஞர், சண்டாளர், பாணர், பாடற்கீழ் மக்கள், தமிழ்க் கூத்தர், தோற்கருவியிசைப்போர், நரம்புக்கருவி கொளற்குரியோர், தொழில் செய்வோர், புதியோர், மீகாமன், அயலோர், வழிச்செல்வோர், அடிமை, மடையன், ஏவல் செயற்பாலோர், நூதர், ஒற்றர், வெறியாட்டாளன், தேவராளன் ஆகியவை அமைந்துள்ளன. இதில் அடிமை என்பது செயல், பண்பு என்பது போன்ற வடிவம் கொண்டதாய் வெளிப்படுகிறது. ஆனால், இது ஆகுபெயராய் அடிமையாய் இருக்கும் நபரைக் குறித்து வருவதால் மக்கள் பெயராகக் கொள்ள முடிகிறது.

மேற்பகுதியில் சுட்டப்பெறும் மக்களான பார்ப்பார், அரசர், செட்டிகள், வேளாளர் ஆகிய பெயர்கள் அமைப்பு முறையைப் பார்க்கையில் வருணப் பாகுபாடு வெளிப்படுகிற தோற்றம் புலப்படுகிறது. ஆனால், இதனை முழுமையான வர்ணப் பிரிவுதான் என்றும் கூற இயலாத நிலைத் தெரிகிறது. ஏனெனில், பார்ப்பார் என்பது பிராமணர் அல்லா வேறு பொருளிலும் தமிழகச் சூழலில் இருந்துள்ளது. இதனை, பார்ப்பார் பெயர் என்று திவாகரம் கூறுவதன் மூலம் விளங்கலாம்.

அய்யர், வேதியர், இருபிறப்பாளர்,
மெய்யர், மிக்கவர், மிறையோர், பூசுரர்,
அந்தணர், நூலோர், அறுதொழி லாளர்,
செந்தீ வளர்ப்போர், உயர்ந்தோர், ஆய்ந்தோர்,
ஆதி வருணர், வேத பாரகர்,
வேள்வியாளர், விப்பிரர், தொழுகுலத்தோர்,
முப்புரி நூலோர், முனிவர் என்று இவை
தப்புஇல் பார்ப்பார் தம்பெயர் ஆகும். (167)

வேளாளர் என்பது வேளாண்மைத் தொழில் செய்யும் மக்களையும், வார்த்தைத் தொழிலோர், ஏரின் வாழ்நர், மண்மகள் புதல்வர் முதலியவர்களையும் குறித்து வருபவையாகவும் உள்ளது. பல்லவர் மற்றும் சோழர் காலம் வருணாசிரமப் பாகுபாட்டுடன் காணப்பட்டதால் இதனை வருணப் பாகுபாட்டின் அடிப்படை யிலான அமைப்பு இல்லை என்று கருதமுடியவில்லை.

உடற் குறையால் பெயர் பெற்றவர்களும் திறனால் பெயர் பெற்றவர்களும் சில தொழிலால் பெற்ற மக்கட் பெயர்களும் வந்துள்ளன. அவை வருமாறு: முடவன், அலி, ஊமை, குருடர், கோணர், குறளர், கீழ்மக்கள், அறிவிலோன், வறியோர், துயருறுவோர், கள்வர், உரியோர், மூதறிந்தோர், வல்லாளன், திறவோன், நாகரிகர், மிகுபோகம் விழையுநர், தூர்த்தர், இளமையோன், ஏவுவான், புகழாளன், கரியவன், குண்டகன், கோளகன், கானீனன், குலமுள்ளோர், வல்லோன், மாட்டாதார், வல்லோர், கூவனூலோர், கற்றோர், கவிகள், கடிகை மாக்கள், கூத்தர், புகழ்வோர், தேர்ப்பாகர், யானைப்பாகர், குதிரைப்பாகர், இரப்போர், வள்ளியோர், தறுகண்ணாளர், பகைஞர், மேவினர்.

பால் அடிப்படையிலான ஆண், பெண் மக்கள் பெயர்களாவன: உறவு, ஆணின் பெயர், பெண்ணின் பெயர், எழுவகைப்பருவப் பெயர், தலைவி, அருகதவப்பெண், கலன்கழி, மகளிர், கோலஞ் செய்வாள், மலடி, பொதுமாதர், நாடகக் கணிகை, பாண்மகள், ஆடுஉ மகடுஉ பல்பெயர், உடன் நிகழ்வான், தனியின் பெயர் ஆகியவையாகும். பெண்களில் பொதுமகளிர், நாடகக் கணிகை முதலியவையும் இடம்பெற்று வந்துள்ளன. இங்கு நாடகக் கணிகை, பொதுமாதர் என்று தனித்தனியாகக் கூறுவதன் மூலம் கணிகையும் பொதுமாதரும் ஒன்றல்லர் என்ற எண்ணப்புரிதலைக் காணமுடிகிறது.

திணை அடிப்படையில் அமையும் பெயர்களாக வருபவை: குறிஞ்சி நிலம் – மக்கள், பெண்கள், தலைவர். பாலை நிலம் – மக்கள், பெண்கள், தலைவர், பொதுப்பெயர். முல்லை நிலம் – மக்கள், மகளிர், தலைவர், நெய்தல் நிலம் – பெண்கள், உப்பமைப்போர், நெய்தல்நிலத் தலைவன். மருத நிலம் – மக்கள், பெண்கள், தலைமகன், தலைவி, முல்லைத் தலைவி ஆகியவை ஐந்திணைப் பாகுபாட்டால் அமைந்த நிலவாழ் மக்களைக் குறித்து வந்துள்ளன.

உறவுப் பெயர்கள் கீழ்வரும் பெயர்களில் அமைந்துள்ளன. தமர்பெயர், தந்தை, மூதாதை, மாமன், தமையன், தாய், செவிலித்தாய், தன்னை எனும் பெயர், மணவாளன், மனையாள், மகன், மகள், புதல்வர், முன்தோன்றல், பின்தோன்றல், வழித்தோன்றல், இளம்பிள்ளை, இளமக்கள் பன்மைப்பெயர், தோழன், பாங்கி, தோழி முன்னிலைப்பெயர், காதலன், காதலி, துணைவன் ஆகியவை ஆகும்.

மக்களால் உருப்பெறும் பெயர்கள்: படை, கொடிப்படை, கடைக்கூழை, படைவகுப்பு ஆகியவை இடம்பெற்றுள்ளன.

மக்கள் திரள் மற்றும் மக்களின் உடல் உறுப்புப் பெயர்கள் இத்தொகுப்பில் இடம்பெற்று வந்துள்ளன. இங்கு உடல் உறுப்புகளும் மக்கள் பெயரில் இடம்பெற்று வந்துள்ளமை நோக்கத்தக்கதாகும். அவையாவன: மானிடர், மக்களாண், மக்கட் பரப்பு, மக்கட் கூட்டம், உடல், பிணம், உடற்குறை, பாதம், காலடி, கரட்டு, கணைக்கால், முழந்தாள், தொடைப்பற்று, குறங்கு, அல்குல், இடை, மருங்குற் பக்கம், வயிறு, ஆண்குறி, பெண்குறி, தொப்பூழ், மார்பு, முலை, தேமல், கை, அகங்கை, விரல், நகம், தோள், முதுகு, தோள்மேல், கழுத்து, பிடரி, பிறகின் பெயர், முகம், உதடு, பல், எயிறு, சிரிப்பு, அண்ணம், கீழ்வாய்ப்புறம், உண்ணா, நா, மூக்கு, கதுப்பு, கண், நெற்றி, புருவம், காது, தலை, முடி, ஆண்மயிர், பெண்மயிர், மைந்தர் மயிர், பிற மயிர், மயிர்பரப்பு, மயிர்க்குழற்சி, மயிர்முடி, சடை, உறுப்பு, சந்தி, இறை, உடற்றழும்பு, கழலை, நரம்பு, எலும்பு, தலையோடு, முழுவெலும்பு, குடுமி, உச்சி, இந்திரியம், புலனறி கருவி முதலானவை ஒருபொருட் பலபெயர்க் குறித்த மக்கட் பெயர்ப் பொருட்புலங்களாக அமைந்துள்ளன.

விலங்கின் பெயர்த்தொகுதி

மக்கள் என்ற உயர்திணைக்குப் பிறகு, அஃறிணையில் விலங்குகள் பற்றிய பெயர்கள் இத்தொகுதியில் இடம்பெறுகின்றன. இதில் மொத்தம் 216 நூற்பாக்கள் உள்ளன. இதில் இடம்பெறும் பெயர்கள் அனைத்தும் விலங்கு என்ற பொதுப்பெயரில் தொகுக்கப்பட்டு உட்பிரிப்பில் பல உட்பிரிவுகளைக் கொண்டு அமைந்துள்ளன. அவை,

- விலங்கைக் குறித்த பெயர் வகைகள்
- பறவையைக் குறித்த பெயர் வகைகள்
- ஊர்வன குறித்த பெயர் வகைகள்
- நீந்துவன குறித்த பெயர் வகைகள்

எனும் பிரிவுகளுள் அடக்கம் பெறுகின்றன. இத்தொகுதி சிங்கத்தை முதலாகக் கொண்டு காட்டு விலங்கு, வீட்டு விலங்கு என்ற வகைகளின் விலங்குகளைத் தொகுத்துரைக்கிறது. அவை கீழ்வருமாறு அமைகின்றன. புலி, யானையாளி, யானை, களிற்றியானை, பிடியானை, யானைக் கன்று, யானை பிறந்த நிலம், குதிரை, நால்வேந்தர் குதிரை, பாண்டியன் குதிரை, சேரன் குதிரை, சோழன் குதிரை, குறுநில மன்னர் குதிரை, குதிரைக்குளம்பு, குதிரை செல்வழி, பசுவின் பொதுப்பெயர், பசுவின் பெண்பாற் பெயர், பசுவின் ஆண்பாற் பெயர், எருமைச்சாதி, எருமைப்

பொதுப்பெயர், எருமையாண், மலட்டெருமை, காட்டா, யாடு (ஆடு), கருவாடு, வெள்ளாடு, துருவாட்டேற்று, வெள்ளாட்டேற்று, ஆட்டுக்குட்டி, வரையாடு, கவரிமான், கழுதை, கோவேறு கழுதை, பன்றி, மருட்டிப்பன்றி, முட்பன்றி, மான், மானேற்று, இரலை, கரடி, நரி, ஓரி, பூஜை, ஆண்பூனை, கீரி, முயல், கத்தூரி, குரங்கு, பெண்குரங்கு, கருங்குரங்கு, முசு, நாய், பெண்நாய், உடும்பு, அணில், ஓந்தி, பச்சோந்தி, மூஞ்சூறு, எலி, காரெலி, பெருச்சாளி, ஒருசார் விலங்கேற்று, களிறு, மா, ஒருத்தல், ஏறு, போத்து, பகடு, கலை, உம்பல், கடுவன், சேவல், தகர், ஏட்டை, ஒருசார்விலங்கினேற்று, ஒருசார் விலங்கின் பெண் பொதுப்பெயர், பெட்டை, பிணை, பிணா, ஆ, நாகு, பாட்டி, மந்தி, பெண், ஆண், விலங்கின் பெண் பெயர், போதகம், விலங்கின் பிள்ளைப் பெயர், குருளை, பறழ், பிள்ளை, மறி, கோடுவாழ் விலங்கின் பிள்ளை, கன்று, குழவி, பறழ் குட்டி, குருளை, கன்று, குழவி, பிள்ளை, பார்ப்பு, ஏற்றை, குருளை, விலங்கின் பெயர், காலியினம், விலங்கின் கூட்டம் ஆகியவையாகும். இதில் விலங்கின் இளமைப் பெயர்களும் இடம்பெற்று வந்துள்ளன.

விலங்குகளின் பெயரின்றி இதன் உறுப்புப் பெயர்களும், விலங்கின் தன்மையும் கூறப்பட்டுள்ளன. அவையாவன: வாலுறுப்பு, வாற்கீழிடம், யானைச் செவி, யானை முதுகு, யானை வாலி, யானை மதம், கவுட்சுவடு, மும்மதம், யானைக்கால், குதிரைவாயிலும், யானைக் கையிலும், உமிழ் நீரின் பெயர், எருதின் முரிப்பு, மடி, பசுமுலை, கொம்பு, தோல், ஊன், ஆவின்னிறைச்சி, உதிரம், நிணம், முடை, சூலி ஆகியவையாகும். சுட்டப்பட்ட பெயர்களைக் காட்டு விலங்கு, வீட்டு விலங்கு, ஆண், பெண் பால் பாகுபாடு, விலங்குகளின் உறுப்புகள், விலங்கின் தன்மைகள் என்ற பிரிவுகளின் கீழ் வகைப்படுத்தலாம். சேவல் என்று இதில் அமைந்துள்ள பெயர் பறவையைக் குறிக்காமல் குதிரையைக் குறித்து வந்துள்ளது. இதனைக் கீழ்வரும் நூற்பா தெளிவுபடுத்துகிறது.

> கோழி ஆண்நன் சேவல் ஆகும்:
> குதிரை ஆணும் சேவல் எனப் படுமே (483)

பாம்பு, பெரும்பாம்பு, பாம்பின் படம், படப்பொறி, நஞ்சி ஆகியவை ஊர்வன பற்றியதாக உள்ளன. பாம்பு தொடர்பாக அமையும் படம், பொறி, நஞ்சி முதலிய உட்கூறுகளும் விலங்கின் பெயர்களுள் ஊர்வன பற்றிய பெயர்களாக வந்துள்ளன.

பறவையின் பெயர்களாக, கருடன், கழுகு, வன்சிறை, பருந்து, சாதகப்புள்ளி, அசுணப்புள்ளி, குயில், செம்போத்து, கோழி, கூகை, மயில், மயிற்பீலி, மயிலிறகு முள்ளி, மயிற்சிகை, காக்கை, வலியான், கரிக்குருவி, கிளி, கருங்கிளி, புறா, பூழ்ப்புள்ளி,

கவுதாரி, அன்றில், ஊர்க்குருவி, சிவல், நாகணவாய்ப்புள்ளி, கடை, மீனெறிசிறு பறவை, பறவை பொதுப்பெயர், அன்னம், அன்னத்திற்கு, சக்கரவாகப் புள்ளி, பெருங்குருகு, குருகினம், பெருநாரை, சகோரம், நீர்க்காக்கை, சம்பங்கோழி, கொக்கு, வண்டி, ஆண்வண்டு, இந்திரகோபம், விட்டிற் பறவை, சிள்வீடு, நுளம்பு, கொதுகு, துருஞ்சில், வாவல், சேவல், மயில் எழால் ஆணுக்குவரும் பெயர், பெண்பறவை, கோழி கூகை, இளம்பறவை, முட்டை, பறவை வாயலாகு, இறகு, புள்ளொலிக் கூட்டம் ஆகியவை அமைகின்றன. இதனுள்ளும் ஆண், பெண் என்ற பால்பாகுபாட்டடிப்படையிலான பெயர் அமைப்பு உள்ளது. இன்று காணக் கிடைக்காத அரிய வகைப் பறவைகளான வானம்பாடி, கேகயப்புள், மீன்எறி சிறுபறவை, சக்கரவாகப்புள் ஆகியவற்றையும் அறிய முடிகிறது.

நீந்துவன, நழுவன, புழு எனப்படும் உயிர்கள் இங்குத் தொகுத்துரைக்கப்பட்டுள்ளன. அவையாவன: முதலை, ஆண் முதலை, சுறா மீன், இறால் மீன், கெளிற்று மீன், மீன், திமிங்கிலம், திமிங்கில கிலம், பெருமீன், மலங்கு, சங்கு, வலம்புரி, சலஞ்சலம், பாஞ்ச சன்னியம், நத்தை, ஏரல், தவளை, ஆமை, நண்டு, நண்டினாண், உளு, எறும்பு, தேளி, சிலந்தி, நாகர வண்டி, ஆழல், கறையான், புழு, கோற்புழு, கோற்றேன், தேன், தேன்கூடு ஆகியவையாகும். கடல்வாழ் உயிரினங்கள் இதில் சிறப்பிடம் பெற்று வந்துள்ளன. தேனீ தங்கும் தேன் கூட்டை விலங்கின் உட்பிரிவில் ஒன்றாகக் கருதி அடக்கியுள்ளார் திவாகரர்.

மரப்பெயர்த் தொகுதி

மரப்பெயர்த் தொகுதியில் தாவரங்களின் பெயர்கள் விளக்கப்பட்டுள்ளன. இத்தொகுதியில் 216 நூற்பாக்கள் உள்ளன. தாவரங்கள் பலவகையாக அமைந்துள்ளன. அவை,

- மரத்தைக் குறித்துவரும் பெயர்கள்
- நந்தவனம், காடு ஆகியவற்றைக் குறித்துவரும் பெயர்கள்
- தாவர இயல்பு குறித்தான பெயர்கள்
- தாவர விளைபொருள் முதலானவற்றின் பெயர்கள்
- செடி, கொடி முதலியவற்றின் பெயர்கள்
- பூ முதலானவற்றைக் குறித்துவரும்பெயர்கள்

முதலிய பிரிவுகளில் தொகுக்கப்பட்டு விளக்கப்பெற்றுள்ளன.

மரம் என்று குறிக்கக்கூடிய பொருண்மையில் இடம்பெறும் பெயர்களாவன: பஞ்சதரு, சந்தனம், அகில், மராமரம், ஆச்சா,

மகிழமரம், தேக்கு, செண்பகம், ஆலி, அரசமரம், அசோக மரம், இரத்தி, மருதம், கொன்றை, குரா, நாவல், வேம்பு, அத்தி, புளி, தேமா, இருப்பை, செருந்தி, கோங்கு, பச்சிலை, வன்னி, கருங்காலி, எட்டி, செங்கருங்காலி, புன்னை, சுரபுன்னை, புனமுருங்கை, ஆத்தி, மஞ்சாடி, இலவமரம், நெல்லி, கடுமரம், புளி, குருத்து, வெட்பாலை, குமிழ், வேலமரம், பாதிரி, முருக்கு, தேற்று, விளா, வில்லு, வேங்கை, கடம்பு, வெண்கடம்பு, வருக்கைப்பலா, ஈரப்பலா, அழிஞ்சிலி, மாதுளை, தாதுமாதுளை, எலுமிச்சம், நாரத்தை, குருக்கத்தி, அகத்தி, எருக்கு, களா, இலந்தை, காயா, ஞாழல், புன்கின், குங்குமம், தணக்கு, ஓடைமரம், ஓடுவை, உன்னமரம், ஆண்மரம், கமுகு, பனை, இளம்பனை, தெங்கு, மூங்கில், தாழை, வாழை, பூவாதுகாய்க்கும் மரம், வண்டு உணா மலர் மரம், மரப் பொதுப்பெயர் ஆகியவையாகும். இதில் பல்வேறு மரங்களைக் கூறிவிட்டு இறுதியாக மரத்தின் பொதுப்பெயர் என்று விளக்கப்பட்டுள்ளது. மரத்திற்குள்ளும் பால்பாகுபாடு உள்ளது என்பதை ஆண் மரம் என்று குறிப்பிடுவதனால் அறிய முடிகிறது. அவ்வாறு அமையும் மரத்தின் பெயர் எகினம் செம்மரம் ஆண்மரம் என்ப (698) ஆகும்.

நந்தவனம், காடு சார்ந்த பெயர்களாக அமைவன: மரச்செறிவு, மரப்பொதும்பு, நந்தவனம், காடு, முதுகாடு, கரிகாடு, மிடைதூற்றின் பெயர், ஈங்கை, முள்ளுடை, முள்ளி, மரவயிரம், பிரம்பு, உள்வயிரம், புற வயிரம், வயிரமல்லமரம், சிறுதூற்று, மருந்து, சல்லியகரணி, சந்தானகரணி, சமனியகரணி, மிருதசஞ்சீவினி, மரமுதலிளமை, மரக்கொம்பி, இளங்கொம்பி முதலியவையாகும். இப்பகுதி, மரங்கள் நிறைந்துள்ள வனமாகிய பொதுமையைப் பெயர்களாகச் சுட்டுகிறது. மரங்களில் வயிரம் பாய்ந்த மரம், வயிரம் பாயாத மரம் என்று குறிப்பிடுவதனால் மரத்தின் வகைகளில் திடமான மரங்கள் என்பவை பிரித்துக் காட்டப்பட்டுள்ளன.

தாவரங்களின் உட்கூறாக அமையும் இலை, தளிர், தளிர்த்தல், குருத்து, கொத்து, காய், பழம், பரலினிட்டு குருத்து, வெட்டுக்குருத்து முதலியவை அமைந்துள்ளன.

செடிகளாகவும், தாவர விளை பொருள்களாகவும் பின்வரும் பொருண்மைகள் அமைகின்றன. அவை: நந்தியா, கஞ்சா, நொச்சி, செங்காந்தள், கோடல், ஊமத்தை, ஆமணக்கு, குறிஞ்சி, அலர், வெட்சி, சிறுபூளை, பருத்தி, திப்பிலி, துளசி, மிளகு, மஞ்சள், கருணைக்கிழங்கு, சிறுகிழங்கு, வாசந்தரும் பண்டம், கடுகு, கொத்தமல்லி, கொடிக்குழல், கிலுகிலுப்பை, சேம்பிள், சிறுகீரை, கற்றாழை, வழுதலை, மலைநெல்லி, குளநெல்லி, செய்ந்நெல்லி,

செந்நெல்லி, தோரை, சோளம், கருத்தினை, செந்தினை, அவரைத் துவரை முதற்பொதுப்பெயர், எள், எள்ளிளங்காய், கதிர், பதர், தினைத்தாள், வைக்கோல், தூற்றா, பயிர், புற்பிறப்பு, தெங்குநார்ப்பாளை, கிழங்கு, இதில் கிழங்கு வகையும், கரும்பு, பயிர், புள் ஆகியவையாகும். எள் என்பது செடியாகவும், காய் என்பதற்கும் பெயராகி வந்துள்ளது. எள் என்பதற்கு முந்தையத் தன்மை என்பது எள்ளிளங்காய் என்பது தெரிகிறது. பயிரின் விளை பயன் நெல் ஆகும். இதனுள் பதர், கதிர் என்ற பயனுள்ளவை, பயனற்றவை பிரித்தளிக்கப்பட்டுள்ளன.

கொடிவகைப் பெயர்களாக, கோற்கொடி, கற்பகஞ்சேர்கொடி, கொடிப்பிறப்பு, கொடி, மல்லிகை, இருவாட்சி, முல்லை, கருமுகை, மௌவல், கூதாளி, கொவ்வை, அடம்பு, விரிதூற்று, பீர்க்கு, பாகல், பகன்றை, சிந்தில், காஞ்சொறி, தாளி, நறையால், வெற்றிலை, பிரண்டை, அவுரி, குறிஞ்சி, தும்பை, தருப்பை, கோரை, வாட்கோரை, நானல், சுரை, நீர்முள்ளி, பாசி, நீர்க்குளி ஆகியவை அமைந்துள்ளன.

மலர் வகைப் பெயர்களாக வருவன, தாமரை, கருங்குவளை, செங்கழுநீர், நெய்தல், செவ்வல்லி, குமுதம், அகவிதழ், புறவிதழ், பூவினுட்கொட்டை, பூவகை, மொட்டு, மலர்ந்தபூ, வெற்றிப்பூ, பழம்பூ, மலர்த்தாது, பூவிதழ், மாலை, நுதல்மாலை, தொடையல்மாலை ஆகியவையாகும். பூவில் உள்ள கொட்டை, பூவின் பரிணாமமான மொட்டு, மலர் முதலியவையும் பூவின் உறுப்புகளான இதழ் முதலானவையும் இதனுள் பொருட்புலனாக இடம்பெற்று வந்துள்ளன. இத்தொகுதியில் மரத்தோடு தொடர்புடைய விறகு முதலியவை இடம்பெறாததும் குறிப்பிடத்தக்கதாகும்.

இடப்பெயர்த் தொகுதி

இயற்கையின் பெயர்கள் இடம்பெற்றுள்ள தெய்வப்பெயர்கள் தொகுதியில் இப்பெயர்த் தொகுதி இடம்பெறாமல் தனியாக அமைந்துள்ளது. இதில் 178 நூற்பாக்கள் இடம்பெற்றுள்ளன. இவற்றைக் கீழ்வரும் பொருட்புலப் பிரிவுகளில் வகைப்படுத்தலாம்.

- உலகம் தொடர்பான பெயர்கள்
- திசைகளின் பெயர்கள்
- மலை, குன்று ஆகியவற்றின் பெயர்கள்
- நீர் நிலைகளின் பெயர்கள்
- நிலம் தொடர்பான பெயர்கள்

- மக்கள் வாழிடப் பெயர்கள்
- விலங்கின் இருப்பிடப் பெயர்கள்
- உழவின் பெயர்கள்.

உலகப்பெயர்கள் என்பவை தெய்வலோகம், விஞ்சையருலகம், பூமி, நரகன், உலகின் பொதுப்பெயர் என்று வகைப்படுத்தப் பட்டுள்ளன. திசைப்பெயர்கள் கீழ்த்திசை, தெற்கு, மேற்கு, வடக்கு என்று பிரித்துரைக்கப்பட்டுள்ளன. கிழக்கு என்பது கீழ்த்திசை என்ற பெயரில் வழங்கப்பெற்றுள்ளது. மாதிரம், ஆசை, வம்பல் திசைப்பெயர் (847) என்பவை திசைக்கு வழங்கும் பெயர்கள் ஆகும்.

மலை, குன்று, பாறை முதலியவற்றையும் குறித்துவரும் பொருண்மைகளாக மலை, மேரு, பொதியமலை, கொல்லிமலை, குன்றின் பெயர், மலையுச்சியின் பெயர், மலைப்பக்கத்தின் பெயர், பாறையின் பெயர், துறுகல், மலைமுழை, கீழறை, கற்புழை, கல்லின் பெயர், கற்றிரள், நுழைவாயில், மலைப்பிளப்பின், வெடிப்பு, திடர், சிறுதிட்டை, முரம்பின், மேட்டின், பாதாளம் ஆகியவை அமைந்துள்ளன. மலை உச்சி என்பது மலையினுள் அடங்கும் ஒன்றே. ஆனால், தமிழகத்தில் அக்கால வழக்கில் மலையுச்சி, மலைப்பக்கம் ஆகியவற்றுக்கும் வெவ்வேறு பெயர்கள் வழங்கப்பட்டுள்ளன என்பது தெரிகின்றது.

நீர்நிலைகள் உள்ள இடமும் இடப்பெயரில் வந்துள்ளது. இதில் நீரில் உண்டாகும் நுரை, நீர் நிரம்பியுள்ள ஆழம் முதலியவை யும் இடம்பெற்றுள்ளன. அவை: கடல், கடற்றிரை, புனற்றிரை, கடற்கரை, கரையின் பொதுப்பெயர், செய்கரை, மலையாறு, கான்யாறு, ஆற்றின் பெயர், கழியின் பெயர், கழிமுகம், உப்பளம், காவிரி, பொருநை, குமரி, வையை, ஆண் பொருந்தத்தின் பெயர், வாவியின் பெயர், எந்திரவாவின் பெயர், ஆற்றிடைக்குறை, ஊருணி, கிணறு, ஊறல், குமிழி, நுரை, ஆழத்தின் பெயர், நிறைபுனல், நீந்துபுனல், நீரோட்டம், தெளிநீர், கலங்கற்புனல், குழைசேற்று, சேற்றின் பெயர் என்பனவாகும்.

மக்கள் வாழிடமாக அமைந்துள்ள ஐந்நிலப்பெயர், நகரம், ஊர் முதலியவை இப்பகுதியில் வந்துள்ளன. இதனுள் வீட்டின் பெயர், சந்தி, அரங்கம், கல்விக்கூடம், வீட்டின் உறுப்பான முற்றம், திண்ணை முதலியவையும் அடக்கம்பெற்றுள்ளன. அவையாவன: பொல்லாநிலம், வெண்மணல், மணற்குன்று, நுண்மணல், புழுதி, கருமணல், குறிஞ்சிநிலம், நெய்தல்நிலம், முல்லைநிலம், மருதநிலம், பாலைநிலம், மருத நிலத்தின் விளைநிலம், முல்லையின் விளைநிலம், குறிஞ்சியின் விளைநிலம், வன்பால் என்னும் பெயர், சமப்பால் என்னும் பெயர், கருநிலம் என்னும் பெயர், துருக்கம், நாடு, ஊரின் பெயர், குறிஞ்சி நிலத்தூர், முல்லை நிலத்தூர்,

நெய்தல் நிலத்தூர், பாலைநிலத்தூர், மருதநிலத்தூர், நகரப்பதியின் பெயர், சூழ்கழியிருக்கை, மலையாற்றடுத்த ஊர்ப்பெயர், மடப்பம் என்னும் பெயர், குறும்பு என்னும் பெயர், பாசறை, உறையூர், மதுரை, கருவூர், காவிரிப்பூம்பட்டினம், அங்காடி, ஆவணம், தெருவின் பெயர், சந்தி, நாற்சந்தி, கோயில், வீட்டின் பெயர், சிற்றில், பண்டசாலை, இறப்பு, தாழ்வாரத்தின் பெயர், முகடு, வேய்தலத்தின் பெயர், சாலகத்தின் பெயர், மடைப்பள்ளி, கல்லூரி, சுவர்தலம், பீடத்தின் பெயர், முற்றத்தின் பெயர், நிலாமுற்றம், திண்ணை, சித்திரக்கூடத்தம், அம்பலம், காகம் என்னும் பெயர், அரசிருக்கை, அரங்கம் என்னும் பெயர், ஒரு சிறை வீட்டின் பெயர், வேறிடம், உறைவிடம் ஆகியவையாகும்.

விலங்கின் வாழிடமாகக் கூட்டின் பெயர், குதிரைப்பந்தியின் பெயர், யானை சேர்விடம், யானை சென்ற வழி, துயிலிடம் முதலியவை குறிப்பிடப்பெற்றுள்ளன. வேள்விக்குண்டம், மட்கலஞ்சுமிடம், சுடுகாடு, பொருகளத்தின் பெயர், வழுக்கு நிலத்தின் பெயர், தொழுவின் பெயர், மதிலின் பெயர், மதிற்சுற்றின் பெயர், மதிலுறுப்பு, அகழின் பெயர், வாயில், பெருவாயில், கதவினுள் வாசலின் பெயர் முதலியவற்றுள் மதில் பற்றிய தகவல் இடம்பெற்றுள்ளது. மனிதன் இறந்த பின்பு அடக்கம் செய்யும் பகுதியான சுடுகாடும் வாழிடமாகச் சுட்டப்பட்டுள்ளது.

விளை நிலமான வயல், கொல்லை பற்றிக் கூறும் இடத்தில், நிலத்தின் எல்லையான வரப்பு, உழவு குறித்தான பொருள்களும் அளிக்கப்பட்டுள்ளன. அவை: வயலின் பெயர், புனத்தின் பெயர், தினைப்புனத்தின் பெயர், பழங்கொல்லை, தோட்டம், உழவின் பெயர், உழுதொழில் வளைப்பின் பெயர், முதுவரம்பின் பெயர், வரம்பரகின் பெயர், பள்ளத்தின் பெயர், புற்றின் பெயர், புற்றாஞ் சோற்றின் பெயர், முதுநிலத்தின் பெயர் என்பவையாகும்.

வழி, பாதை எனப்படும் பொருண்மைகளும் இடப்பெயர்த் தொகுதியில் அமைந்துள்ளன. அவை: வழியின் பெயர், அருநெறி, கவர்த்த நெறி, இழிந்தேறப்படு வழி, இடத்தின் பெயர், பக்கத்தின் பெயர், நடுவின் பெயர், உயர்ச்சி, முன்னிட மேலிடப் பொதுப்பெயர், இவண் என்னும் பெயர், உவண் என்னும் பெயர், ஆண்டு என்னும் பெயர், ஈண்டு என்னும் பெயர், கூப்பிடு தூரத்தின் பெயர், கிரவுஞ்சம் என்னும் பெயர், காதத்தின் பெயர் ஆகியனவாகும்.

பல்பொருட் பெயர்த்தொகுதி

பல்பொருட் பெயர்த்தொகுதி, ஒரு குறிப்பிட்ட பொருட்பரப்பைக் கொண்டமையாமல், பல பொருட்களின் பெயர்களைப் பெற்று அமைந்துள்ளது. இதனுள்,

- உலோகப் பெயர்கள்
- மணிகளின் பெயர்கள்
- பண்டம், சாந்து ஆகியவற்றின் பெயர்கள்
- விறகின் பெயர்கள்
- உணவு குறித்துவரும் பெயர்கள்

சார்ந்த பொருட்புலப் பெயர்கள் இடம்பெற்றுள்ளன. உலோகங்களின் பெயர்களாகப் பொன், ஐவகை உலோகம், எழுவகை உலோகம், வெள்ளி, வெண்கலம், பித்தளை, செம்பு, இரும்பு, ஈயம், காரியம், தரா என்பவை அமைந்துள்ளன. மணிகளின் வகைப் பொருள்கள் இங்குக் குறிப்பிடப் பெற்றுள்ளன. அவை: நவமணி, கடவு மணி, மணியின் பொதுப்பெயர், அகல் மணியின் பொதுப்பெயர், மாணிக்கம், முத்து, தரளம், பவளம் என்ற நவமணிகள், சங்கநிதி, பற்பநிதி வடிவம், நிதியம் பண்டாரம், காந்தமணி, சந்திரகாந்தமணிக் குணம், சூரியகாந்த மணிக் காந்தம், பளிங்கு, பருக்கு, சங்குமணி ஆகியவையாகும். இதில் படிகம், காழ் என்ற பொருளுள்ள பளிங்கு, பருக்கையும் இடம்பெற்று வந்துள்ளன.

பண்டம், சாந்து எனப்படும் பூசும் தன்மையினது போன்றவை இடம்பெற்றுள்ளன. அவை வருமாறு: சோகி, பலபண்டம், அரும்பண்டம், கர்ப்பூரம், கத்திரி, நால்வகைச் சாந்து, சாந்தின் பொதுப்பெயர், செஞ்சாந்து, மயிர்ச்சாந்து, சந்தனக்குழம்பு, அப்புதல், பூசுதல், தொய்யில், சுட்டி, நுதற்புனைகுறி ஆகியவை ஆகும்.

சிந்தூரம், சாதிலிங்கம், குங்கிலியம், பெருங்காயம், அரக்கு, சுக்கு, ஏலம், அதிமதுரம், கவரி, அச்சுதம், பிரப்பு, விறகு, ஓமவிறகு, நெருப்பு, கலைக்கொள்ளி, கரி, சாம்பல், சுகுசுண்ணச் சாந்தி, புகை, மணப்புகை, சின்னபின்னம், பொடி, காட்டம், இலவு, பருத்தி, பஞ்சுறுதி ஆகிய விளைபொருள் பொருண்மைகளில், விறகு எனும் பொருண்மையில் வந்துள்ள கொள்ளி என்பது நெருப்பைக் குறிப்பிடாமல் விறகைக் குறித்த ஒன்றாகப் பதிவு செய்யப்பெற்றுள்ளது. இதில் கரி, சாம்பல், மணப்புகை, நெருப்பால் உண்டாகும் புகை முதலியவையும் இடம்பெற்றுள்ளன.

உணவு வகைப்பெயர்களாக சோறு, தின்னுஞ்சோறு, உண்டல், கூழ், அடிசில், புழுக்கல், தெய்வ உணவு, கருணை, பிட்டு, உக்காரி, மோதகம், பில்லடை, அப்பம், தினைமாவு, சிற்றுண்டி, வறையல், பிண்ணாகடு, புளிங்கறி, குழம்பு, கஞ்சி, தயிர், பால், நெய், மோர், தேன், சர்க்கரை, கண்ட சருக்கரை, கள்ளி, பேதவகைக் கள்ளி, பருகுவன, அமிழ்து, நஞ்சி, உண்பன,

தின்பன, இலைநுகர் விலங்களி உணவு, பறவை விலங்கின் உணவு, ஒழிபொருள், துணைக்காரணம், இரண்டு, பேய்த்தேர், தூக்குவன, அலகு, நிரை ஆகியவை அமைந்துள்ளன. இவற்றுள் உண்ணப்படும் உணவு வகையான உண்ணுவது, பருகுவது, அருந்துவது போன்றவையும் விலங்கு உண்ணக்கூடிய உணவு வகைகளும் வகைப்படுத்தப்பட்டுள்ளன.

செயற்கை வடிவின் பெயர்த்தொகுதி

இயற்கையாக உருவான பொருள்களல்லாமல், செயற்கையாக உருவாக்கப்பட்ட பொருள்களின் பெயர்கள் இத்தொகுதியினுள் அடங்கும். இதனைக் கீழ்வரும் பிரிவுகளாக வகைப்படுத்தலாம்.

- ஆயுதங்கள் வகைப் பெயர்கள்
- கருவிகளின் பெயர்கள்
- அணிகலன்களின் பெயர்கள்
- உற்பத்திப் பொருட்களின் பெயர்கள்
- ஆடைகள் வகைப் பெயர்கள்

இவை அனைத்தும் 205 நூற்பாக்களில் விளக்கப்பெற்றுள்ளன.

ஆயுதத்தின் பெயர்களாக, சூலம், மழுவின் பெயர், சக்கரத்தின் பெயர், வில்லின் பெயர், சிவன் வில்லின் பெயர், திருமால் வில்லின் பெயர், அம்பின் பெயர், மரக்கோலின் பெயர், மொட்டம்பின் பெயர், அம்புகுதையின் பெயர், அம்புக்கட்டின் பெயர், வேலின் பெயர், கைவேல் விகற்பம், வச்சிராயுதம், வாள், ஈர்வாளின் பெயர், கழுக்கடை, கொடுவாள், பிண்டிபாலம், கணையமரம், தண்டாயுதம், இருப்புலக்கை, முற்கராயுதம், மட்டிப் படைக்கலம், கணிச்சி, இலைமூக்கரிகம், நாராசப் பெயர், இருப்புமுள், கவண், ஆயுதப் பொது, ஆயுதக் கூர்மை, முனை ஆகியவை அமைந்துள்ளன.

கருவிகள் வகைப் பெயர்களாக படையுறை, அம்புக்கூடு, மெய்புகு கருவி, தலைக்கருவி, கேடகம், மாவட்டணம், பரிசை, கைக்கட்டி, பக்கரை, கலனை, குதிரைவாய்க் கருவி, குசைக்கயிறு, சம்மட்டி, கழுத்திடு கயிறு, தளை, பற்றிரும்பு முதலியவை அமைந்துள்ளன. இவற்றில் போர்க்களம் தொடர்பான கருவிகள், வீரர்களுடையவை, விலங்குடையவை என்ற பிரிவில் அமைந்துள்ளன.

அணிகலன் வகைகளாக, கிண்கிணி மணி, சிலம்பின் பெயர், அரக்குடைச் சிலம்பணி, காலணி மணிவடம், பாடகம்,

ஆடவர் காலணிவடம், கலாபத்து, மேகலை, அரைப்பட்டிகை, அரைநூல், சதங்கை, பதக்கம், மாதர் முலையணிவடம், ஆபரணத்தின் கடைப்புணர்வு, கடைப்புணர்வின் தூக்கம், துடக்கு வடிவு, தோளணி, கங்கணம், கைவளை, குண்டலம், காதணி, சுட்டி, பட்டம், நெற்றியணி, சிரமாலை, மணிமுடி, கண்ணாடி, கண்டை, கைம்மணி, பேரணிகலம், சேகண்டி, காளம், சிறு சின்னம் ஆபரணப் பொது என்று இருபாலருக்குரியவையும் கூறப்பட்டுள்ளன. உணவு உண்ணும் பொருட்களனாக உண்கலம், கிண்ணம், வட்டில், நாழிகை வட்டில், சட்டுவம், ஆகியவையும் அமைகின்றன.

இசைக் கருவிகள்: குறிஞ்சி நிலப்பறை, பாலை நிலப்பறை, முல்லை நிலப்பறை, மருத நிலப்பறை, நெய்தனிலப் பறை, சிறுபறை, ஒருகட்பறை, உடுக்கை, இடைசுறாங்கு சிறுபறை, பரந்தவாய்ப்பறை, முழவம், குடமுழவு, பேரிகைத் தொகுதி, படகத்தின் பெயர், பல்வகைப்பறை, வாச்சியப் பொதுப் பெயர், கொம்பு, யாழ், யாழ்முறுக்காணி, யாழ்வலிக்கட்டி, யாழ் நரம்பு, ஆதியாழாவது ஆகியவை ஐந்து நிலத்துக்கு உரியவையாகப் பிரித்தளிக்கப்பட்டுள்ளன.

உற்பத்திப் பொருட்களென்று (Things) கூறப்பட்டுள்ளவை: தேர், தேர்க்கால், தேருருளின் அகத்தில் செறிகதிர், தேர்மொட்டு, பாண்டில் பூண்ட ஊர்தி, பண்டி, தேர்மேலிடு பரப்பு, தேர்மேல் மரச்சுற்று, கலப்பை, ஒன்றற்கமைந்த பலவுறுப்பு, தூண், யானைத் தறி, குறுந்தறி, வேள்வித்தறி, கணைமரம், தொழுமரம், கதவு, கதவிற்செறி தாள், உரல், ஊஞ்சல், உறி, கட்டில், பரண், ஏணி, கண்ணேணி, கிளிகடி கருவி, குறுந்தடி, நெய்த்துடுப்பு, அடை குறட்டி, பங்குறட்டி, மரக்கலம், மரக்கலப்பாயி, தோணி, தெப்பம், பேழை, கமண்டலம், கெண்டி, பீடிகை, கொள்கலம், பிழா, ஓலைக்குடை, பொதி, பொற்கொல்லன் சின்னத் தட்டி, பயிற்குடை, வெண்குடை, சிற்றாலவட்டம், கால்செய்வட்டம், ஆலவட்டம், சீப்பு, சூதாடும் கருவி, பந்து, சும்மாட்டு, கண்டம், நூல், துன்னம், வார், கயிறு, கயிற்று வலை, தோற்செருப்பு, பாதுகை, நீர்தூவும் துருத்தி, குடம், கரகம், கன்னல், பானை, மிடா, தாழி, நீர்சால், அகல், இரப்போர்கலம், மண்ணரி நார், கூறை முதலானவை ஆகும். இதில் உள்ள சூதாடும் கருவி *காசும், வல்லும் சூதாடு கருவி (1299)* காசு, வல் என்பதாகும். இப்பொருள்கள் கருவியென்றும் அழைக்கப்படுகின்றன.

ஆடையின் பெயர்களாகப் பட்டாடை, நல்லாடை, மரவுரி, செவ்வாடை, முகபாடம், மேற்பார்வை, முலைக்கச்சு, கச்சின்கடை, உடுத்தல், உத்தரிகம், அத்தவாளம், மேற்கட்டி, கூடாரம், சட்டை, இடுதிரை, கொடி, சிறுகொடி, சீரை, மெத்தை,

சித்திரப் படாம், சித்திரம், எழுதல் ஆகியன குறிப்பிடப்பட்டுள்ளன. ஆடையை உடுத்துதல், படுக்கையின் மெத்தை முதலிய அடையில்லாப் பெயர்களும் இதனுள் இடம்பெற்றுள்ளன.

பண்பு பற்றிய பெயர்த்தொகுதி

ஒன்றின் பண்பைக் குறிக்கும் பெயர்கள் இத்தொகுதியில் இடம்பெற்றுள்ளன. இவை மொத்தம் 212 நூற்பாக்களில் அமைந்துள்ளன. பண்பின் வகை என்பது,

வடிவின் அளவின் வண்ணத்தின் வரூஉம்
கடன் இயல் மரபின் காட்சிப் பொருளினும்
உணர்வில் புலப்படும் உண்மைப் பொருளினும்
பகர்குணத் தொடர்பு பண்பு எனப்படுமே (1345)

என்று வகைதொகை செய்து விளக்கப்பட்டுள்ளது. இதனை அடிப்படையாகக் கொண்டு பண்பு சார்ந்த பெயர்கள் கீழ் அமைகின்றன. அவை வருமாறு:

வட்டம், வடிவம், வளைவு, திரள், குவிதற்பொருள், தொகுதி, துறுதல், ஐம்மை, பரந்த வடிவம், குமிழ்ப்புறு, மொக்குள் வடிவம், குழியம், உட்டுளை வடிவம், துளையுடைப் பொருள், துவாரம், சர்க்கன வடிவம், கற்றை, இடனுடைமை, பெருமை, பருமை, சிறுமை, சிறிது, முழுதும், மிகுதி, உயர்ச்சி, தூரம், இடம்பாடு, பரப்பு, கூடுதல், நீளம், நுண்மை, அகலம், சிறுகல், உள்ளது சிறத்தல், மேன்மை, செறிவு, மிடைதல், நிறைவு, அளவின்மை, ஐவகை வண்ணம், சிவப்பு, பொன் நிறம், குரால் நிறம், புன்மை நிறம், வெண்மை, பச்சை, கருமை, மாசு, நிறம், ஒளி, ஒளிவிடுதல், மிகச்சிவத்தல், கட்டழகு, அழகு, பேரழகு, வடிவு, வண்ணம், வலி, மதர்த்தல், நொய்து ஆதல், குறைபாடு, தண்மை, இழிதகவு, மானம், வெப்பம், குளிர்ச்சி, வீரம், வென்றி, தோல்வி, அளவு, எல்லை, வரையறை, கச்சம், கூறுபாடு, முதிர்ச்சி, முதுக்குறை, அறிவு, கருத்து, கருதுதல், நல்லுணர்வு, விருப்பம் ஆகியவற்றுள் வடிவம், அளவு, வண்ணம் முதலியவை இடம்பெற்றுள்ளன.

அன்பு, இரக்கம், ஒருதலைக் காமம், வழுவுடைக் காமம், அன்புடைக் காமம், காமத்தின் பெயர், காமக் கவலை, வேட்கைப் பெருக்கம் என்று களவு தொடர்பான பல்பரிமாண வகைகள் விளக்கப்பட்டுள்ளன. தக்கத்தின் பெயர், மாட்சிமை, சால்பு, சினம், சினக் குறிப்பு, அதிசயம், அதிசயத்துக்கும் இரக்கத்துக்கும் பெயர், கண்ணோட்டம், உள்ளக்களிப்பு, கருதுதல், அழுக்காறு, மறத்தல், கொடுமை, உள்ளமிகுதி, இறுமாப்பு, அகமலர்ச்சி, பேரறிவு, கொடுமை, நிலையுடைமை, நாணம், மதித்தல், தீது, இன்பம், தளர்வு, குறிப்பு, சுழற்சி, இரங்கல், ஐயம், இகழ்ச்சி, நன்மை, அகமகிழ்ச்சி, உவகை, அறியாமை, அறிவின் திரிவு,

அறிமடத்தின் பெயர், மறவாக் கடன், நோய், உள்மத்தம், தெளிவு, பொறாமை, நீங்காமை, பொறை, வறுமை, தனிமை, பொலிவு, பொலிவழிதல், வருத்தம், சோம்பு, ஒண்மை, நயன், அச்சம், கூம்புதல், மெலிவு, துன்பம், மெலிவு, குற்றம், பகை, வஞ்சனை, நட்பு, ஒழுக்கம், ஒழுக்கலாறு, செயலின்மை, அடைக்கலம், கையொழியாமை, இன்பம், மேற்கோள், பழமை, புதுமை, ஈன்றனுமை, நிலையின்மை ஆகியவற்றுள் காட்சிப்பொருள், உண்மைப்பொருள் அமைந்துள்ளன.

பிறப்பு, கழிபிறப்பு, இப்பிறப்பு, வருபிறப்பு, வழி (பின்), முறைமை, இளமை, இளமைச் செவ்வி என்ற பிறப்பின் தன்மையை வகையிட்டுக் குறித்துள்ளார் திவாகரர். காரணந்தெரிசொல், பற்றுக்கோடு, உரிமை, இலாபம் என்பதற்கு அடுத்து, சடங்குகளில் ஒன்றான பெண் பருவமடைதலைப் பண்பெனக் குறித்துள்ளார் திவாகரர். அதாவது, பூப்பூ, அசுத்தம், அழுக்கின்மை, தூய்மை என்பதில் இதனை, அசுத்தம் என்று குறிப்பிடும் வரிசைக்கிரமத்தில் அமைத்துள்ளதால் தூய்மையற்ற ஒன்றெனப் பருவமடைதலை அறிய முடிகிறது.

தருமம், அறிவு, அறிவின்மை, தலைமை, அழிவில்பொருள், கரணம், எண், பரியாயம், பல்விதம், முதல், ஈறு, அனுபவம், வளமை, கழுமை, கொழுமை, வேறுபடுதல், குணமின்மை, உறவு, துறவி, செல்வம், மணம், மணத்தல், சுவை, தித்திப்பு, காழ்த்தல், கைத்தல், புளித்தல், ஒருபலம், நூறுபலம், பலகுணம், இவை முழுதும், பண்பு, கொள்கை, தகை, உவமானம், நால்வகை உவமை, உவமமாவது ஆகிய பண்புகளில் துறவி என்பது துறவு நிலைப் பூண்ட மாந்தரைக் குறிக்காமல் துறவு என்பது துறத்தல் என்ற பண்பைக் குறித்து அமைக்கப்பட்டுள்ளது என்பது தெரிகிறது.

செயல் பற்றிய பெயர்த்தொகுதி

தொழில்களும், பண்படிப்படையாய்த் தோன்றும் சில செயல்களின் பெயர்களும் இத்தொகுதியில் இடம்பெற்றுள்ளன. வெறுப்பு, விழைவு, கடுப்பு, ஒற்றுமை, தியாகம், மாறுபாடு, எழுச்சி, ஆடல் முதலிய பொருட்புலங்களை இத்தொகுதி 213 நூற்பாக்களில் கொண்டுள்ளது.

தொழில், தொழிற்பயில்வு, தொழில் செய்தல் என்று கூறுவதில் இவற்றின் வரையறை கூறப்படுகிறது. தொழில் என்றால் *கருமமும் செயலும் தருமமும் தொழிலும்/ வினையும் ஒருபொருள் விதியும் ஆகும் (1558)*. இத்தொகுதியில் வரும் பொருண்மைகளாவன: மகளிர் விளையாட்டு, கொண்டாடல், விளையாட்டு, புதுமணம், கைப்பற்றல், விழா என்று மகளிருக்கான விளையாடல் செயலின்

முதன்மைப் பகுதியில் குறிக்கப்பட்டுள்ளது. ஒப்பனை, சூடுதல், அடிசிலூண் தொழில், உண்ணல், நுகர்தல், துயிறல், களவு, ஏறுதல், வளைத்தல், வெறுப்பு, உயர்தல், தாழ்தல், துவளல், அமுதல், கோபம், ஊடல், முதிர்ச்சி, புலவி நீட்டம், முடிவிடம், கடத்தல், போகல், விரைவு, விரைவுக்குறிப்பு, கடுகல், முறுகல், நெருங்குதல், திரிதரல், நீர்ச்சுழி, சுழலுதல், மீளுதல், கொடுபோதல், உலாப்போதல், ஓடல், பிறகிடல், உராய்ப்போதல், வழிபடுதல், வலியழித்தல், பாய்தல், சாரிகை வருதல், நேரோடுதல், செலுத்துதல், அணுகல், கூடுதல், பிரிதல், நீங்குதல், நீக்குதல், தங்கல், நிலைபேறு, சுமத்தல், முயற்சி, மிக்கச் செயல், அரியசெயல், எண்ணல், ஆராய்தல், தேடல், ஒற்றுமை, ஒற்றல், வரையறுத்தல், விலை, கலக்கம், நடுக்கம், தியாகம், வரையாது கொடுத்தல், வேள்வி, பாதுகாத்தல், தலைக்காவல், அகத்திடுதல், கொளற்பொருட்டு, பிச்சை, இரத்தல், கரத்தல், தொழுதல், பூசனை, பெறுதல், உண்டாதல், புணர்வு, தீவினைத் தொடர்பு, கலத்தல், பயிறல், அறுத்தல், பறித்தல், களைதல், வெட்டல், கிளறுதல், போழ்தல், கிழிதல், குலைதல், சூறல், தோண்டல், துளைத்தல், கொழித்தல், தெரிதல், தூய்மைச் செயல், கடைதல், சிந்துதல், வடுப்படுதல், தினவின் பெயர், அடுத்தல், வழிப்பறி, நெருங்கல், அலைப்பு, மடங்கல், சாதல், கொலை செய்தல், வேறுபடல், குன்றல், அழிதல், தளர்தல், வளைத்தல், பிடித்தல், கட்டல், சுற்றுதல், நிணத்தல், விடுதல், பூசல், தோற்றுதல், மிகுத்தல், தடுத்தல், கொற்றவள்ளை, தழிஞ்சி, பாதீடு, கொட்டாவி, உயிர்ப்பு, வருத்தம், வியர்த்தல், போதரவிடுதல், காய்தல், தூவுதல், சொரிதல், தெவிட்டல், துவலைவிடுதல், உடன்படல், பொழுது நீட்டித்தல், ஒருங்கு, உறுத்தல், எழுப்பல், சோர்வு, வழு, இசை, மூடுதல், மொய்த்தல், அரசிறை, சுங்கவிறை, குடியிறை, தேய்த்தல், பிறக்கல், எழுச்சியின் மிகுதி, எழுதல், தளிர்த்தல், தழீஇக்கோடல், சார்தல், கலத்தல், தடவல், திமிர்தல், வளைதல், வற்புறுத்தல், குற்றுதல், அடைவு, முளைத்தல், விரிதல், ஊழ்த்தல், சமைத்தல், மறிதல், மேவல், அசைதல், எட்டுதல், கூடல், சரண்புகல், காவல், ஏவல், வறுமை, ஒழுக்கம், அவித்தல், மூட்டல், குளித்தல், கூட்டம், விடுதல், கடுமை, செய்கடன், குயிலுவத் தொழில் ஆகியவை செயல் பற்றிய பொருண்மைகளாக அமந்துள்ளன.

ஆடல் வகைகளை, கடவுள் ஆடல், கூத்து, பொதுவாக நிகழ்த்தும் ஆடல் என்று வகைப்படுத்திக் கூறுகிறது திவாகரம். அவை: கூத்து, சிவனாடல், குமரனாடல், மாயோனாடல், திருமகளாடல், ஆயிராணியாடல், சத்த மாதாக்களாடல், காமனாடல், கூத்துவிகற்பம், கைக்கோத்தாடல், துணங்கை, வேலனாடல், வட்டணை, அங்கைக் குவித்துக்கொட்டல், ஆர்த்துவாய்ப்புடைத்தல், குந்தி நிற்றல், குடந்தம், தாளவொற்றின்,

நடம் ஆகியவையாகும். இதில் பெரும்பான்மையான தெய்வ ஆடல்கள் இடம்பெற்றிருப்பது அக்கால பக்திச் சூழலை வெளிக்காட்டுகிறது.

ஒலி பற்றிய பெயர்த்தொகுதி

ஒலி பற்றிய பல்வேறு பெயர்களை நூற்று இருபத்தொன்பது நூற்பாக்களில் கொண்டுள்ளது இத்தொகுதி. இதில் அமையும் பொருண்மைகளை,

- இலக்கிய, இலக்கணச் சொல் தொடர்பான பெயர்கள்
- வைதிக நூல் தொடர்பான பெயர்கள்
- யாப்பு தொடர்பான பெயர்கள்
- இசை தொடர்பான பெயர்கள்

என்ற உட்பொருட்புலங்களில் வகைதொகை செய்து அடக்கலாம்.

இலக்கண, இலக்கியச் சொற்களாக இடம்பெறுபவை, எழுத்தின் அசைச் சொல், சொல்லின் பொதுப்பெயர், மெய், பொய், குறளை, புறங்கூற்று, வாழ்த்து, திசைச்சொல், துதித்தல், வாழ்த்து, பலரறிசொல், சிறுசொல், பழிமொழி, அம்பல், அலர், இடக்கர், புகழ், ஏற்றாமொழி, மிகுபுகழ், ஓர்தல், தேற்றமொழி, உறுதிக் கட்டுரை, நிரம்பாமென்சொல், கூறியது கூறல், சூளுறவே, வாளா, நன்னிமித்தம், அழைத்தல், பொரவழைத்தல், கீழறுத்தல், முதுச்சொல், காரணச்சொல், உபசாரச்சொல், நயச்சொல், வினாவல், எதிர்மொழி, நெடுமொழி, அசைச்சொல், அம்ம, உரையசை, முன்னிலை, அசைநிலைக்கிளவி, இசைநிறையசை நிலை, ஒடு, சாரியை, இடைச்சொல், எழுத்தின் சாரியை, வேற்றுமை, சுட்டு, வினா, ஐயுற்றசொல், இடத்தின் ஐயுற்றசொல் ஆகியவை ஆகும்.

கல்வி என்றால் உறுதியும் சால்பும் ஓதியும் அறிவும்/கலையும் கேள்வியும் கல்வி ஆகும் (1823) என்றுரைத்து, பிறகு, வடமொழி நூல்கள் கூறப்பட்டுள்ளன. அவை வருமாறு: வேதம், வேதத்தின் இருவகைப்பொருள், ஆரணம், உபநிடதம், வைதிகம், முதல்வேதம், இரண்டாம் வேதத்தின் பெயர், மூன்றாம் வேதம், நான்காம் வேதம், நூலின்பெயர் ஆகியனவாகும்.

யாப்பு வகைகளான பெயர்களாக, படலம், வேற்றிசைப்பா, உரைப்பொருள், பொழிப்பு, பதிகம், இலக்கியம், பா, வெண்பா, கலிப்பா, ஆசிரியப்பா, வண்ணம், குளகச்செய்யுள், சந்தப்பாட்டு, தாண்டகம், கணக்கு ஆகியவை சுட்டப்படுகின்றன. இவற்றில் உரையின் பொருள் பற்றிய சொற்களும் கூறப்படுகின்றன.

எழுத்து மற்றும் இசையின் பெயர்களான நால்வகை எழுத்து, ஒற்றெழுத்து என்ற எழுத்து வகையும், முதுகாஞ்சி, பேரியற்காஞ்சி, பொருண்மொழிக்காஞ்சி, முதுபாலை, குறுங்கலி, பாசறைமுல்லை, இல்லாண்முல்லை, எனும் இலக்கிய வகையும், இசைப்பாட்டு, ஏனையெனும் பெயர், மந்தவிசை, இன்னிசை, சமனிசை, பல்லியந்தழுவு பாடல், யாழ் நரம்பின் ஓசை, வள்ளைப்பாட்டு, நாற்பெரும்பண், நெய்தல் யாழ், குறிஞ்சி யாழ், செவ்வழியாழ்த் திறம், பாலையாழ்த்திறம், மருதயாழ்த்திறம், நெய்தல்யாழ்த்திறம், பாடற்பாட்டு, ஆடற்பாட்டு, அகமார்க்கம், ஏழிசை, ஏழிசை ஓசை, ஏழிசையின் எழுத்து, இராகத்தின் பெயர், கொல்லி, வராடி, குறிஞ்சி, பஞ்சமம், தக்கேசி, இந்தளம், பண், ஒலித்தல், ஒலி, உள்ளோசை, எழுத்திலாவோசை, ஆரவாரம், அனுகரணவோசை ஆகிய இசைகளின் பெயர்களும் பொருட்புலங்களாக அமைந்துள்ளன.

ஒருசொல் பல்பொருட் பெயர்த்தொகுதி

மேற்கண்ட பத்துத் தொகுதிகளும் ஒரு பொருளுக்குப் பல பெயர்களைக் கூறுவதாகும். இந்தப் பதினோராவது தொகுதி அவற்றினும் வேறுபட்டது. இது தற்கால அகராதியைப் போல ஒரு சொல்லுக்கு எவ்வளவு பொருள்கள் உள்ளதோ அத்தனை பொருள்களும் கொடுக்கப்பட்டுள்ள பகுதியாக விளங்குகிறது. எனவேதான், இப்பகுதி, ஒருசொல் பல்பொருள் பெயர்த் தொகுதி என்று வழங்கப்பட்டுள்ளது. பலபொருள்கள் இதில் இடம்பெறுவதால் இதனைத் தனித்தனி வகைப்பாட்டு அடிப்படையில் பிரிப்பது பொருத்தப்படாது. இதற்கு, நூற்பா ஒவ்வொன்றும் ஒவ்வொரு வகையான பொருண்மையில் அமைந்துள்ளவையே காரணமாகும். எனவே, இத்தொகுதியில் அமையும் பொருட்புலங்கள், நூலின் அமைப்பு முறையில் உள்ள வரிசை முறையில் நிரல்படுத்தப்படுகின்றன. அவை வருமாறு:

ஏமம், செழுமை, விழுமம், நந்தல், துஞ்சல், மஞ்சு, வாமம், சாமம், தாமம், பாணி, கோடரம், கோதை, வஞ்சி, தோல், மால், நொறில், வெறி, சிலை, ஆரம், ஆரல், நாஞ்சில், குயம், இவர்வு, சாறு, காரிகை, வைகல், குவலையம், கவலை, அளி, நவம், தொண்டு, புண்டரிகம், பிரசம், அரில், கோடு, பாடு, சேய், வை, குழல், பொழில், இளமை, அளகம், சிறை, கறை, சூழி, வேழம், வயா, உயா, பரி, புரிவு, அந்தம், கந்தம், கடு, தொடி, கண்டம், கண்டகம், ஏற்றல், போற்றல், குயிறல், பூவை, பகல், ஏண், கோள், கம்பலை, உம்பர், தோடு, மடல், முல்லை, கார், ஆர், குழை, கழுமல், இழும், தபனன், காலி, மது, கான், கன்னல், துன்னல், களம், களரி, காழ், பால்பு, மாழை, கலை, திணை, அணி, பணை, அம்பரம், வம்பு,

அணங்கு, அளக்கர், தொடல், துணங்கை, துத்தி, அந்தில், கந்தரம், கொன்னை, மை, எல்லை, வல்லை, எள்ளல், விறப்பு, பிறழ்தல், தபுதல், பதி, கலுழி, மரம், மள்ளர், கருங்கை, பொருள், பதம், கதலி, புதை, மாதர், காதை, விம்மல், செம்மல், மாலை, செத்து, துப்பு, உடு, படு, பட்டிகை, செச்சை, தானை, எதிரி, ஓதி, சீர், கரணம், சிலம்பு, புலம்பு, கலுழி, மறம், புலவர், பொருநர், கோள், உருத்தல், கலித்தல், நிழற்றல், வாரி, வதுவை, தா, கா, பூ, கனவு, நனவு, வாயில், வேய், வேளாண்மை, கேள்வி, வேலன், தாலம், தாரம், நாகம், விருத்தி, முளரி, கயம், அயில், சுடர், ஒருசார், மதலை, பதலை, இறும்பூது, பிறங்கல், குளிரி, கேவலம், நீவி, மறை, வறிது, சிரகம், ஆகம், படி, முடலை, விடங்கம், மடங்கல், வள், அள், ஞெள்ளல், பள்ளி, எகினம், கவிகை, இகுத்தல், ஆணை, இதழ், காயம், ஆயம், தாயம், மதவு, கதழ்வு, கட்டளை, கோல், அமுங்கல், வழங்கல், கழங்கு, உலவை, தெவிட்டல், பொறி, உறழ்வு, பொறை, இறை, அறல், அற்றம், முற்று, ஓரை, தூவி, கருவி, கழுது, காஞ்சி, வேலை, காலை, பயிர், பதங்கம், படர், கடிகை, சினை, நனை, வயிரம், எற்றுதல், குற்றி, மற்று, ஏற்றம், கொற்றம், வீசுதல், தேசிகம், பாங்கு, தூங்கல், பாசம், காசை, தண்ணடை, வண்ணம், கட்சி, பாடலம், பாடி, ஓரி, மூரி, ஊர்தி, தவ, நவம், விரை, முரண், தரணி, கய, தட, வெடி, அரலை, இரலை, ஞெள்ளல், பல்லம், முருகு, ஏனை, மானுதல், கானல், படை, வயின், கூலம், மூலம், கழல், வேலி, அண்ணல், வியன்கோள், ஆசு, காசு, குரை, அருணம், இரங்கல், வனம், கனம், பனி, ஊறு, நூறு, ஏணி, சேண், ஆலுதல், நூல், ஆர்தல், கூளி, நேர்தல், வசி, அசைதல், கவனம், நூழில், நியமம், தளிமம், நவிரம், குலம், வலம், அமறல், மறலி, நளி, வளம், அண்டர், மூரல், பாலை, குறிஞ்சி, மருதம், படிவம், வடிவு, சுடிகை, மனவு, முனை, கணம், ஏவல், புணரி, வரி, அருகல், கரில், பரவை, தாவரம், சங்கமம், பலி, அலரி, நெய்தல், சித்திரம், மெய், மண், தன்மை, இறுத்தல், செயிர், விதி, இயல், கரைதல், குரல், அரணம், மாடு, கணை, எற்றெனல், கற்பம், சிக்கம், காரி, நீலம், வெள்ளை, வாரம், ஆய்தல், உழை, வழி, கைக்கிளை, வையம், ஆற்றல், அடுதல், விளரி, விளக்கு, எஃகு, வில், எல், வாள், வாய், அங்கதம், அரி, நாண், மகரம், வாழி, வெறுக்கை, நகை, இடி, தொய்யில், அராகம், நாகு, சூழ், மலர்தல், இதை, கிழி, ஊக்கம், நேர், கடி, வாகை ஆகிய பொருட்புலங்கள் ஆகும்.

பல்பொருள் கூட்டத்து ஒருபெயர்த் தொகுதி

கூறியது கூறினும் குற்றம் இல்லை (2280) என்றுரைத்து, முன்னர்க் கூறிய சொற்பொருட் கூறுவதும் குற்றமாகாது என்பதை இத்தொகுதியின் முதல் நூற்பா வெளிக்காட்டுகிறது. இதில் பெரும்பாலும் தொகைப்பெயர், சிறப்புப் பெயர்

ஆகியவை தொகுத்துக் கூறப்பட்டுள்ளன. இப்பகுதியின் பொருண்மை, பல்பொருட் கூட்டத்து ஒருபெயர்த்தொகுதி என்று அழைக்கப்படுகிறது. இது தொகைச்சொல் பகுதியாகவும் அறியப்படுகிறது. 'முன்னர் கூறப்பட்டுள்ள பதினோரு தொகுதி யிலும் சிறப்பு வகைப் பற்றிச் சொற்கள் தரப்பட்டுள்ளன. இதில் அவை பொதுவகையால் இணைந்து வருமாறு தொகுத்துக் காட்டப்படுகின்றன' (மு. சண்முகம்பிள்ளை, இ. சுந்தரமூர்த்தி, *1993:847*).

பலபொருள் கூட்டத்து ஒருபெயர்த் தொகுதியின் பொருண்மைகள் வருமாறு: ஒன்று, இருமை, இருவினை, இருவகைத் தோற்றம், இருவகைக் கந்தம், இருசுடர், இருவகை அறம், இருவகை மரபு, இருவகைப் பொருள், இருவகை இன்பம், இருவகை வீடு, மும்மை, மூவிடன் முச்செய்கை, மூன்றுகாலம், மூன்று நிலம், முப்பொறி, முகிகுற்றம், மூவகை மொழி, முச்சுடர், முத்தீ, மூன்றுசிவ அனல், முக்குணம் சாத்துவித குணம், இராசத குணம், தாமத குணம், மூவகைத் தானம், தலைப்படுதானம், இடைப்படுதானம், கடைப்படுதானம், திரிகடுகம், திருபலை, மும்மதில், அருக்கன் மூவகை வீதி.

நானிலம், நாற்பொன், சதுரங்கம், நாற்கரணம், நாற்கதி, நால்வகை இழிசொல், நால்வகை வேதம், நால்வகை அரண், நால்வகைக் கேள்வி, நால்வகைப் புலமை, கவி, கமகன், வாதி, வாக்கு, ஆசுகவி, மதுரகவி, சித்திரக்கவி, வித்தாரக்கவி, நால்வகைப் புண்ணியத்தோற்றம், சிலையோர் பைசாசநிலை வகை, ஆலீடநிலை, மண்புலநிலை வகை, பிரத்தியாலீடம், நான்கு உயிர்த்தோற்றம்.

ஐந்திணை, பஞ்சவாசம், பஞ்சாங்கம், பஞ்சமா சத்தம், மதனன் பஞ்சபாணம், மதனன் பஞ்சபாணத்தொழில், பஞ்சசயனம், சயனவகை, பஞ்சபாதகம், ஐம்பால், ஐவகை உண்டி, குதிரை ஐந்தொழில் நடை, ஐவகை வினாவகை, சிவன் ஐம்முகம், ஐம்பால்வகை, அரசர்க்கு ஐம்பேர் உறுதிச்சுற்றும், ஐம்பெருக்குழு, பஞ்சபூதம், ஐம்பொறி, ஐவகைத் தாயம்.

அந்தணர் அறுதொழில், காடுகவினை வகை, குயிலுனுத் தொழில், ஆறு அங்கம், அறுசமயம், பாசண்ட வகை, ஆறூட்பகை, அறுவகைத் தானை, அறுவகை நன்னாட்டு அமைதி, அறுசுவை, அரசியல் அறுவகை, அறுவகை உலக நடை, அறநிலை அறம், மறநிலை அறம், அறநிலைப் பொருள், மறநிலைப் பொருள், அறநிலை இன்பம், மறநிலை இன்பம், கருமபூமி அறுநடைவகை, போகபூமி, அறுவகைப் போகபூமி, அறுவகைச் சக்கரவர்த்திகள்.

ஏழ்பெருந்தீவு, ஏழ்பெருங்கடல், மேலேழுலக வகை, கீழேழுலக வகை, ஏழுமேக வகை, எழுவகை மேகம், ஏழு நரகம்,

எழுவகை இருடிகள், சத்தமாதர், எழுவகைத்தாது, செங்கோல் வேந்தன்பெருநெறி ஏழு, குலமலை எட்டு, அட்டமாநாகம், அட்டதிக்குப் பாலகர், அட்டதிக்குப் பாலகர் சார்திசைவகை, சூரிய சந்திரர் சார்திசை, எந்திசைக் குறிப்பு, அட்டமங்கலம், அட்டமூர்த்தி, அட்டமாசித்தி, அட்டாங்க யோகம், இயமத்தின் வகை, நியமத்தின் வகை, எண்பெயரெச்சம், எண்வசைக் காட்சி, எண்வகைக் குணம், எண்வகைக் குற்றம், வணிகர் எண்குணம், எண்வகை முன்சீர்க்கணம், முதற்சீர் இலக்கணம், நிலத்தின் கணவகை, நீரின்கணவகை, தீயின் கணவகை, மாருத கணவகை, அந்தரக் கணவகை, எரிகதிர் கணவகை, மதியின் கணவகை, இயமானன் கணவகை, எண்வகைப் பரிசம், எண்வகைக் கணிதம், எண்வகை மணம், எண்வகைத் தொழிற்பூ, எண்திசையானை.

நவகண்டம், நவபுண்ணியம், நவதாரணை, நவதாளம், நவமணி, நாடக நவரசம். பத்துத் திசை, தசாங்கம், அருச்சுனன் தச நாமம், வேளாளர் பத்துவகைத் தொழில், அரிதசாவதாரம், சிற்பத்தொழிலின்பத்து உறுப்பு, ஏகாதச உருத்திரர், துவாதசாதித்தர், பன்னிரண்டு உயிர் வேதனை. பதினெண்பாடை, தேவர் பதினெண்கணம், அரசர்க்கு மூவகையில் பதினெண்திணை வகை, யாக்கையின் பதினெண்குற்றம், பதினெண் புராணம், பதினெட்டு உபபுராணம், பதினெண் தரும நூல், பதினெண்யாகம். இருபத்தைந்து தத்துவம், இருபத்து எட்டு அலங்காரம், முப்பத்திரண்டு அறம், முப்பத்துமுத்தேவர்.

ஓரறிவு உயிர், ஈரறிவு உயிர், மூவறிவு உயிர், நாலறிவு உயிர், ஐயறிவு உயிர், ஆறறிவு உயிர் என்று உயிர்களின் அறிவு விளக்கப்பட்டுள்ளது. விளம்பனத்து இயற்கை, ஆண்பாற் பிள்ளைப்பாட்டு வகை, பெண்பாற் பிள்ளைப் பாட்டு வகை, பேடி இலக்கணம், கரந்துறை கோளின் வகை, திருப்பொறிவகை, ஓரொடு புலன்வழி, இறக்கும் உயிரின் வகை, அரனூர்தி ஆயுதவகை, அரியூர்தி ஆயுதவகை, அயனூர்தி கொடிபடை வகை, குமரனூர்தி கொடி படை வகை, சாத்தாவினூர்தி கொடிபடை வகை, இயமனூர்தி படைவகை, கூற்றின்படை, குபேரனூர்தி வகை, சூரியனூர்தி, சந்திரனூர்தி, காமன் கொடி படை, இந்திரனூர்தி படை கொடி வகை, காளியூர்தி கொடிவகை, மூதேவியூர்தி கொடிவகை, சேர பாண்டிய சோழர் கொடி வகை, வேள்புலவரசர் கொடி, அரசுவாவின் குறிவகை, அனுலோமர்வகை, பிரதிலோமர் வகை, அந்தராளர் வகை, விராத்தியர் வகை, பல்லக்கணக்கு வகை, படையெண்ணின் பெயர், சேனாமுகம், கும்பி, கணம், வாகினி, பிரதனை, சமூகம், அனீகம், அக்குரோணி. எண்ணுப்பெயர்: ஒன்று பத்தின் பெயர், நூற்றுக்கும் ஆயிரத்துக்கும் பெயர், பதினாயிரத்தின் பெயர்,

நூறாயிரத்தின் பெயர், பிரமாயுதம், கோடி, அற்புதம், சமுத்திரம், அந்தியம், மத்தியம், பரார்த்தம் பிரமகற்பம் ஆகிய வகையாகும். கோடிக்கு மேல் வரும் எண்ணிக்கை அற்புதம் என்றும் இதற்கு மேல் வருவது சமுத்திரம், அந்தியம், மத்தியம், பரார்த்தம் பிரமகற்பம் முதலானவை ஆகும். இதன் மூலம் தமிழகத்தில் இருந்துள்ள எண்ணிக்கை முறையை அறியமுடிகிறது. மேலும், கோடிகளுக்கு மேல் எண்ணுப்பெயர்கள் அமைவதால் பழங்காலத் தமிழகத்தில் பணபரிவர்த்தனை சாலப்பயன்பாட்டில் இருந்துள்ளது தெரிகிறது. இது தமிழக மக்களின் செல்வச்செழிப்பினை வெளிக்காட்டுவதாய் அமைகிறது எனலாம். இதனுள், ஆண், பெண் என்ற இருபாலர் பிள்ளைப்பாட்டு வகை, தெய்வங்களின் ஊர்திவகை, படை, கொடி, மூவேந்தர்களின் கொடி முதலிய பொருட்புலங்கள் பால் பாகுபாட்டு அடிப்படையிலும் அமைக்கப்பெற்றுள்ளன.

அமைப்பு: ஒப்பீடு

நிருக்தம் பன்னிரண்டு அத்தியாயங்களையும், திவாகரம் பன்னிரண்டு தொகுதிகளையும் கொண்டமைந்துள்ளன. நிருக்தம், உட்பிரிவாகப் பாடம் என்பதையும், திவாகரம் உட்பிரிவின்றி யும் அமைந்துள்ளன.

நிருக்தத்தின் அத்தியாயங்கள் அனைத்தும் பொருண்மையின் அடிப்படையில் பெயரிடப்பட்டு அமையாமல் பொதுவாக அத்தியாயம் என்றே அமைந்துள்ளன. திவாகரத்தில் தொகுதிகள் அனைத்தும் தெய்வம், விலங்கு, மக்கள் முதலிய பொருண்மையின் பெயர் அடிப்படையாய் அமையப்பெற்றுள்ளன.

நிருக்தம், நிகண்டுவில் உள்ள அனைத்துச் சொற்களுக்கும் விளக்கம் தராமல் 1158 சொற்களுக்கு மட்டும் சொற்பொருள் விளக்கம் தந்துள்ளது. இது சூத்திரயாப்பில், உரைநூல், வேர்ச்சொல் அமைப்பில் உள்ளது. திவாகரத்துள் தமிழ் உலகில் வழக்கிலும் செய்யுளிலும் உள்ள ஒட்டுமொத்தச் சொற்களும் இடம்பெறவில்லை. இருப்பினும் பெரும்பான்மையான சொற்கள் (9500) இடம்பெற்றுள்ளன. இது உரைநடை போன்றல்லாமல் நூற்பா யாப்பில், ஓர் இலக்கியம் போன்ற அமைப்பு முறையில் அமைந்துள்ளது.

நிருக்தம், நிகண்டினை அடிப்படையாகக் கொண்டு உருவானாலும், நிகண்டின் முதல் மூன்று அத்தியாயங்களில் உள்ள அனைத்துச் சொற்களுக்கும் சொற்பொருள் வழங்கவில்லை. அடுத்து அமைந்துள்ள நான்கு, ஐந்து ஆகிய இரண்டு அத்தியாயங்களில் உள்ள அனைத்துச் சொற்களுக்கும்

சொற்பொருள் கூறுகிறது. திவாகரத்தில் அக்காலகட்டத்தில் நிலவிய சூழலுக்கு ஏற்ப இலக்கண இலக்கியப் பழஞ்சொற்களும் வழக்குச் சொற்களும் தொகுத்தளிக்கப்பட்டுள்ளன.

யாஸ்கர், நிகண்டு என்றால் என்ன; சொற்பொருள் எவ்வாறு கூறவேண்டும்; என்பதையெல்லாம் விளக்கி நூலுக்கு முன்னுரை வழங்கியுள்ளார். திவாகரர், இது போன்ற விளக்கத்தையோ சொற்பொருள் கூறுவதற்கான வரையறையையோ கூறவில்லை.

நிருக்தத்தில் வேதச்சொற்கள் மட்டும் இடம்பெற்று வந்துள்ளன. திவாகரத்தில் தமிழ் மற்றும் பிறமொழிச்சொற்கள் குறிப்பாக வடமொழிச்சொற்களும் இடம்பெற்று வந்துள்ளன.

நிருக்தம், வேத மந்திரங்களின் பயன்கொண்டு ஒவ்வொரு சொற்களையும் விளக்குகின்றது. திவாகரம், இலக்கியம், இலக்கணம், வழக்கு முதலியவற்றுள் அமைந்துள்ளவற்றை அடிப்படையாகக் கொண்டு தொகுத்துரைக்கிறது.

நிருக்தத்தில் தெய்வப்பெயர்களைத் தவிர, பிற அத்தியாயங்கள் ஒரு பொருண்மைக்குள் அமையாததாய் உள்ளன. பல்வேறுபட்ட பொருட்புலங்கள் முதல் மூன்று அத்தியாயங்களில் சிதறுண்டு கிடக்கின்றன.

திவாகரத்தில் ஒவ்வொருவகையான பொருட்புலம் சார்ந்த சொற்கள், ஒரு பொருண்மைத் தொகுதியின் கீழ்த் தொகுத்தளிக்கப் பட்டுள்ளன. முதல் பத்துத்தொகுதிகள் பொருண்மையினை வெளிப்படையாய்க் கொண்டு அமைகின்றன.

நிருக்தத்தில் தொகுதிப் பொருட்பாகுபாடு இல்லை. ஆனால், உட்பொருட்புலப் பாகுபாடு உள்ளது. திவாகரத்தில் தொகுதிப் பொருட்புலப் பாகுபாடும், உட்பொருட்புலப் பாகுபாடும் உள்ளன. இதன் உட்பொருட்புலம் தனித்தனி வகைப்பாடுகளாய் உள்ளன.

நிகண்டிற்குச் சொற்பொருள் விளக்கம் தருவன போன்ற நூல் உருவாக்க வேண்டும் என்று முயற்சிசெய்த யாஸ்கர், நிகண்டில் அமைந்துள்ள சொற்களின் வரிசைமுறையிலிருந்து மாற்றத்தைக் கையாளவில்லை. திவாகரர் தாம் கூறவிழையும் சொற்கள் அனைத்தையும் ஒவ்வொரு பொருண்மையின் கீழ்த் தொகுத்தமைத்துள்ளார்.

இதுவரை விளக்கப்பட்ட கருத்துகளின் அடிப்படையில் பார்க்கையில் இரண்டு நூல்களும் பொருள் விளக்கத்திற்கு நூல் அமைப்பைப் பன்னிரண்டு என்ற எண்ணிக்கை அடிப்படையில் அமைத்துள்ளது. ஆனால், பெரும்பான்மை வேறுபட்டே காணப்படுகிறது. இதில் திவாகரம், குறிப்பாகத் தொகுதிப்

பெயர்களைப் பொருட்புல அடிப்படையில் அமைத்ததிலும், உட்பொருட்புலக் கூறுபாடுகளிலும் சிறப்புற்று விளங்குகிறது. திவாகரத்திற்குப் பன்னிரண்டு தொகுதி என்ற வகைப்படுத்துதல் வைப்புமுறையானது நிருக்தத்துடன் தொடர்புடையதாகத் தெரிகிறது. ஆனால், இம்முறையானது தமிழில் காலச்சூழலுக்கு ஏற்ப அமைக்கப்பட்டது எனக் கூறப்படுகிறது. அதாவது, செ. வை. சண்முகம், "திவாகரர் வாழ்ந்த காலகட்டத்தைச் சேர்ந்ததாகக் கருதப்படும் பன்னிருபடலம் என்ற நூல் தலைப்பே பன்னிரண்டு பகுதிகளைக் கொண்டது என்பதைத் தெளிவுபடுத்துகிறது. புறப்பொருள் வெண்பாமாலையும் பன்னிரண்டு பகுதி கொண்டது. எனவே, ஏதோ ஒரு காரணத்துக்காகப் பல்லவர்கால இலக்கண ஆசிரியர்கள் மூன்றுபேரும் பன்னிரண்டு பகுதிகளாகப் பிரித்துத் தங்கள் நூலை அமைத்துள்ளார்கள்" என்கிறார் (2012:133). இங்கு ஏதோ ஒரு காரணத்தால் மூன்று ஆசிரியர்களுமே பன்னிரண்டு தொகுதிகளாகத் தங்கள் நூலைப் பிரித்துள்ளார்கள் என்பதில் திவாகரருக்கான காரணமாக நிருக்தத்தைக் குறிப்பிடலாம். இவர் மற்றோர் இடத்தில் "வடமொழி நிகண்டு பற்றிய அறிவு திவாகரருக்குச் சில உண்மைகளை உணர்த்தியிருக்கும்" (செ. வை. சண்முகம், 2012:126) என்று கூறுவது போல் நிருக்தம் நூல் அமைப்பே திவாகரருக்கு பன்னிரண்டு என்ற எண்ணிக்கை அடிப்படையிலான சிந்தனையை உண்டாக்கியிருக்கிறது எனலாம். அதன் அடிப்படையிலேயே திவாகரர் தனது நூலான திவாகரத்திற்குப் பன்னிரண்டு தொகுதிகளை வரையறுத்துள்ளார் எனத் தெரிகிறது.

நிருக்தம், நூலுக்கான முன்னுரையையும் நிகண்டு என்றால் என்ன என்ற விளக்கத்தையும் சொற்பொருள் எவ்வாறு கூற வேண்டும் என்ற வரையறை முதலியவற்றையும் கொண்டு அமைந்திருக்கிறது. நிகண்டு, ஐந்து அத்தியாயங்களில் விளக்கிய சொற்களை நிருக்தம், பன்னிரண்டாக வகுத்து அமைத்திருப்பது சொற்பொருள் விளக்கத் தெளிவினை ஏற்படுத்துகிறது.

பொருண்மை

பல்வேறு பொருட்புலங்களை உள்ளடக்கியுள்ள நிருக்தமும் திவாகரமும் பல பொருண்மை உட்கூறுகளைப் பெற்றுள்ளன. அவற்றில் அமைந்துள்ள ஒவ்வொரு சொல்லும் ஏதாவது ஒரு பொருட்புலத்தைச் சார்ந்தே இருக்கின்றன. அவ்வாறு அமைந்துள்ள பொருண்மைகளை வகைதொகை செய்து அவை எவ்வாறு அமையப்பெற்றுள்ளன என்று விளக்குவது இப்பகுதியின் நோக்கமாகும். இவை முறையே கீழ்வரும் பிரிவு களில் விளக்கப்படுகின்றன.

1. நிகண்டின் பொருண்மை
2. நிருக்தத்தின் பொருண்மை
3. திவாகரத்தின் பொருண்மை
4. பொருண்மை – ஒப்பீடு

நிருக்தம், நிகண்டை அடிப்படையாகக்கொண்டு உருவாக்கப்பெற்றுள்ளது என்பதால் நிருக்தத்தின் பொருண்மையை அறிந்துகொள்ள முதலில் நிகண்டின் பொருண்மை விளக்கப் படுகிறது.

நிகண்டின் பொருண்மை

- ஒருபொருள் பலசொற்கள்
- பலபொருள் சொற்கள்
- தெய்வப்பெயர்கள்

என்ற பொருட்பரப்பில் அமைந்துள்ளன. முதல் அத்தியாயம், பதினேழு பொருட்புலங்களையும் இரண்டாம் அத்தியாயம், இருபத்துமூன்று பொருட்புலங்களையும் மூன்றாம் அத்தியாயம், முப்பது பொருட்புலங்களையும் கொண்டுள்ளன. இவை அனைத்தும் ஒருபொருள் பலசொற்களாய் அமைந்துள்ளன.

நான்காம் அத்தியாயம் இருநூற்று எழுபத்தெட்டுப் பலபொருள் பொருட்புலச் சொற்களைக் கொண்டுள்ளது. ஐந்தாவது அத்தியாயம் தெய்வப்பெயர் பகுதி, பூமியை இருப்பிடமாகக் கொண்ட தேவதைகள், பூமியை இருப்பிடமாகக் கொண்ட பொருள்கள், இடைவெளியை இருப்பிடமாகக் கொண்ட தேவதைகள், இடைவெளியை இருப்பிடமாகக் கொண்ட பொருள்கள், வானத்தை இருப்பிடமாகக் கொண்ட தேவதைகள் ஆகியவற்றைப் பொருட்புலங்களாகக் கொண்டுள்ளது. இதனுள் சிற்சில பொருட்புலங்களும் இடம்பெற்றுள்ளன. காட்டாக, அக்னி என்ற சொல்லுக்கு த்ரணோதா:, இதம:, தநூநபாத், நரா, இல, பர்ஹி:, தவார:, உஷாஸாநக்தா, தைவ்யா ஹோதாரா, திஸ்ரோ தேவீ:, த்வஷ்டா, வனஸ்பதி:, ஸ்வாஹாக்ருதய: என்ற பதிமூன்று சொற்கள் கொடுக்கப்பட்டுள்ளன. ஒரு பொருளுக்குப் பல பெயர்களும், ஒவ்வொரு சொற்களின் பொருள்களும் (பூமியை இருப்பிடமாகக் கொண்டுள்ளவை), பலபெயர்களும் பூமியை இருப்பிடமாகக் கொண்ட தெய்வம் (அக்னி, வாயு, சூரியன்) முதலியவையும் பொருட்புலப் பண்பை வெளிக்காட்டுகின்றன.

நிகண்டின் அத்தியாயப் பொருண்மைகளைக் கீழ்வரும் அட்டவணை மூலம் தெளிவாக விளங்கலாம்.

அட்டவணை –1

முதல் அத்தியாயம்	நிலம், பொன், ஆகாயம், பொதுப்பெயர் (வானம், சூரியன்), கதிரவன், திக்கு, இரவு, விடியற்காலை, பகல், மேகம், சொல், நீர், நதி, குதிரை, பிற பெயர்ச்சொல்லோடு சேர்ந்து வருவன, ஒளிர்வது, தேசுடையன
இரண்டாம் அத்தியாயம்	செய்கை, மகவு, மனிதன், கைகள், விரல்கள், விரும்புவது, உணவு, உண்ணுதல், வலிமை, செல்வம், பசு, கோபித்தல், கோபம், செல்வது, விரைவு, அருகாமை, போர், பரவுதல், கொல்வது, வஜ்ராயுதம், அடக்கியாள்வது, அடக்கியாள்பவன்
மூன்றாம் அத்தியாயம்	பலவின் பெயர், சிறியது, பெரியது, வீடு, பணிவிடை, இன்பம், உருவம், புகழத்தக்கது, அறிவு, உண்மை, பார்ப்பது, நான்குவகைச் சொற்கள், உவமைகள், துதிப்பதன் வினைச்சொற்கள், அறிவாளி, துதிப்பவன், யாகம், யாகத்தைச் செய்பவர், இரங்கல், கொடுத்தல், விரும்பிக் கொடுப்பித்தவன், தூங்குவன, கிணறு, திருடன், வெளி மறைந்த சொற்கள், தொலைவு, பழமை, புதுமை, ஒருபொருளின் இரண்டு சொற்கள், வானம், பூமியைக் குறிக்கும் சொற்கள்
நான்காம் அத்தியாயம்	பலபொருள் சொற்கள் (விரிவாகக் காண்க: நிகண்டு அமைப்பு)
ஐந்தாவது அத்தியாயம்	பூமியை இருப்பிடமாகக் கொண்ட தேவதைகள்; பூமியை இருப்பிடமாகக் கொண்ட பொருள்கள்; இடைவெளியை இருப்பிடமாகக் கொண்ட தேவதைகள்; இடைவெளியை இருப்பிடமாகக் கொண்ட பொருள்கள்; வானத்தை இருப்பிடமாகக் கொண்ட தேவதைகள்

நிகண்டின் முதல் மூன்று அத்தியாயங்கள், பல்வேறு பொருட்புலங்களையும் நான்காவது அத்தியாயம், பலபொருள் குறிக்கும் பொருண்மையையும் ஐந்தாவது அத்தியாயம், தெய்வம் குறித்தான பொருண்மையையும் உள்ளடக்கி அமைந்துள்ளன. இதில் முதல் மூன்று அத்தியாயங்களே பெரும்பான்மையான பொருட்புலங்களைக் கொண்டுள்ளன என்பது தெரிகிறது.

முதல் அத்தியாயம், பூமி என்று இடத்தின் பொருட்புலத்தில் தொடங்குகிறது. இதில் இப்பொருண்மையிலான சொற்கள் மட்டும் இடம்பெறவில்லை. மாறாகப் பிற பொருட்கொண்ட சொற்களும் வந்துள்ளன. இதில் பூமி, ஆகாயம், நதி என்பவை மட்டும் இடப்பெயரைச் சுட்டுகின்றன. மற்ற வானம், சூரியன்,

கதிரவன், திசை, இரவு, விடியற்காலை, பகல், மேகம், நீர் முதலிய தெய்வப்பெயர் பொருண்மைகளும் வந்துள்ளன. வாக்கு சொல்), ஒலி பற்றிய பொருண்மையைச் சேர்ந்தது. குதிரை, விலங்கு பற்றியது. ஒளிர்வது, தேசுடையன என்பது பண்பு பற்றிப் பொருண்மையைக் குறித்து வருவது. இவ்வாறு இடம், தெய்வம், ஒலி, விலங்கு, பண்பு ஆகிய பொருட்புலத்தைக் கொண்ட பொருண்மைகள் இதனுள் இடம்பெற்றுள்ளன.

இரண்டாம் அத்தியாயம், செய்கை என்ற பொருட்புலத்தி லிருந்து தொடங்குகிறது. தொடர்ந்து மகவு, மனிதன், கைகள், விரல்கள் முதலிய மக்கட் பெயர்களையும், விரும்புவது, உண்ணுதல், கோபித்தல், செல்வது, விரைவு, போர், பரவுதல், கொல்வது, அடக்கியாள்வது என்ற செயல் பற்றிய பெயர்களையும், உணவு, செல்வம் ஆகிய இயற்கைப் பெயர்களையும், வலிமை முதலான பண்புப் பெயர்களையும், பசு முதலான விலங்கின் பெயர்களையும், வஜ்ராயுதம் என்ற செயற்கைப் பெயர்களையும் பொருட்புலங்களாகக் கொண்டுள்ளது. இவ்வத்தியாயமும் பல்வேறு பொருண்மைகளை முறைப்படுத்தப்பட்ட ஒன்றாகப் பெற்றில்லாமல் செயல், மக்கள், இயற்கை, பண்பு, விலங்கு, செயற்கை ஆகிய பொருட்புலங்களை உள்ளடக்கியுள்ளது. இவை அனைத்தும் முதல் அத்தியாயத்திலிருந்து வேறுபட்ட புதிய வகையான பொருட்புலங்களாக இல்லை; முதற்பகுதியில் இடம்பெற்றுள்ள விலங்கு, பண்பு ஆகியவற்றையும் மீள் பொருட்புலமாகக் கொண்டுள்ளது.

மூன்றாவது அத்தியாயம், பலவின் பெயர் என்ற பலபொருள் குறித்தான பொருட்புலத்தில் தொடங்குகிறது. இப்பொருண்மையே இப்பகுதி முழுவதும் இடம்பெறாமல் பல்வேறு பொருட்புலங்களைப் பெற்றுள்ளது. வீடு, கிணறு, தொலைவு, வானம், பூமி ஆகியவை இடப்பெயர்களையும், பணிவிடை, பார்ப்பது, துதிப்பது, யாகம், இரங்கல், கொடுத்தல், தூங்குவதை உணர்த்தும் சொல் ஆகிய செயல் பற்றிய பெயர்களை யும், இன்பம், உருவம், அறிவு, உண்மை, உவமைகள், பழமை, புதுமை ஆகிய பண்பு பற்றிய பெயர்களையும், புகழத்தக்கது என்ற ஒலி பற்றிய பெயரையும், மேதாவி, துதிப்பவன், யாகம் செய்பவன், விரும்பிக் கொடுப்பித்தவன், திருடன் ஆகிய மக்கட் பெயர்களையும் பொருட்புல வகைப்பாட்டுப் பொருண்மை களாகக் கொண்டுள்ளது. இப்பகுதி பலபொருள் என்று முதலில் கூறி, பிறகு, பண்பு, இடம், செயல், ஒலி, மக்கள் என்ற பொருட்புலங்களைப்பெற்றமைகிறது. இதில் பலவின் பெயர்களைத் தவிர்த்த பிற பொருட்புலங்கள் முந்தைய அத்தியாயங்களில் இடம்பெற்று வந்துள்ளவையே.

நான்காவது அத்தியாயம், பலபொருள்களைக் குறிப்பிடும் சொற்களைக் கொண்டமைந்துள்ளது. இது பலபொருள் சொற்றொகுப்பாக அமைந்துள்ளது.

ஐந்தாவது அத்தியாயம், தெய்வப் பெயர்களையும் தெய்வம் தொடர்பான பொருட்களையும் பொருட்புலனாகப் பெற்றுள்ளது. நிகண்டில் தெய்வப்பெயர் காண்டம் தனியாக அமைந்திருந்தும் இதில் மட்டும் அனைத்து வகையான தெய்வப் பெயர்கள் இடம்பெறாமல், முதல் அத்தியாயத்திலும் பூமி, வானம், ஆகாயம், கதிரவன், திசை, இரவு, விடியற்காலை, பகல், மேகம், நீர் முதலியவை இடம்பெற்று வந்துள்ளன. இதனால், தெய்வப்பெயர்கள் பொருட்புலம், தெய்வப்பெயர் அத்தியாயத்தில் மட்டுமின்றிப் பிற பொருட்புலம் அமைந்திருக்கும் அத்தியாயங்களிலும் இடம்பெறுவதால் முறையான வரையறைப்படுத்தப்பட்ட அமைப்பு முறையில் இது அமையவில்லை என்பது தெளிவாகிறது. இவ்வாறு அமைந்துள்ள நிகண்டின் பொருட்புல வகைப்பாடு, முறையாகப் பிரித்தமைத்து வகைதொகை செய்யப்பட்டோ வரையறைக்கு உட்படுத்தப்பட்டோ ஒழுங்கு முறைப்பட்ட வரிசை முறையினைக் கொண்டோ அமையவில்லை என்பது தெரிகிறது.

நிருக்தத்தின் பொருண்மை

நிகண்டில் இடம்பெற்று வந்துள்ள மேற்சுட்டிய பொருட்புலங்கள் (அட்டவணை–1) அப்படியே நிருக்தத்தில் விளக்கப்படுகின்றன. இவை நிருக்தத்தில் ஒழுங்குபடுத்தப்பட்ட ஏதாவது ஓர் அமைப்பு முறையினைக் கொண்டு விளக்கப் பட்டுள்ளதா என்று நோக்குகையில் இப்பொருட்புலங்கள் ஒழுங்குபடுத்தப்பட்ட முறையும் வரையறையும் இன்றி நிகண்டில் உள்ளது போலவே அமைந்துள்ளன. சொற்களை எடுத்தாளும் சொற்பொருள் விளக்கத்தின் அமைப்பு முறையிலும் நிகண்டமைப்பையே நிருக்தத்தில் காணமுடிகிறது.

யாஸ்க நிருக்தத்துடன் அமைந்துள்ள நிகண்டு, ஒரு வரையறைக்கு உட்பட்ட பொருட்புல அமைப்பு முறையில் சொற்களை அமைத்துத் தரவில்லை என்றாலும், ரிக் வேதத்தில் அமைந்துள்ள சில சொற்களை மட்டும், மரபு வழியாகப் பின்பற்றப்பட்டு வந்துள்ள வரிசைப்படுத்தப்பட்ட அமைப்பு முறையினை எடுத்தியம்புகின்றது. நிகண்டு, அத்தியாயங்களையும் காண்டங்களையும் பிரிவுகளாகக் கொண்டு அமைந்துள்ளது. இதனை அடியொற்றியே நிருக்தம் அமையப்பெற்றுள்ளது. நிகண்டில் உள்ள அத்தியாய அமைப்புமுறை, நிருக்தத்தில் விரிவடைந்த தொகுப்புகளாகப் புலப்படுகின்றது. ஐந்து

அத்தியாயப் பொருண்மைகளை நிருக்தம் பன்னிரண்டு அத்தியாயங்களில் விரித்து, களமாக அமைத்துப் பொருள் விளக்கம் தருகின்றது. நிகண்டில் முதல் மூன்று அத்தியாயங்களில் கூறப்பட்டுள்ள ஒருபொருட் பலசொற்கள், நிருக்தத்தில் முதல் மூன்று அத்தியாயங்களில் உரைக்கப்பட்டுள்ளன. நான்காவது அத்தியாயத்தில் கூறப்பட்டுள்ள பல்பொருள் சொற்கள் நிருக்தத்தில் நான்கு, ஐந்து, ஆறு ஆகிய மூன்று அத்தியாயங் களில் விளக்கப்பட்டுள்ளன. ஐந்தாவது அத்தியாயத்தில் கூறப்பட்டுள்ள தெய்வப்பெயர்ச்சொற்கள், நிருக்தத்தில் இறுதி ஆறு அத்தியாயங்களில் விளக்கப்பட்டுள்ளன. நிகண்டில் ஓர் அத்தியாயமாய் உள்ள தெய்வப்பெயர் மட்டும் நிருக்தத்தில் செம்பாதி பகுதியினைக் கொண்டு அமைந்துள்ளது. இதனை நோக்குகையில் தெய்வப்பெயர் விளக்கத்தில் யாஸ்கர், மிகுந்த கவனம் செலுத்தியுள்ளார் எனத்தெரிகிறது. மிகுதியான பொருட்களன்களைக் கொண்ட முதல்பகுதி முழுமையாக விளக்கப்படாமல், இதில் உள்ள குறிப்பிட்ட சொற்கள் மட்டும் விளக்கப்பட்டிருப்பது இதன் முக்கியத்துவமின்மையை வெளிக்காட்டுகிறது. நிருக்தத்தின் தெய்வப்பெயர் விளக்கத்தை நோக்குகையில் யாஸ்கரின் முதன்மையான நோக்கம் ரிக்வேத தெய்வங்களின் விளக்கத்தினை வெளிக்கொணர்ந்து அதனை முழுமையாகக் கட்டமைக்கும் உள்ளார்ந்த எண்ணத்தைப் பிரதிபலிக்கிறது எனலாம். ஆகவேதான், நிருக்தத்தில் தெய்வப்பெயர் மட்டும் முக்கியத்துவம் வாய்ந்த பகுதியாக அமைந்துள்ளது.

நிருக்தத்தின் பொருட்புலங்களை வகைதொகை செய்கையில் பின்வரும் பொருட்புல வடிவம் வெளிப்படுகிறது.

அட்டவணை –2

இடம்	நிலம், ஆகாயம், நதி, அருகாமை, கிணறு, தொலைவு
தெய்வம்	கதிரவன், திசை, இரவு, விடியல், பகல், மேகம், நீர், அடக்கியாள்பவன், தெய்வப்பெயர் அத்தியாயங்களில் உள்ள தெய்வங்கள்
விலங்கு	குதிரை, பசு, தவளை, கழுதை, பறவை, புழுக்கள்
மக்கள்	மகவு, மனிதன், கை, விரல், அறிவாளி, துதிப்பவர், யாகம் செய்பவர், திருடன்
செயல்	ஒளிர்தல், விரும்புதல், உண்டல், கோபித்தல், செல்வது, விரைவு, போர், பரவுதல், கொல்வது, அடக்கியாள்வது, பணிவிடை, பார்ப்பது, துதிப்பது, யாகம், இரங்கல், கொடுத்தல், தூங்குவது
இயற்கை	பொன், உணவு, செல்வம்

செயற்கை	வஜ்ராயுதம்
பண்பு	வலிமை, சிறியது, பெரியது, பல, இன்பம், தேசுடையன, உருவம், உவமைகள், பழமை, புதுமை, அறிவு, உண்மை
ஒலி	சொல் (வாக்கு), புகழ்தல்
பலபொருள்	பலபொருள் உணர்த்தும் சொற்கள்

இவை அனைத்தும் முறையான பொருட்புலப் பாகுபாட்டுடன் காணப்படவில்லை. இருப்பினும் பல பொருட்புலக் கூறுகளை உள்ளடக்கியுள்ளன. தெய்வப்பெயர்களின் அத்தியாயங்களில் மட்டும் அல்லாமல் பிற அத்தியாயங்களிலும் உள்ள சொற்களான கதிரவன், பகல், மேகம், விஷ்ணு முதலியவையும் தெய்வத் தன்மை கொண்டதால் இவையும் தெய்வப்பெயர்களாக எண்ணப்படு கின்றன. இங்கு இருபரிமாண முறையில் தெய்வப்பெயர் பிரதிபலிக்கிறதென்பது புலனாகிறது.

நிருக்தத்தின் முதல் மூன்று அத்தியாயத்தின் பொருட்புலங்கள், கொண்டுகூட்டு முறையில் ஒருங்கிணைத்து வகைப்படுத்தும் அளவிற்குப் பரந்துபட்டுத் தனித்தனியாகப் பிரிந்து காணப்படு கின்றன. அவை, இடம், தெய்வம், விலங்கு, மக்கள், செயல், இயற்கை, செயற்கை, பண்பு, ஒலி, பலபொருள் ஆகியவற்றைக் கொண்டு அமைந்துள்ளன. இதன்மூலம் ஓர் அத்தியாயத்தில் ஒரு பொருட்புலம் அல்லது பெருந்தொகுதி அமைப்புமுறை என்பது நிருக்தத்தில் இல்லை என்பது தெரிகிறது. இவற்றை அடுத்துப் பலபொருட் சொற்கள், தெய்வப்பெயர்ச் சொற்கள் ஆகிய இரண்டு பொருட்களன்களும் இரு பொருட்புலத்தை வெளிக்காட்டுகின்றன. தெய்வப்பெயர் பகுதி, தெய்வங்களைப் பூமி, இடைவெளி, வானம் ஆகிய இருப்பிடங்களைக் கொண்ட தெய்வங்கள் என்று வகைப்படுத்திக் கூறுவது சிறப்பு. இவற்றுடன் இவற்றின் இருப்பிடமாகக் கொண்ட பொருள்களின் பெயர்களும் அமைந்துள்ளன. இவை தெய்வத்துடன் தொடர்புபடுத்தப்பட்டுத் தெய்வப்பெயர் பகுதியாகவே கருதப்படுகின்றன. விஷ்ணு, அக்னி, சூரியன், புகழ் (க்ருத்தி) முதலிய பொருட்புலங்கள் பல அத்தியாயங்களில் பலபொருண்மைகளில் இடம்பெற்று வந்துள்ளன. இதனை, சொற்பொருள் தன்மைக்கு ஏற்ப, இடம், பொருள் தன்மையில் ஒருபொருட்புலமாகக் கருத முடிகிறது. சூரியன் – வாயுவாகவும், வாயு – சூரியனாகவும், இந்திரனாகவும், அக்னி – நெய்யாகவும் (அத். 8.5), இடைவெளி, அக்னியாகவும் (அத். 8.5) குறிப்பிடும் இடங்களில் இடத்திற்கு ஏற்ற பொருளுக் காகக் கருதி பொருட்புலத்தைக் காணவேண்டியதாகிறது அல்லது காணவேண்டும். இதுபோன்ற, குழப்பநிலை

பொருட்புல அமைப்பு முறையும் வரையறுத்த பொருட்புல அமைப்பு முறையும் பொருள்களின் தொடர்பு நிலை வரிசைமுறை அமைப்பும் காரணகாரிய நீட்சியும் இல்லாத பல்வேறு பொருட்களப் பொருட்புலங்களைக் கொண்டு அமைந்துள்ளது யாஸ்க நிருக்தம்.

திவாகரத்தின் பொருண்மை

திவாகரம், பன்னிரண்டு தொகுதிகளையும் பல்வேறு பொருட்புலங்களாய்க் கொண்டுள்ளது. இவற்றில் முதல் பத்துத் தொகுதிகள் தெளிவான பொருட்புலங்களைக் காட்டுகின்றன. மற்ற, ஒருபொருட் பலசொல், பலபொருள் கூட்டத்து ஒருசொல் ஆகிய இரண்டும் பல்வேறு பொருட்புலங்களைப் பெற்றுள்ளன. இவற்றில் மீச்சொற்களும் அமைந்துள்ளன.

தெய்வப் பெயர்த்தொகுதி: தெய்வங்களின் பெயர்கள் – தேவர், கடவுள், அசுரர்; இயற்கைப் பெயர்கள் – தீ, காற்று, நீர், வானம்; கிரகப்பெயர்கள் – நட்சத்திரம், கோள்கள் முதலியவையும்,

மக்கட் பெயர்த்தொகுதி: மக்கள்; உடலுறுப்புகள் – முகம், உதடு, பல், இரத்தம், எலும்பு, தலை, முடி, அல்குல், இடை, முலை, மார்பு; மக்களால் உருப்பெறுவன – படை, கொடிப்படை, படை வகுப்பு முதலியவையும்,

விலங்கின் பெயர்த்தொகுதி: மிருகங்கள், பறவைகள், நீர்வாழ்வன, ஊர்வன, விலங்கின் உறுப்புகள் முதலியவையும்,

மரப் பெயர்த்தொகுதி: தாவரங்கள், மரம், செடி, கொடி; தாவர உறுப்புகள், மரச்செறிவு; நந்தவனம், காடு முதலியவையும்,

இடப்பெயர்த்தொகுதி: நிலம்; நிலத்தோடு தொடர்புடையவை – திசைகள், பக்கம், கடல், ஆறு, மலை; நகரங்கள், நாடு முதலியவையும்,

பல்பொருள் பெயர்த்தொகுதி: உலோகம், தாவரப் பொருட்கள், உணவு வகைகள், நெருப்பு, விறகு, கரி, சாம்பல், சாணம், சுண்ணம், புகை, பால், மோர், தயிர், நெய், பெருங்காயம், சிந்தூரம், தளம், கலவைசேறு, பூசுவன முதலியவையும்,

செயற்கை வடிவின் பெயர்த்தொகுதி: ஆயுதங்கள், கருவிகள், அணிகலன்கள், ஆடைகள் உற்பத்திப் பொருட்கள் முதலியவையும்,

பண்பு பற்றிய பெயர்த்தொகுதி: வடிவம், நிறம், சிறுமை, பெருமை, மேன்மை, வலிமை, இன்பம், நன்மை, ஐயம், சினம், சிறப்பு, மனித இயல்புகள் (பகைமை, விருப்பு, தருமம்) முதலியவையும்,

செயல் பற்றிய பெயர்த்தொகுதி: தொழிலின் பெயர்கள்; மகளிர் விளையாட்டு – ஓரை, பண்ணை, கெடவரல், பொய்தல், உண்டாட்டு, கிரீடை, உப்பு, கேளி, உண்ணல், அருந்துதல், ஆர்தல், துவ்வுதல், துற்றல், நுகர்தல், பருகுதல்; கோபம் – கறுப்பு, குரோதம், கலாம், சிவத்தல், வெயர்த்தல், விளிவு, சினம், வேகம்; விரைவுப் பெயர்கள்; ஆராய்தலுக்குரியன – தேர்தல், தூக்கல், ஆய்தல், தெரிதல், ஓர்தல், தெளிதல்; தியாகத்திற்குரியன – நல்கல், ஈதல், தருதல், வழங்கல், வீசல், அளித்தல் முதலியவையும்,

ஒலி பற்றிய பெயர்த்தொகுதி: சொல் – சொல்லுதல், கேட்டல், அறைதல், துதித்தல், பாவகை, நூல், பாயிரம், ஒத்து, படலம் முதலியவையும்,

ஒருசொல் பலபொருள் தொகுதி: மனிதர், உலோகங்கள், உணவுப் பொருட்கள் முதலியவையும்,

பலபொருள் கூட்டத்து ஒருபெயர்த் தொகுதியில் எண்ணிக்கை அடிப்படையிலான தொகைப் பெயர்களும் அமைந்துள்ளன. ஒருமை, இருதிணை, ஐம்பால், நாற்றிசை, எண்குணம் முதலியவையும், திவாகரப் பொருட்புல வகைப்பாடுகளாக அமைந்துள்ளன.

இந்த அமைப்பு முறையினை நோக்குகையில் கீழ்வரும் இரண்டு வகைமைகள் வெளிப்படுகின்றன. அவை:

1. தொகுதி அமைப்பு

2. உட்பொருள் அமைப்பு

முதல் வகை என்பது தெய்வம், மக்கள், உணவு, மரம் என்பன போன்று அமைவது. இது பெரும் பொருட்புலமாக அமைந்துள்ளது. இரண்டாம் வகை, தெய்வம், மக்கள் முதலிய தொகுதிகளுள் இவை சார்ந்த உட்கூறுகளும் (பெயர்கள்), வகைப்பாடுடைய பலபொருட்களும் இடம்பெற்றுள்ளன. காட்டாக: தெய்வப்பெயர்த் தொகுதியில் புத்தன், அருகன், சிவன், திருமால், நீர், தீ போன்ற சிறுசிறு தனி உட்கூறுகள் பொருட்புலங்களாய் அமைந்துள்ளன. இவற்றில் திருமாலைக் குறிக்க மட்டும் 38 பெயர்கள் வந்துள்ளன.

மாயோன், மாதவன், நாரணன், கேசவன்,
சீதரன், திருமகள் – பூமி – கொழுநன்,
விண்டு, (விறல்) அரி, திரிவிக் கிரமன்,
உந்தி பூத்தோன், உவண முயர்ந்தோன்,
வாமனன், கண்ணன், கோவிந்தன், அச்சுதன்,
(ஆழ்) கடற் றுயின்றோன், அரவணைச் செல்வன்,
சக்கரா யுதனே, சங்க மேந்தி,

(கருங்)கடல் வண்ணன், கமலக் கண்ணன்,
சார்ங்க பாணி, (தகு) பஞ்சாயுதன்,
உலக முண்டோன், உலகினை யளந்தோன்,
நார சிங்கன், ஆதி, வராகன்,
பதும நாபன் மதுசூ தனனொடு
தாமோதரனே, (தகு) பீதாம்பரன்,
காவற் கடவுள், முராரி, முகுந்தன்,
பெருமான், பிரமன் தந்தை – என்று இவை
திருமாற்கு அனந்தம் சிறந்ததொல் பெயரே.   (3)

இதனால், தொகுதிக்கும், உட்பொருட்புல அமைப்பிற்கும் பொருள் விளக்க முறையில் தொடர்புறவு இருப்பது தெரிகிறது. தெய்வம், மக்கள், விலங்கு, மரம், பண்பு என்பனவற்றில் திணை அடிப்படையிலான உயர்திணை, அஃறிணைப் பாகுபாடு அமைந்துள்ளது.

ஒருபொருள் பலசொல் தொகுதியில் உட்பொருட்புலம் அமைந்துள்ளது. இவற்றில் உலோகங்கள் சார்ந்த பொருட்கள் ஒரு பொருட்புலமாகவும் உணவுப் பொருட்கள் சார்ந்தவை ஒரு பொருட்புலமாகவும், இவை போன்று மரம், பதம், மாலை, சிலம்பு, கோள், உருத்தல், ஏற்றம், வனம், படிவம், வளம், உறவு, குரல், மலர்தல், ஊக்கம் முதலியவை பல்வேறு பொருட்புலங்களாகவும் அமைகின்றன.

பலபொருள் கூட்டத்து ஒருசொல் தொகுதி எனும் இப்பகுதியில் தொகைப் பெயர்கள் தொகுத்தளிக்கப்பட்டுள்ளன. இவற்றில் ஒருமை, இருமை, முத்தீ, நானிலம், ஆறங்கம் முதலியவை ஒவ்வொன்றும் ஒவ்வொரு உட்பொருட்புலங்களாக இடம் பெற்றுள்ளன.

ஒருபொருள் பலசொல், ஒருசொல் பலபொருள் ஆகிய இவ்விரண்டும், சொல்லுக்கும் பொருளுக்கும் உள்ள உறவு அடிப்படையில் அமைந்தவையாக உள்ளன. ஒருசொல் பலபொருள், பலபொருள் கூட்டத்து ஒருபெயர்கள் இவற்றுள் பலபொருள் ஒருசொல் பொருட்புலத்துடன், பலபொருள் கூட்டத்து ஒருபெயர்த் தொகுதி ஒத்துப்போவதாகத் தெரிகின்றது. ஆனால், இவற்றிற்கு இடையில் வேறுபாடு உள்ளதென்பதாலேயே தனியான இரு தொகுதிகளாக அமைக்கப்பட்டுள்ளன. ஒருசொல் பலபொருள் தொகுதியில் அமைந்த ஒருசொல் பலபொருள் களுக்கு இடையே எந்தப் பொருள் தொடர்பும் இருக்காது. இது பல வகையான பொருட்புலத்தைச் சார்ந்து இருக்கும்.

அம்பரம் கூறையும், கடலும், ஆகாயமும்   (2005)

அம்பரம் என்பது கூறை, கடல், ஆகாயம் என்ற பலபொருள்களைப் பெற்றுள்ளது. இவற்றில் கடல், ஆகாயம், கூறை ஆகியவை

ஒரு சொல்லுக்குரியவையாயினும் தொடர்பற்ற வெவ்வேறு சொற்களாக வந்துள்ளன.

> சிலம்பே மலையும், ஒலியும் செப்பும்
> பொலம்செய் காலணியும் புணர்தற்கும் உரித்தே (2047)

சிலம்பு என்ற ஒரு சொல்லுக்கு மலை, ஒலி, செப்பு, காலணி, புணர்தல் என்ற பலபொருள்கள் வந்துள்ளன. இவையெல்லாம் ஒருசொல் பொருளாயினும் இவற்றிற்கிடையில் பொருள் தொடர்பு அமையவில்லை. அப்படிப் பொருள் தொடர்பு, பொருள்களுள் தொடர்புள்ளதாக இருந்தாலும் அதைப் பல்பொருள் என்று கூறலாமே தவிர, அதன் வகையாகவோ வகைகளில் ஒன்றாகவோ கூறமுடியாது. சான்று:

> மறையே வேதமும் மறைத்துமொழி கிளவியும் (2085)

இந்நூற்பாவில் வரும் மறை, வேதம், மறைத்து மொழிகிளவி ஆகியவை பொருள் தொடர்புள்ளதாக அமைந்துள்ளன. இவற்றைப் பல பொருள் என்று கூறலாம்; ஆனால், இவற்றை யெல்லாம் பலபொருள் வகையாகக் கருத வாய்ப்பில்லை.

பல்பொருள் கூட்டத்து ஒருசொல் எல்லாம், ஒரு பொருட்புலனைச் சார்ந்ததாக இருக்கும். இவ்வாறான பொருண்மைகளின் உட்பொருட்புலங்கள் அனைத்தும் ஓரணிக்குள் வகைப்படுத்தப்படுகையில் அவை தொகுதி தொகுதி யாகத் தனித்தனிப் பெரும்பொருட்புலங்களாய் உருப்பெறுகின்றன.

பொருண்மை: ஒப்பீடு

நிருக்தம், திவாகரம் ஆகிய நூல்களின் பொருட்புலங்கள் எவ்வாறு உறவுடையதாகவும் ஒன்றிலிருந்து மற்றொன்று எவ்வாறு வேறுபட்டும் காணப்படுகின்றன என்பதை அறிவது தேவையாகிறது. எனவே, திவாகரப் பொருட்புலத்துடன் நிருக்தத்தின் பொருட்புலத்தை ஒப்பிட்டு விளக்குவது இங்கு இன்றியமையாததாகிறது.

தெய்வப்பெயர் முன்னிறுத்தும் பொருட்புலங்கள்

திவாகரத்தில் முதலாவதாக அமைவது தெய்வப்பெயர்த் தொகுதியாகும். இதில் ஆண், பெண் என்ற பால் பாகுபாட்டடிப்படையில் அமைந்த பல சமயங்களின் தெய்வங்கள் (புத்தன், அருகன், சிவன், திருமால், உமையவள், கங்கை, காடுகாள், திருமகள், சரஸ்வதி, இந்திராணி, பத்திரகாளி, பகவதி) அமைந்துள்ளன. நிருக்தத்தில் தெய்வப்பெயர் பகுதியில் தெய்வங்கள் குறித்தான பெயர்கள் அமைந்துள்ளன. அவை: பூமி, இடைவெளி, வானம், பூமியை இருப்பிடமாகக் கொண்ட

பொருட்கள், விலங்கு (குதிரை, தவளை), கல், ரதம், அம்புகள், செடிகொடிகள், ராத்ரி, பத்நி, அக்னி மனைவி, ருத்ரன் மனைவி, இந்திரன் மனைவி முதலியவையாகும். இவற்றில் ஆண் தெய்வங்கள் எனப்படும் இந்திரன், சூரியன், அக்னி ஆகியவை முதலிலும். அக்னி மனைவி, ருத்ரன் மனைவி, இந்திரன் மனைவி ஆகியவை பிறகும் அமைக்கப்பட்டுள்ளன. இதனால், பால்பாகுபாட்டு அமைப்புமுறையிலான பொருட்புல வடிவம் நிருக்தத்திலும் காணப்படுவது தெரிகிறது.

இவற்றை நோக்குகையில் இரண்டு நூல்களிலும் தெய்வப்பெயர்கள் பகுதியில் தெய்வங்களின் பெயர்களும் அதனோடு தொடர்புடையவையும் விளக்கப்படுகின்றன. இதனால், இருநூல்களின் பொருட்புலத்தில் ஒருவித ஒத்தத் தன்மை இருப்பது புலனாகிறது. மேலும், நிருக்தத்தில் தெய்வப்பெயர் என்பது தனியாக அமைந்திருப்பதாலும், இதனுள் உள்ள பொருட்புல அமைப்பும், திவாகரருக்கு முற்சிந்தனையை ஏற்படுத்தியிருக்கலாம். அதனாலேயே யாஸ்கர் அமைப்புமுறை போன்று தெய்வப்பெயர்த் தொகுதியின் பொருட்புலம், திவாகரரால் திவாகரத்தில் அமைக்கப்பட்டிருக்கிறது என்று கருதலாம்.

இங்கு கவனிக்க வேண்டிய மற்றொன்று நிருக்தத்தின் இறுதிப்பகுதியாக உள்ள தெய்வப்பெயர், திவாகரத்தில் முதல் பகுதியாக அமைக்க வேண்டிய காரணம் என்ன என்பதே ஆகும். நிருக்தத்தில் இப்பகுதி இறுதியாக இடம்பெற்றதற்கான காரணம், நிகண்டு அமைப்பை நிருக்தம் ஏற்றதே ஆகும். ஆனால், மூல நூல் அல்லாத திவாகரத்தின் தொகுதி அமைப்பை அவ்வாறு கூறிவிட முடியாது. எனவே, இந்நூலின் சமூக சமயச்சூழல் பின்னணியைக் கொண்டு விளங்கவேண்டும்.

ஒரு நூலில் என்னென்ன இடம்பெறவேண்டும் என்றும் அதை எவ்வாறு உருவாக்க வேண்டும் என்ற எண்ணமும் நூலாசிரியரின் தலையாய சிந்தனையாகும். கி.பி. 8, 9 ஆம் நூற்றாண்டுகளில் தமிழகப் பக்திச்சூழல் காலகட்டமும், வடமொழிச் செல்வாக்கின் தாக்கமும் தமிழில் காணப்பட்டதால் அக்காலச்சூழலில் உருவான இலக்கியங்களிலும் அதன் சாயல்கள் வெளிப்பட்டன. அக்காலத்தில் பெரும்பான்மையாகத் தெய்வங்களுக்கு முக்கியத்துவம் கொடுக்கப்பட்டுள்ளது. அவ்வாறே திவாகர நிகண்டிலும் தெய்வப்பெயர்த் தொகுதி முதலாவதாக அமைக்கப்பட்டிருக்கிறது. தமிழ் நிகண்டுகளில் ஒருபொருள் பலசொல் உரைக்கும் தெய்வப்பெயர்த் தொகுதிக்கே முதன்மை தரப்பட்டுள்ளது. இதில் எந்தத் தெய்வத்திற்கு முதன்மை தரவேண்டும் என்பது நூலாசிரியரின் சமயக்கொள்கையைச் சார்ந்தது எனலாம். இவ்வாறு தெய்வங்களைச் சமணம்,

சைவம், வைணவம், பௌத்தம் என்று அமைத்திருப்பது அக்காலச் சமயச் சூழலை வெளிப்படுத்துகிறது. தன் சமயத்தை முதலில் பாடுவது இறைவணக்கம் போன்றது என்றெண்ணி திவாகரர் அருகனை முதலில் வைத்துள்ளார் எனலாம். சிவன் என்ற மாற்றுக் கருத்தும் உள்ளது. பல்லவர், சோழர் ஆட்சியின் காலத்திலும், வைதிக சமய வளர்ச்சிச்சூழலிலும் திவாகரம் எழுந்ததாகக் கருதப்படுகிறது. இந்நூல் உருவான இச்சூழல் பக்தி மறுமலர்ச்சி அடைந்த காலமாகவும் அறியமுடிகிறது. இதனையொட்டித் திவாகரத்தின் தோற்றச் சூழலுக்கு அக்கால மறுமலர்ச்சியும் ஒருவித தாக்கத்தை ஏற்படுத்தியிருக்கிறது எனலாம்.

பக்தி இயக்கம் என்பது இடைக்காலத்தில் எழுச்சி பெற்றுப் பிற்காலத்தில் வளர்ச்சியடைந்து, அக்காலச் சமூகத்தில் சமண, பௌத்த சமயங்களின் பரவலாக்கத்தை அழித்தொழித்து மீளாக்கம் பெற்றுச் சோழர் காலத்தில் வைதிக சமயம் மக்களிடத்தில் செல்வாக்கு அடைந்ததாக வரலாற்றில் காண முடிகிறது. அதாவது, கடைச்சங்க காலத்திற்குப் பிறகு சமண, பௌத்தம் சிறப்படைந்து, பொதுமக்களின் ஆதரவைப் பெற்றுச் செல்வாக்கடைந்திருந்தன. அப்போது, சைவம் மக்களிடத்தில் செல்வாக்கை இழந்திருந்ததால் உயர்நிலை அடைய சமண, பௌத்த மதங்களுடன் போராடித் தன்னைச் சமூகத்தில் நிலைநிறுத்திக்கொள்ள வேண்டிய தேவை இருந்திருக்கிறது. இதற்குப் பக்தி இயக்கத்தை மூலமாகக் கொண்டு சைவர்கள் இயங்கியிருக்கிறார்கள். இதனை, மயிலை சீனி. வேங்கடசாமி, "சைவ சமயம் முன்னைய உயர்நிலையை அடைவதற்குப் பௌத்த, சமண சமயங்களுடன் போராட வேண்டியிருந்தது. இதற்காகப் பக்தியியக்கம் என்னும் ஒரு புதிய இயக்கம் தொடங்கப்பட்டது. பக்திக் கொள்கையை நாடெங்கும் பிரச்சாரம் செய்வதன் மூலமாகச் சைவ சமயம் மேன்மை அடைய முடியும் என்பதை உணர்ந்தனர்" என்கிறார் (2002:72).

பக்தி இயக்கம் திருமூலர், காரைக்கால் அம்மையார் காலகட்டத்திலிருந்து தொடங்கி ஞானசம்பந்தர், அப்பர், சுந்தரர் காலகட்டத்தில் வீறுகொண்டு எழுந்தது. இவர்கள் தமிழ் மொழியில் தேவாரம் முதலான பாடல்களைப் பாடியுள்ளார்கள். 'கி.பி. 7ஆம் நூற்றாண்டு முதல் 9ஆம் நூற்றாண்டு வரையில் பக்தி இயக்கம் உச்சநிலையில் இருந்தது என்றும் இக்காலகட்டத்தில் தேவாரம், திருவாசகம், திருச்சிற்றம்பலக் கோவையாரும், ஆழ்வார்கள் அருளிய திவ்யப் பிரபந்தங்களும் தோன்றின' (மயிலை சீனி. வேங்கடசாமி, 2002:50). இவ்வாறான இலக்கியச் சூழலில் சமூகத்திலும் இலக்கியத்திலும் தெய்வத்தை முதன்மைப்படுத்தும் வழக்கம் தோன்றலாயிற்று.

சோழர் காலச் சமூகச்சூழலில் வாழ்ந்தவராகக் கருதப்படு கிறார் சேந்தன். இவர் அக்காலத்தில் ஆதரித்த புலவர் திவாகரர் ஆவர். சங்ககாலந் தொட்டுத் தமிழ்ச்சமூகத்தில் பல்வேறு நிலை களில் (மொழி, சமூகம், சமயம்) மாற்றங்கள் ஏற்பட்டு வந்துள்ளன. 'பாலி, பிராகிருதம், சமஸ்கிருதம் ஆகியவற்றின் செல்வாக்கு அக்காலத்தில் மிகுதியாக இருந்துள்ளது. சங்ககாலத்திற்குப் பிறகு பாடுபொருள்களிலும் மாற்றங்கள் நேர்ந்தன. இந்நிலையில் கோட்பாடுகளும் இறை பொருண்மைகளும் பாடுபொருளாகின்றன' (பெ. மாதையன், 2005:54). இப்பல்வேறு காரணங்களாலும் சொற்றொகுதியில் பெரும் மாற்றங்கள் அடைந்துள்ளன. இந்நிலையில் சொற்பொருள் கூறும் நூலான திவாகரம் படைக்கப்படுகிறது.

தெய்வத்தை முன்னிறுத்திப் படைப்புகள் படைக்கும் மரபுச்சூழலில் எழுந்த நிகண்டுகள், தெய்வப் பெயருடன் தொடங்கும் மரபினை உடையதாய்ப் படைக்கப்படுகின்றன. "கடவுளும், மதமும் முக்கியத்துவப்படுத்தப்பட்ட காலப்பகுதி யில் இலக்கியப் படைப்பு கடவுள் வாழ்த்துடன் தொடங்கும் முன்மரபு அடிப்படையில் திவாகர நிகண்டில் தெய்வப்பெயர்த் தொகுதி முன்வைக்கப்பட்டுள்ளது" (பெ. மாதையன், 2005:201). நிகண்டு இயற்றப்பட்ட காலத்தில் திருமால், சிவன், முருகன் முதலிய தெய்வங்களின் வழிபாடு அக்காலச் சமூகத்தில் இருந்தது. இயற்கைநெறிக் காலமாய்க் கருதப்பெறும் சங்ககாலந்தொட்டே முதன்மைப்படுத்தப்பட்ட தெய்வம், பக்தி இலக்கியக் காலத்தில் எல்லா நிலைகளிலும் முதன்மை பெறுகிறது. இது அக்கால இலக்கியப் படைப்பிலும் பிரதிபலிக்கிறது. இதனடிப்படையில் அக்காலத்தில் தோன்றிய திவாகர நிகண்டில் தெய்வப்பெயர்த் தொகுதி முன்வைக்கப்படுகிறது. எனவே, பெ. மாதையன் கூறுவது போலத் திவாகரரின் தெய்வப்பெயர் அமைப்பிற்கு அக்காலச் சமூக சமயச்சூழலும் காரணமாக இருந்திருக்கலாம் என அறிய முடிகிறது.

இதுவரை விளக்கப்பட்ட கருத்துகளின் அடிப்படையில் நோக்குகையில், தெய்வப்பெயர்த் தொடர்பான வடமொழி மரபு, திவாகரத்திற்கு அடிப்படை என்றாலும் திவாகரத் தெய்வப் பெயர்த் தொகுதியின் அமைப்புமுறைக்கும், நிருக்தத்தின் அமைப்பு முறைக்கும் வேறுபாடுகள் உள்ளன என்பது மேற்கண்ட விளக்கங்கள் மூலம் தெளிவாகின்றன. எனவே, அக்காலத் தமிழ்ச் சமூகச்சூழலில் பக்தி இயக்கத்தின் தாக்கத்தின்வழி தெய்வத்தை முதன்மையாய் அமைத்துப் பாடும் மரபு உருவாயிற்று என்பது தெளிவு. இவை திவாகர நிகண்டில் தெய்வம்

முதலாவதாக அமைந்துள்ளதற்கான ஒரு பொருட்டு எனக் கொள்வது தவறாகாது.

மக்கள்பெயர் முன்னிறுத்தும் பொருட்புலங்கள்

நிருக்தம், மகவு, மனிதன், கை, விரல், கர்ப்பப்பை, அறிவாளி, துதிப்பவன், திருடன் என்று வகைசெய்து கூறுகிறது. இதில் பொதுவாக மக்களைக் குறிக்கும் பெயர்களும் உடல் உறுப்புகளும் கூறப்படுகின்றன. செயல்களின் அடிப்படையில் பெயர் பெற்ற மக்கட்பெயர்களும் இதில் இடம்பெற்றுள்ளன. இப்பெயர்கள் அனைத்தும் மக்கட்பெயர்த் தொகுதி அல்லது மக்களைக் குறிக்கும் பொதுப் பொருட்புலத்தில் அமையாமல், மகவு, மனிதன் எனத் தனித்தனி பெயர்ப் பொருட்புலங்களாக ஒருபொருள் பலபெயர்களைக் குறித்து அமைந்துள்ளன. இதில் உயர்திணை, அஃறிணைப் பால்பாகுபாடு இன்றிய அமைப்பைக் காணமுடிகிறது. இவை ஒரே அடுக்குறவு முறையில் அமையாமல் தனித்தனியாகப் பிரிந்த நிலையில் அமையப்பெற்றுள்ளன. பொதுப்பெயர், செய்கையின் பெயர் என்று இரண்டு தன்மையில் அமையும் முறையினை இதனுள் காணமுடிகிறது. பொதுவாக நேரடியாகப் பெயரைச் சுட்டுவனவாக மகவு, மனிதன், கை, விரல் ஆகியவை அமைந்துள்ளன.இவை ஒரு தொடர்பு அடிப்படையிலும் செய்கையின் பயனால் பெறப்படும் பெயர்களான அறிவாளி, துதிப்பவன், யாகம் செய்பவன், திருடன் என்பவை ஒரு தொடர்பு நிலையிலும் அமைந்துள்ளன. ஆனால், இவை அனைத்தும் ஒரே தொடர்பு மற்றும் அடுக்குறவு நிலையில் நிருக்தத்தில் அமையவில்லை. இவற்றை ஒட்டுமொத்தமாக நோக்குகையில் சிறுசிறு பொருட்புலங்களாக அமைந்துள்ளனவே தவிர, பெரும் பொருட்புலமாகவும் தனித்தொகுப்பாகவும் அமையவில்லை.

திவாகரத்தில் சமயத்தலைவர் பெயர், சிறந்தோர், தொழில் வல்லுநர், அரசர், மந்திரி, தொழிலாளர், உறவு, மகளிர், நிலமக்கள், உறுப்புகள் என்ற பொருட்புலங்களில் மக்கட் பெயர்கள் விளங்குகின்றன. மக்களைக் குறிக்கும் பெயர்களும், அவர்களோடு தொடர்புடைய உடலுறுப்புப் பெயர்களும், தொழிலோடு தொடர்புப்படுத்துதலால் பெறப்படும் பெயர்களும் பொருட்புலங்களாக அமைந்துள்ள இப்பகுதி, நிருக்தத்துடனான மக்கட்பெயர் அமைப்புடன் ஒத்துப்போவதாக உள்ளது. ஆனால், திவாகரத்தின் மதம் தொடர்பான பெயர்கள், மகளிர் பெயர்கள், நிலம் தொடர்பான பெயர்கள், உறவுப்பெயர்கள் என்பது நிருக்தத்திலிருந்து வேறுபட்ட அமைப்பைக் காட்டு கின்றன. திவாகரத்தில் ஆண், பெண் பெயர்கள் பாகுபாட்டில் முதலில் ஆணை முன்னிலைப்படுத்திய பின்பு, பெண்களின்

பெயர்கள் அமைக்கப்பெற்று இருப்பது தெரிகிறது. இதனையடுத்து உறுப்புப் பெயர்கள் பொருட்புலங்களாக அமைந்துள்ளன.

விலங்கின் பெயர் முன்னிறுத்தும் பொருட்புலங்கள்

நிருக்தத்தில் குதிரை, பசு, தவளை, கழுதை, பறவை, புழுக்கள் எனும் விலங்கின் பெயர்கள் அமைந்துள்ளன. இவற்றிற்கான பெயர்கள், ஒருபொருள் பலபெயர்கள் பகுதியில் அமைந்துள்ளன. திவாகரத்தில் சிங்கம், புலி, யானை, குதிரை, பசு, எருமை, கழுதை, ஆடு, முயல் முதலிய பல்வேறு விலங்குகளும் ஆண் விலங்கு, பெண் விலங்கு, விலங்குகளின் உறுப்புகள், விலங்குகளின் வகை, பறவைகள், மீன், சங்கு, ஆமை, தவளை முதலியவையும் கூறப்பட்டுள்ளன. இதனுள் விலங்கு, பறப்பன, ஊர்வன என்ற வகைப்பாடு அடிப்படையிலான பாகுபாட்டு முறைமை அமைந்துள்ளது. இதனால், வகைப்படுத்தப்பட்ட மற்றும் மிகுதியான விலங்குப் பெயர்களின் பொருட்புலங்கள் திவாகரத்தில் அமைந்துள்ளன என்பதைக் காணமுடிகிறது.

மரப்பெயர் முன்னிறுத்தும் பொருட்புலங்கள்

மரப்பெயர் பொருட்புலம் நிருக்தத்தின் ஒருபொருள் பலபெயர்ப் பகுதி மற்றும் பிறபகுதியிலும் இடம்பெறவில்லை. ஆனால், ஓஷதய: – செடிகொடிகள் (அத். 9) வீருத: – செடிகள் (அத். 6) என்ற செடி மற்றும் கொடிவகைத் தாவரங்கள் இடம்பெற்றுள்ளன. இவற்றிற்குப் பல பொருள்களும் உள்ளன. எனவே, இவற்றை முழுமையாகத் தாவரப்பெயர்தான் என்று கூறுவதும் சில இடங்களில் பொருந்தாது. திவாகரத்தில் பல்வேறு மரப்பெயர்களும் நந்தவனம், பூக்கள், செடி, கொடிகள் முதலிய பெயர்களும் பொருட்புலங்களாக அமைந்துள்ளன. இவற்றில் திவாகரம், நிருக்தத்திலிருந்து மிகுதியாக வேறுபட்டுக் காணப்படுகிறது.

இடப்பெயர் முன்னிறுத்தும் பொருட்புலங்கள்

இடப்பெயர்கள், நிருக்தத்தில் நிலம், ஆகாயம், நதி, அருகாமை, கிணறு, தொலைவு என்ற பொருட்புலங்களில் குறிப்பிடப்பெற்றுள்ளன. இதில் நிலமே முதலாவதாக இடம்பெற்று வந்துள்ளது. திவாகரத்தில் தெய்வலோகம், திசை, பக்கம், நடு, உயர்ச்சி, உம்பர், மோட்சம், நரகம், கடல், மலை, வீடு, கழகம் முதலிய பொருட்புலங்கள் இடம்பெற்றுள்ளன. இரண்டு நூல்களின் பொருட்புலங்களும் நிலம் மற்றும் அதனோடு தொடர்புடையவை முதலியவற்றைக் குறிப்பிடுவனவாக அமைந்துள்ளன. இவற்றில் மோட்சம், நரகம், கழகம், மலை, வீடு,

தெய்வலோகம் முதலியவை திவாகரத்திற்கே உரிய வெளிப்பாடாக உள்ளன. நிருக்தத்தில் வந்துள்ள ஆகாயம் திவாகரத்தில் தெய்வமாகக் கருதப்பட்டுள்ளது.

பல்பொருள் பெயர் முன்னிறுத்தும் பொருட்புலங்கள்

நிருக்தத்தில் உள்ள பல்பொருள் சொற்கள்: ஜஹா (கொன்றான்), மேததி (திட்டுவது), நிதா (வலை), சிதாமா (இறைச்சி, தோல்), ச்யாமம் (ஆணின் உறுப்பு), காயமாந்: (ஆசைப்பட்டுக்கொண்டு இருப்பவன்), தம்ஸய: (தொழில்கள்) முதலியவை விளக்கப்பட்டுள்ளன. திவாகரத்தில் உலோகம், மணி, தாவர விளைபொருள், உணவு, நெருப்பு, விறகு, சாணம், புகை, பால், மோர் எனப் பல்பொருட்களின் பெயர்கள் வந்துள்ளன. இரண்டு நூல்களிலும் பலபொருள்களின் பொருட்புலங்கள் இடம்பெற்றுள்ளன. இவை ஒவ்வொன்றும் ஒவ்வொரு பொருண்மையைக் குறித்து வருகின்றன. ஆகையால் இவற்றைத் தொகுதியாய் அமைப்பது மட்டுமே பொருத்தமாக அமைகிறது. எனவே, இத்தொகுதி, பலபொருள் தன்மையை உள்ளடக்கிய பொருட்களனாகவே அமைக்கப்பெற்றுள்ளது.

செயற்கை வடிவின் பெயர் முன்னிறுத்தும் பொருட்புலங்கள்

செயற்கை சார்ந்தவை என்று நிருக்தம், கருவியான வஜ்ராயுதம் என்பதைக் கூறியுள்ளது. திவாகரம், ஆயுதங்கள், கருவிகள், அணிகலன்கள், ஆடைகள், உண்கலன்கள், பாத்திரங்கள், ஊர்தி வகைகள் முதலியவற்றைப் பொருட்புலங்களாகக் கூறியுள்ளது. இதில் உற்பத்தி செய்யப்பட்ட பொருட்கள் மிகுதியாக இடம்பெற்று வந்துள்ளன. நிருக்தத்தில் பலபொருளுள்ள தொகுப்பில் செயற்கை வடிவப் பொருட்புலம் சார்ந்த ஒன்றாக வஜ்ராயுதத்தை மட்டுமே காணமுடிகிறது. ஆனால், திவாகரத்தில் தனியான (செயற்கை வடிவம்) தொகுதிப் பொருட்புலமே அமைக்கப்பட்டுள்ளது. இரண்டுக்கும் பொதுவான கருவி என்ற பொருட்புலத்தைத் தவிர்த்து, திவாகரம் அணிகலன், ஆடைகள், ஊர்தி, பாத்திரங்கள் எனப் பல பொருட்புலங்களைக் கொண்டுள்ளது.

பண்பு பற்றிய பெயர் முன்னிறுத்தும் பொருட்புலங்கள்

பண்பு பற்றிய பெயர்கள் தொடர்பாக வடிவம், இன்பம், வலிமை, உருவம், உவமைகள், பழமை, புதுமை ஆகியவற்றை நிருக்தம் கூறியுள்ளது. திவாகரம், வடிவம், அளவு, வண்ணம், உணர்வு முதலியவற்றைக் கூறியுள்ளது. இவ்விரண்டு நூலில் உள்ள பண்பு பற்றிய பெயர் தொடர்பான பொருட்புலங்களைக்

காணுகையில் ஒருமித்த தன்மை புலப்படுகிறது. திவாகரத்தில் பொதுவான சொற்கள் கூறப்படுவதால் மிகுதியான பொருட்புலங்கள் இடம்பெறுகின்றன.

செயல் பற்றிய பெயர் முன்னிறுத்தும் பொருட்புலங்கள்

செயல் பற்றிய பொருட்புலங்கள் நிருக்தத்தில் ஒளிர்தல், செல்வது, உண்டல், விரும்புதல், கோபித்தல், பரவுதல், துதிப்பது முதலிய செயல் மற்றும் தொழில்களின் அடிப்படையில் அமைந்துள்ளன. திவாகரத்தில் வெறுப்பு, கடுப்பு, ஒற்றுமை, விழைவு, எழுச்சி போன்ற பண்படிப்படையாய்த் தோன்றிய செயல்களும், செயல் பற்றிய பல்வேறு சொற்களும் இடம் பெற்றுள்ளன. இவ்விரண்டு நூல்களிலும் செயல் பற்றிய தன்மையில் ஒத்த கூறுகள் வெளிப்படுகின்றன. பொருட்புலங்கள் பொதுவாக அமைந்தாலும் பொருட்புலத் தொகுதி அமைப்பே இரண்டுக்கும் இடையில் வேறுபட்டு உள்ளது.

ஒலி பற்றிய பெயர் முன்னிறுத்தும் பொருட்புலங்கள்

ஒலி பற்றிய பெயர்களில் நிருக்தம் கூறியுள்ள வாக்கு (சொல்) என்ற பொருட்புலத்தை மட்டும் இனங்காணலாம். இது ஒன்றே ஒருபொருள் பலசொல் பகுதியில் அமைந்துள்ள பொருட்புலமாகும். திவாகரம், இதற்கென்று தனிப் பொருட்புலத்தையே அமைத்துள்ளது. இதனுள் சொல், சொல்லுதல், கூறல், தமிழ் இலக்கணச் சொற்கள், துதித்தல், கேட்டல், அழைத்தல் முதலிய பொருட்புலங்கள் அமைந்துள்ளன. இவை விரிந்துபட்ட பொருட்புலத்தையும், தொடர்பு நிலையிலான அமைப்பையும் கொண்டுள்ளன.

நிருக்தத்தில் பொன், உணவு, செல்வம் என்ற இயற்கைப் பொருண்மைகள் அமைந்துள்ளன. இவை ஒருபொருட் பலசொல் பகுதியில் இடம்பெற்றுள்ளன. இவ்வாறான பொருண்மைகள், திவாகரத்தில் பல்பொருட் பெயர்த்தொகுதியில் இடம்பெற்று வந்துள்ளன. திவாகரத்தில் இறுதியாக உள்ள பல்பொருள் கூட்டத்து ஒருபெயர்த் தொகுதி என்ற தொகைச் சொற்கள் உள்ளன. நிருக்தத்தில் தனியாக இடம்பெறவில்லை.

கருத்து விளக்கமுறை

படைப்பாளி ஒவ்வொருவரும் தம்முடைய எழுத்துகளை வெளிப்படுத்த சில கருத்து விளக்க முறைகளைக் கையாள்வார்கள். அதுபோல, நிருக்தத்தின் ஆசிரியர் யாஸ்கரும் திவாகரத்தின் ஆசிரியர் திவாகரரும் சில முறைகளைக் கையாண்டுள்ளனர். அவை, கீழ்வரும் பிரிவுகளில் விளக்கப்படுகின்றன.

1. நிருக்தம் கருத்து விளக்கமுறை
2. திவாகரம் கருத்து விளக்கமுறை
3. கருத்து விளக்கமுறை – ஒப்பீடு

நிருக்தம் கருத்து விளக்கமுறை

யாஸ்கர், நிருக்தத்தில் பலவகைகளில் சொற்பொருள் விளக்கம் கூறுகிறார். அதாவது, சொற்பொருள் கூறிச்செல்லும் தறுவாயில் தேவை கருதியும், இடத்திற்குத் தகுந்தாற் போன்றும், சான்றிற்காகவும் விளக்கமுறைகளை அமைத்துப் பொருள் கூறியுள்ளார். அவ்வாறு அவர் கூறும் முறைகள் வருமாறு:

- முன்னோரின் கருத்துகள்வழி விளக்குதல்
- வேத மந்திரங்கள்வழி விளக்குதல்
- ஒரு சொல்லுக்கு மட்டுமின்றி அதனோடு தொடர்புடைய பிற சொற்களுக்கும் பொருள்விளக்கம் தருதல்
- வலிந்து பொருள் கூறல்
- வேர்ச்சொல் கூறல்
- கதைவழிப் பொருள் கூறல்

முன்னோரின் கருத்துகள்வழி விளக்குதல்

நிருக்தத்தில் சொற்பொருள் விளக்கம் இடம்பெறும் தறுவாயில் யாஸ்கர், தனக்கு முன்னோர் கூறிய கருத்தை வழங்கி பிறகு, இவர்தம் கருத்தையும் கூறுகிறார். அதாவது, அக்நி (அத். 7.15) என்ற சொல் விளக்கத்தில் சாகபூணி என்பவரின் கொள்கை ஏற்கப்பட்டுள்ளது. அலங்காரம் செய்யப்பட்டுள்ளது என்ற பொருளில் க்ரு என்பது வந்துள்ளது என்பதாக வியாகரணக் காரர் கூறுகிறார்கள் (அத். 9.5). இவை எல்லாவற்றையும் செய்தவன் இதம்க்ரு என்ற பொருளில் இந்திரன் என்ற சொல் வருகிறதென்று கூறுகிறார் ஆக்ராயனர். இவை அனைத்தையும் பார்ப்பவன் என்ற பொருளில் இந்திரன் என்ற சொல் வருகின்றது என்கிறார் ஔபமன்யவர் (அத். 10.8). ஆசார்யர்கள் (அத். 7.22), ஏகே (அத். 3.4,5), ஐதிஹாஸிகர்கந் (2, 16., 12. 1,10), ஔதும்பராயனர் (அத். 1.1) ஔபமந்யவர் (1.1., 2.2., 5.7., 6.30., 10.8), ஔர்ணவாபர் (அத். 2. 26., 6.13., காடகம் (8.5., 6.10), கௌத்ஸர் (1.15), கிரௌஷ்டிகி (8.2), கார்க்யர் (அத், 3.13), காலலர் (அத். 4. 8), சர்மசிரஸ் (அத். 3.15), தைகிடி (அத். 4.3), நைதாநர்கள் (6.9., 7.12, யாக்ஞீகர்கள் (அத். 5.11), வார்ஷ்யாயணி (அத். 1.2), ஹாரித்ரவிகம் (அத். 10.5), சதபலாக்ஷ (அத். 11.6), தௌலாஷ்டீவி (அத். 7.14), சாகல்யர்

(அத். 6.28) முதலிய ஆசிரியர்களின் கூற்றுகளும் குறிப்புகளும் நிருக்தத்தில் எடுத்தாளப்பெற்றுள்ளன.

வேத மந்திரங்கள்வழி விளக்குதல்

நிருக்தம், நிகண்டில் கூறப்பட்டுள்ள சொற்களை எடுத்துக்கொண்டு, அச்சொற்களுக்கான பொருளை வேத மந்திரங்களின் எடுத்துக்காட்டுகளுடன் பொருத்திச் சொற்பொருள் விளக்கம் தருகின்றது. சான்று வருமாறு:

> *ப்ரியமேதன்போல்; அத்ரி போல்; விருபன் போல்; அங்கிரஸ் போல்; நாங்கள் கூப்பிடுகிறோம். ப்ரஸ் கண்வருடைய கூப்பாட்டைக் கேட்க வேண்டும். (யா.உ) ப்ரியமேத = ப்ரியமான அறிவை உடையவன். எப்படி இவர்களுடைய கூப்பாட்டைக்கேட்டாயோ இவ்விதம் ப்ரஸ் கண்வனுடைய கூப்பாட்டைக் கேள்.*
>
> *ப்ரஸ்கண்வ: என்ற சொல் கண்வருடைய பிள்ளை என்பதைக் குறிக்கிறது. இங்குள்ள ப்ர என்பது அவனுடைய பிள்ளை என்பதை வெளியிடுகிறது. கண்வரிடமிருந்து உண்டானான். ப்ராக்ரம் என்ற இடத்தில் ப்ரக்கதம் என்ற இரண்டு சொல்லில் கத[3]ம் என்பது மறைந்து ப்ர என்பது எஞ்சி ப்ரகாரம் என்றாவது போல், அக்னியின் அர்ச்சிஸிலிருந்து ப்ருகு உண்டானார். அக்னியால் வறுக்கப்பட்டும் அவன் எரிந்துவிடவில்லை. நெருப்புத் தணல்களிலிருந்து அங்கிரஸ் என்பவர் உண்டானார். அங்காரம் என்ற சொல் அடையாளத்தை அல்லது பிரகாசத்தைக் குறிக்கிறது. அங்கேயே மூன்றாமவனையும் அடையுங்கள் என்று கூறினார்கள். அதனாலேயே அப்பொழுது உண்டானவருக்கு அத்ரி என்ற பெயர் உண்டாயிற்று. அத்ரி என்பதற்கு மூன்றிலடங்காதவன் என்ற பொருளும் உண்டு.*
>
> *வைகானஸம் என்ற சொல்லுக்குப் பலவிதமாகத் தோண்டுபவன் என்று பொருள். பரிப்பதால், தாங்குவதால் பரத்வாஜர் என்ற பெயர் உண்டாயிற்று. விரூப: என்றால் பலவித உருவமுள்ளவன் என்பதைக் குறிக்கும். மஹிவ்ரத: என்பது மகத்தான விரதம் உள்ளவன் என்பதைச் சொல்லுகிறது[1] (அத். 3.17).*

ஒரு சொல்லுக்கு மட்டுமின்றி அதனோடு தொடர்புடைய பிற சொற்களுக்கும் பொருள் விளக்கம் தருதல்

பொருள் விளக்கம் கூறவரும் சொல்லுக்கான பொருளை மட்டும் கூறாமல் அதனோடு தொடர்புடைய அச்சூத்திரத்தில்

இடம்பெற்றுவரும் சொற்கள் அனைத்திற்கும் நிருக்தத்தில் பொருள் கூறப்படுகிறது. சான்று வருமாறு:

யத்ரா ஸுபர்ணா: அம்ருதஸ்ய பா^{4}க^{3}ம் அநிமேஷம் வித^{3}தா^{2}பிஸ்வரந்தி. இநோ விச்வஸ்ய பு^{4}வநஸ்ய கோ^{3}பா: ஸமா தீ^{4}ர: பாகமத்ராவிவேச (ரிக். 1–164–21). விழித்துக் கொண்டு இருப்பவர்களாயும் தாங்கள் செய்யவேண்டிய செயல்களை உணர்ந்தவர்களாயும் எந்த இடத்திலுள்ள சூரிய கிரணங்கள் பூலோகத்திலிருந்து அழிவில்லாத நீரின் அம்சத்தை எடுத்துக்கொண்டு மறுபடியும் சூரிய மண்டலத்தைக் குறித்துச் செல்லுகின்றனவோ அவ்வித இடமாயுள்ள சூரியன், ஈச்வரன் உலகத்தைப் பாதுகாப்பவன். தீரன், பக்குவமடையாத என்னைப் பக்குவப்படுத்த அடையவேண்டும் (யா.உ) எங்கு (*ஸுபர்ணா:*) நன்றாக விழிக்கக் கூடிய கதிர்கள். *அம்ருதஸ்ய* பாகம் நீரினுடைய பாகத்தை விழிப்புடன் இருந்து கொண்டு விதத என்பதற்கு அறிவால் என்று பொருள். *அபிஸ்வரந்தி* என்ற சொல் நோக்கிச் செல்வது என்பதைக் குறிக்கும். ஈச்வரன் (*இந:*) என்ற சொல் ஆதித்யனைக் குறிப்பிடுகின்றது. எல்லாப் பூதங்களுக்கும் அவன் பாதுகாப்பாளன். அவன் பக்குவமாகாத என்னை அடைந்தான். தீர: புத்திமான் *பாக:* என்ற சொல் பக்குவப் படுத்தப்பட வேண்டியவன் அல்லது மிகவும் பக்குவத்தை அடைந்தவன் என்ற பொருளில் ஆதித்தியனைச் சொல்கிறது. இதுவரை இரகஸ்யமான தைவ தொடர்புள்ள கருத்து அதிதைவதம் வர்ணிக்கப்பட்டது. இனி, உடல் ஆத்மா இவற்றைப் பொருளாக வைத்து (அத்யாத்மம்) விளக்கம் கூறப்படுகிறது. இந்த வழியில் அழகான இறகுகள் உள்ளவை என்ற சொல் ஐம்புலன்களைக் குறிக்கின்றது. அம்ருதஸ்ய பாகம் ஜ்ஞானத்தினுடைய (அறிவு) பாகம் என்பது பொருள். விழிப்புள்ளவையாய் துக்கத்தைக் கொடுக்கின்றன அல்லது விஷயத்தில் ஈடுபட்டு விஷயஜ்ஞானத்தால் ஆத்மாவுக்குப் புற உணர்ச்சியை உண்டுபண்ண விஷயத்தைக் குறித்துச் செல்லுகின்றன. இங்கு ஈச்வர என்ற சொல் எல்லா இந்திரியங்களுக்கும் காவலனான ஆத்மாவைச் சொல்லுகிறது என்றும் கொள்ளலாம். எந்த ஆத்மாவால் ஏவப்பட்ட இந்திரியங்கள் வெளிவிஷயங்களை எடுக்கச் செல்லுகின்றனவோ எல்லாவற்றையும் பாதுகாக்கும் அந்தப் பரிசுத்த ஆத்மா என்னைப் பக்குவப்படுத்த அடையவேண்டும். இவ்விதம் ஆத்ம விஷயமாகச் சொல்லப்பட்டது[2] (அத். 3.12).

ஸுபர்ணா: என்பதை விளக்க வந்த இவ்விடத்தில் ரிக்வேதப்பாடலில் ஸுபர்ணா: என்ற சொல்லுடன் வந்துள்ள அம்ருதஸ்ய, பாகம், விததா, இந:, அபிஸ்வரந்தி, தீர: ஆகிய சொற்களும் விளக்கப்பட்டுள்ளன. யாஸ்கர், ரிக்வேதப் பாடல்களுக்குப் பிற உரைகளை எடுத்துக் கூறி, பின்பு இவரே ஓர் உரையினைக் கூறுகிறார். இவ்வுரையின் வெளிப்பாட்டு முறையினாலே சொல்லுக்கான பொருளைத் தெளிவாக அறியமுடிகிறது.

வலிந்து பொருள் கூறல்

யாஸ்கர், ஒரு சொல்லுக்கான பொருளைக் கண்டறிய முடியவில்லையெனில், கட்டாயமான முறையிலாவது வலிந்து பொருளைக் கூற முற்பட்டு விளக்குகிறார். சான்று:

> வநுஸ்யதிர் ஹந்திகர்மா. அநவகத ஸம்ஸ்காரோ பவதி. வநுஷ்யாம் வநுஷ்யத: (ரிக். 8–40–7) இத்யபி நிகமோ ப்ருதநாஸு தூடய: (ரிக்.7–82–1). வநுஷ்யதி என்ற சொல்லின் விளக்கம் கொல்வது என்ற பொருளுள்ள வினைச்சொல்லை அடிப்படையாகக் கொண்டது. ஆனால், இந்தச்சொல் உருவாகும் வழி தெரியவில்லை. வநுஷ்யாம் வநுஷ்யத: என்றால் நம்மைக் கொல்ல நினைப்பவர்களை நாம் கொல்வோம் என்றும் ரிக்வேதம் (1–132) கூறுகிறது. தீர்க்க ப்ரயஜ் யுமதி யோ வந்ய்ஷ்யதி வயம் ஜயேம ப்ருதனாஸு தூடய: (ரிக். 7–82–1) நம்முடைய நீண்ட முயற்சியால் செய்யப்படும் யாகத்தைவதம் பண்ண யார் நினைக்கிறானோ அவ்வகைக் கெட்டபுத்தியுள்ளவனை யுத்தங்களில் வெல்லுவோம். (யா.உ) நீண்டுப் பரவியுள்ள யஜ்ஞத்தை யார் கொல்ல நினைக்கிறானோ அவனை நாங்கள் போரில் வெல்வோமாக[3] (அத். 5.2).

இங்கு வநுஷ்யதி என்ற சொல்லின் சொற்பொருள் இதுதானென்று குறிப்பாகக் கூறப்படவில்லை. இது கொல்வது என்ற வினையை அடிப்படையாகக் கொண்டது. எனவே, இவ்விடத்தில் கொல்வது என்ற பொருளால் கொள்ளப்படவேண்டும் என்பதை விளக்கியுள்ளார் யாஸ்கர்.

வேர்ச்சொல் கூறல்

சொற்பொருள் கூறும் தறுவாயில் வெறும் பொருளை மட்டும் கண்டறியாமல் அச்சொல்லிற்கான வேர்ச்சொல் அல்லது அடிச்சொல் என்ன? அது எச்சொல்லிருந்து தோன்றி உருப்பெற்றுள்ளது என்பதை விளக்குகிறார் யாஸ்கர். சான்று:

க்ஸ என்ற வினைச் சொல்லிலிருந்து க்ஷீரம் என்ற பெயர் வந்திருக்கலாம். வச என்ற வினைச்சொல்லிலிருந்து உசீரம் என்பது வந்துள்ளது[4] *(அத். 2.5).* ராதி என்ற வினைச்சொல்லைக் கொண்டு ராத்ரி உருவாகியுள்ளது[5] *(அத். 2.18).*

இந்திரா ஸோமாஸமக சம்ஸம் அப்யகம் தபுர் யயஸ்து சரு: அக்நிவா இவ. ப்ரஹ்மதவிஷே க்ரவ்யாதே கோரசக்ஷஸே த்வேஷோதத்தம் அநவாயம் கிமீதிநே *(ரிக். 7–104–2) (யா.உ)* இந்திரனும் ஸோமனும் தீமையைச் சொல்பவனாயும், அகம் என்ற சொல்லில் ஆ என்பதின் சுருக்கமாக 'அ' வந்துள்ளது. 'ந' என்பது "ஹந" *(கொல்வது)* என்ற வினைச் சொல்லிலிருந்து வந்தது[6] *(அத். 6.11).*

அநவாயம் கிமீதினே என்ற சொற்களின் விளக்கம் இவ்வாறு அதன் வேர்ச்சொல்லுடன் விளக்கப்பட்டுள்ளது.

கதைவழிப் பொருள் கூறல்

சொற்பொருள் விளக்கமுறையில் கதையைக் கூறிச் சொல்லிற்கான பொருளை விளங்க வைத்தல் எனும் அமைப்பு முறை யாஸ்கரின் நூலில் இடம்பெற்றுள்ளது. யாஸ்கர், இம்முறையை அனைத்துப் பாடல்களிலும் கையாளவில்லை என்பது குறிப்பிடத்தக்கதாகும். சான்று:

இறப்பில்லாதவளை மனிதர்களிடமிருந்து மறைத்தார்கள். அவளுக்கு சமமான நிறம் உள்ளவளைச் செய்து விவஸ்வானுக்குக் கொடுத்தார்கள். அப்பொழுது அச்விநீ தேவர்களைக் கர்ப்பத்தில் தரித்தாள். இந்த இரட்டையை விட்டுவிட்டு வெளியேறிவிட்டாள். *(யா.உ)* மரணமுள்ள மனிதர்களிடமிருந்து மரணமில்லாதவளை மறைப்பவர்களாகக் கொண்டு அவள் போல் ஒரே உருவமுள்ளவளைச் செய்து சூரியனுக்குக் கொடுத்தார்கள். அப்பொழுது அந்த இரட்டைகளை ஸரண்யூ விட்டு விட்டாள். ஸரண்யூ என்ற சொல் இடைவெளியில் உள்ள தேவனையும் வாக்கையும் குறிக்கிறதென்று கதை சொல்லுபவர்கள் கூறுகிறார்கள்.

இங்குக கீழ்க்கண்ட கதையைச் சொல்லுகிறார்கள் த்வஷ்டாவின் பெண்ணான ஸரண்யூ என்பவள் விவஸ்வாந் என்ற ஆதித்யனிடமிருந்து ஆணும், பெண்ணுமான இரட்டையை உண்டு பண்ணினாள். அவள் அப்பொழுது தன் போல் நிறமுள்ள பெண்ணைச் செய்து விவஸ்வானான ஆதித்யான் ஆண் குதிரை ரூபத்தை எடுத்துக்கொண்டு

அவளைப் பின்தொடர்ந்து கலந்தான். பிறகு, அச்விநீ தேவர்கள் உண்டானார்கள். ஸவர்ணியிடம் மனு உண்டானான்[7]. (அத். 12.10)

ஸரண்யூ என்ற சொல்லை விளக்க வரும் யாஸ்கர், இக்கதையைக் கூறி, இச்சொல் எவ்வாறு பொருள்பெறும் என்பதை எடுத்துரைக்கிறார்.

திவாகரம் கருத்து விளக்கமுறை

திவாகரம், வேர்ச்சொல் கண்டறிதல், சொற்களுக்கு உரைகூறல், சொல் தொடர்பான பிற சொற்களுக்கும் விளக்கம் அளித்தல் என்ற நிருக்தத்தின் பொதுத்தன்மையிலிருந்து முற்றிலும் மாறுபட்ட ஒரு விளக்க முறையினைக் கொண்டுள்ளது. திவாகர நூலின் சொற்பொருள் விளக்கமுறைகள் கீழ்வரும் வகைகளில் அமைகின்றன.

- முன்னோர் கூற்றெனக் கூறல்
- பிற நூல் கருத்தைக் கூறல்
- ஒருபொருள் பலசொல்
- பலபொருள் ஒருசொல்
- பலபொருள் கூட்டத்து ஒருசொல்

முன்னோர் கருத்து

நிருக்தம் போன்று திவாகரத்திலும் ஆங்காங்கு முன்னோர் கூற்றிது என்று திவாகரர் குறிப்பிடுவதையும் காண முடிகிறது.

பேணும் காப்பின் பிறழா நெறியின்
பெதற் பொருளால் பேணும் பெற்றி
அறநிலை அறம் என்று அறைந்தனர் புலவர்
(பல். கூ. ஒ. தொ. 2380)

கீழ்திசை அருக்கற்கு வடதிசை சோமற்குச்
சார்ச்சியாகச் சாற்றினர் புலவர்
(பல். கூ. ஒ. தொ. 2405)

அறைவர், இசைப்பர் என்று இவ்வாறு பொதுப்படைச் சுட்டிச் செல்வது ஒருவகை; இன்னும் சில இடங்களில் புகன்றனர் புலவர், நவின்றனர் புலவர், விளம்பினர் புலவர் என்று புலவர் மரபு இதுவாகும் என்றும் முந்தையோர், மதிநூற் புலவர் என்றும்கூட முன்னோரின் கருத்துகளைக் குறிப்பிடுகிறார் திவாகரர்.

பிறநூல் கருத்துக்கூறல்

திவாகரர், தமது நூலில் பிற நூல் நூற்பாக்களையும் எடுத்துக் கூறியுள்ளார். அவை மாற்றமின்றி அப்படியே அமைந்துள்ளன. அவற்றில் குறிப்பாகத் தொல்காப்பியத்தைக் கூறலாம். அதாவது, தொல்காப்பியத்தில் அமைந்துள்ள பல நூற்பாக்கள் திவாகரத்தில் இடம்பெற்றுள்ளதால் தொல்காப்பியரின் கருத்தைத் திவாகரர் ஏற்றுரைக்கிறார் என அறியமுடிகிறது. சான்று வருமாறு:

ஐ ஒடு கு இன் அது கண் என்னும்
அவ் ஆறு என்ப வேற்றுமை உருபே (ஒலி. பெ. தொ. 1819)

அ இ உ இம்மூன்றுஞ் சுட்டே   (ஒலி. பெ. தொ. 1820)

ஆ ஏ ஓ இம்மூன்றும் வினா   (ஒலி. பெ. தொ. 1821)

ஒருபொருள் பலசொல், பலபொருள் ஒருசொல், பலபொருள் கூட்டத்து ஒருசொல்

ஒரு பொருளை எடுத்துக்கொண்டு அதனைக் குறித்துவரும் பலசொற்களையும், ஒருசொல்லை எடுத்துக்கொண்டு அச்சொல்லைக் குறிக்கும் பல பொருளையும், பலபொருள் கூட்டத்து ஒருசொல்லான தொகைச்சொற்களையும் நூற்பா யாப்பில் விளக்குகிறார் திவாகரர். சான்று வருமாறு:

அன்பு என்ற ஒரு பொருளைக் குறித்துவரும் பலபெயர்கள்:

பரிவும், ஆர்வமும், ஈரமும் பற்றும்,
அளியும், நாரும், பரிவும், அன்பே (பண்பு. பெ. தொ. 1426)

சித்திரம் என்ற ஒரு சொல்லைக் குறித்துவரும் பலபொருள் ஒருசொல்:

மெய்யே போலப் பொய்யவை புணர்த்தலும்
செய்கோல் வடிவும், அழகும் சித்திரம்   (2231)

பலபொருள் கூட்டத்து ஒருசொல் எனப்படும் எண்குணம் என்பதன் தொகைச்சொற்கள்:

அனந்த ஞானம், அனந்த தரிசனம்
அனந்த வீரியம், அனந்த சுகமே
நாமம் இன்மை, கோத்திரமின்மை
ஆயு இன்மை, அழியா இன்பம் என்று
ஏயும் தகைய எண்வகைக் குணமே   (2415).

இவ்வாறு திவாகரரின் கருத்து விளக்கமுறை அமைந்துள்ளது.

கருத்து விளக்கமுறை: ஒப்பீடு

இரண்டு நூல்களின் கருத்து விளக்கமுறைகளை நோக்குகையில் நிருக்தத்தில் மிகுதியான விளக்கமுறை நெறிமுறைகள் அமைந்துள்ளன என்பது புலப்படுகிறது. முன்னோர் கருத்துகள் வழிச் சொற்பொருள் கூறல் என்ற முறை இரண்டு நூல்களிலும் இடம்பெற்று வந்துள்ளது. இவ்வழக்கம், யாஸ்கர் மற்றும் திவாகரால் மட்டும் பயன்படுத்தப்பெறவில்லை; இரண்டு மொழிகளிலும் பழங்காலம் முதல் மரபாக இருந்து வந்துள்ளது என்பது பிற நூல்களின் மூலம் அறியமுடிகிறது. யாஸ்கர், தமது நூலில் பொதுப்பெயரில் முன்னோர்களைக் கூறாமல், குறிப்புப் பெயர்களாலேயே இவர்கள் கூறுகிறார்கள் என்று உரைக்கிறார். அவ்வாறு கூறுவது சமஸ்கிருத மரபில் வழக்காக இருந்துவந்துள்ளதெனத் தெரிகிறது.

இதனைக் கு. மீனாட்சி (1998:5), "அஷ்டாத்தியாயிக்கு முன்பும் பல இலக்கண நூல்கள் இருந்தனவென்பதற்கு உட்சான்றுகள் இவ்விலக்கண நூலிலேயே கிடைக்கின்றன. தனது காலத்துக்கு முன் எழுந்த இலக்கண நூல்களில் காணப்படும் மொழிக்கூறுகளின் வேறுபாடுகளைப் பற்றிப் பேசும்போது பாணினி அந்தந்த இலக்கண நூலார்களின் பெயரைச்சுட்டி அவரது கருத்துப்படி இக்குறிப்பிட்டச் சொல் இவ்வாறான வடிவம் பெறுமென்று கூறுகிறார். அவர்கள் பெயர் வருமாறு: ஆபிஸலி (6.1.91), கஸ்யப (1.2.15; 8.4.67) கார்க்ய (7.3.99; 8.3.20; 4.67), காலவ (6.3.61; 7.1.74), சாக்ரவர்மன் (6.1.130;4.170), பாரத்வாஜ (7.2.63), ஸாகடாயன (3.4.111; 8.3; 4.50), ஸாகல்ய (1.1016; 6.1.27; 8.3.19) ஸேனக (5.4.112), ஸ்போடாயன (6.1.23). பதஞ்சலி தனது மகாபாஷ்யத்தில் காஸக்ருத்ஸன (1.12.5−6) என்ற மற்றோர் இலக்கண நூலையும் குறிப்பிடுகிறார்" என்று கூறுவதன் மூலம் பாணினி, பதஞ்சலி முதலிய சமஸ்கிருத ஆசிரியர்கள் முன்னோர் பெயர்களைக் குறிப்பிட்டு இது இன்னாருடைய கருத்து என்று சுட்டிச் செல்கின்றனர் என்பது தெரிகிறது.

இதுபோல யாஸ்கரும் கூறிச்செல்வதால் சமஸ்கிருதத்தில் இதுபோன்ற முறையானது மரபாக இருந்து வந்துள்ளதெனத் தெரிகிறது. இந்த முறையின் மூலம் இரண்டு வகையான கருத்துகள் புலப்படுகின்றன. ஒன்று: முன்னோர் கருத்து என்று பொதுவாகக் கூறுவது, சான்றுக்கு முழுமையான ஏற்பு அல்ல என்று கருதி, பெயரைக் கூறியிருக்க வேண்டும். மற்றொன்று: முன்னோர்களின் பெயர்களைக் கூறும் அளவிற்கு இவர்களிடம் பிற இலக்கண நூல்கள் புழக்கத்தில் இருந்திருக்க வேண்டும். இது தெளிவான வரலாற்றைக் காட்டுகிறதெனலாம்.

திவாகரத்தில் நிருக்தம் போல் குறிப்புப் பெயர்கள் அல்லாமல் முன்னோர்கள் பொதுப்பெயர்களில் குறிப்பிடப்படு கின்றனர். இம்மரபு திவாகரருக்கு முன்பே தமிழ்மரபில் வழக்கில் இருந்து வந்துள்ளது. அம்மரபு வழக்கப்படியே திவாகரரும் பொதுப்பெயரால் முன்னோர்களின் கூற்றெனக் குறிப்பிட்டுச் செல்கிறார். தமிழில் கிடைக்கும் பழமையான இலக்கண நூலான தொல்காப்பியத்தில் பிற ஆசிரியர்களின் கூற்றுகள் பொதுப்பெயரில் குறிப்பிடப்பட்டுள்ளன. அவை வருமாறு:

> இருவகைப் பிரிவும் நிலைபெறத் தோன்றும்
> உரிய தாகும் என்மனார் புலவர் *(அகத். 13)*

> திணைமயக் குறுதலும் கடிநிலை இலவே
> நிலனொருங்கு மயங்குதல் இல்லென மொழிப
> புலன்நன் குணர்ந்த புலமை யோரே *(அகத். 14)*

> இசைதிரிந் திசைப்பினும் இயையுமன் பொருளே
> அசைதிரிந் திசையா என்மனார் புலவர் *(பொருள். 193)*

இதன் மூலம் முன்னவர் கருத்துகளைப் பொதுப்படச் சுட்டும் வழக்கம் என்பது தமிழில் மரபாக இருந்து வந்துள்ளதெனத் தெரிகிறது. இவற்றின் மூலம் இரண்டு வகையான கருத்துகளைப் பெறமுடிகின்றன. ஒன்று: தெளிவில்லா நூல் வரலாற்றால் இது போன்று சான்றுகளைப் பயன்படுத்திருக்கலாம். மற்றொன்று: பெயரிட்டு அழைப்பது தமிழில் வழக்கன்று என்று பொதுவாக மரியாதை காரணமாகப் புலவர், அறைவர், இசைப்பர், விளம்பினர், நவின்றனர் என்று குறிப்பிட்டிருக்கலாம்.

அடுத்ததாக, வேதமந்திரங்கள்வழி விளக்குதல், ஒரு சொல்லுக்குமட்டுமின்றி அதனோடு தொடர்புடைய பிற சொற்களுக்கும் பொருள் விளக்கம் தருதல், கட்டாயமான முறையில் பொருள்கூறல், வேர்ச்சொல் கூறல் முதலிய கருத்து விளக்க முறைகள் நிருக்தத்திற்கே உரிய தனித்துவ முறையாக அமைந்துள்ளன. திவாகரத்தில் அமைந்துள்ள, ஒருபொருள் பலசொல், பலபொருள் ஒருசொல், பலபொருள் கூட்டத்து ஒருசொல் விளக்க முறைகள் தொல்காப்பியத்துடன் தொடர்புடையதாக அமைந்துள்ளன. குறிப்பாக, உரியியலைக் கூறலாம்.

இவ்வாறு இரண்டு நூல்களின் சொற்பொருள் கருத்து விளக்கமுறையில் நிருக்தத்தின் முறைமை, தெளிவாகவும் பல கோணங்களில் கருத்தை விளக்கும் தன்மையிலும் அமைந்துள்ளது. திவாகரம், நிருக்தத்துடன் முன்னோர் கருத்துக் கூறல் எனும் விளக்கமுறையில் மட்டும் ஒத்துப்போகின்றது. மற்ற வேத

மந்திரங்கள்வழி விளக்குதல், ஒரு சொல்லுக்கு மட்டுமின்றி அதனோடு தொடர்புடைய பிற சொற்களுக்கும் பொருள் விளக்கம் தருதல், வலிந்து பொருள் கூறல், வேர்ச்சொல் கூறல், கதையின்வழிப் பொருள் கூறல் ஆகியவற்றுடன் வேறுபட்டே காணப்படுகின்றது. தொல்காப்பிய நூற்பாக்களைத் திவாகரர் கையாண்டிருந்தாலும் அவை தொல்காப்பிய நூற்பாக்கள்தாம் என்று அறிய திவாகரத்தில் எந்தச் சான்றும் இல்லை. அவற்றைத் தொல்காப்பியத்துடன் ஒப்பிட்டுக் காணுகையில்தாம் அவை, தொல்காப்பிய நூற்பாக்கள் என்று அறியமுடிகிறது. எனவே, நிருக்தத்துடன் திவாகரத்தை ஒப்பிடுகையில் கருத்து விளக்கமுறையில் நிருக்தமே சிறப்பாக அமைந்துள்ளதெனலாம்.

அடிக்குறிப்புகள்

1. प्रियमेधवदत्रिवज्जातवेदो विरूपवत् । अङ्गिरस्वन्महिव्रत प्रस्कण्वस्य श्रुधीहवम् । प्रियमेधः प्रियाः अस्य मेधाः। यथैतेषां ऋषीणां एवं प्रस्कण्वस्य शृणु ह्वानम् । प्रस्कण्वः कण्वस्य पुत्रः कण्वप्रभवः यथा प्राग्रं। अर्चिषि भृगुः संबभूव । भृगुः भृज्यमानः न देहे । अङ्गारेषु अङ्गिराः । अङ्गाराः अङ्कनाः । अत्र एवतृतीयम् ऋच्छत इति ऊचुः । तस्मात् अत्रिः न त्रयः इति । विखननात् वैखानसः । भरणात् भारद्वाजः विरूपः नानारूपः । महिव्रतः महाव्रतः इति ।। ३/१७.

   (ப்ரியமேத^{4}வத^{3}த்ரிவஜ்ஜாதவேதோ^{3} விரூபவத். அங்கி^{3}ரஸ்வத் மஹிவ்ரத ப்ரஸ்கண்வஸ்ய ச்ருதீ^{4} ஹவம். (ரிக். 1–45–3). ப்ரியமேத:^{4} ப்ரியா அஸ்ய மேதா^{4}. யதை^{4}தேஷாம் ருஷீணாம் ஏவம் ப்ரஸ்கண்வஸ்ய ச்ருணுஹ்வாநம். ப்ரஸ்கண்வ: கண்வஸ்ய புத்ர: கண்வப்ரப^{4}வோ யதா^{2} ப்ராக^{3}ரம். அர்சிஷி ப்^{4}ருகு:^{3} ஸம்ப்^{3}பூ^{4}வ. ப்^{4}ருகு:^{3} ப்^{4}ருஜ்யமாநோ ந தே^{3}ஹே அங்கா^{3}ரேஷு அங்கி^{3}ரா. அங்கா^{3}ரா: அங்கநா: (அஞ்சநா:). அத்ரைவ த்ருதீயம் ருச்^{2}சதஇதி ஊசு: தஸ்மாத்^{3} அத்ரி: நத்ரய இதி. விக^{2}நநாத்^{3} வைகாநஸ: ப்^{4}ரணாத்^{3} பா^{4}ரத்^{3}வாஜ: விரூபோ நாநாரூப: மஹிவ்ரதோ மஹாவ்ரத இதி)

2. यत्र सुपर्णाः अमृतस्य भागम् अनिमेषं विदथा अभि स्वरन्ति । इनः विश्वस्य भुवनस्य गोपाः सः मा धीरः पाकम् अत्रआविवेश। यत्र सुपर्णाः सुपतनाः आदित्यरश्मयोऽमृतस्य भागसुदकस्यानिमिषन्तो वेदनेनाभिस्वरन्तीति वा अभिप्रयन्ति इति वा। ईश्वरः सर्वैषां भूतानां गोपनीयता आदित्यः। स मा धीरः पाकमत्राविवेश इति। धीरो धीमान्। पाकः पक्तव्यः भवति। विपक्वप्रज्ञः आदित्यः इत्युपनिषद्वर्णो भवति इत्यधिदैवतम्। अथ अध्यात्मम्। यत्र सुपर्णाः सुपतनानि इन्द्रियाणि अमृतस्य भागं ज्ञानस्यानिमिषन्तो वेदनेनाभिस्वरन्तीति वा अभिप्रयन्ति इति वा। ईश्वरः सर्वैषां इन्द्रियाणां गोपायिता आत्मा। स मा धीरः पाकमत्राविवेश इति। धीरो धीमान्। पाकः पक्तव्यो भवति। विपक्वप्रज्ञः आत्मा इति आत्मगतिमाचष्टे।। ३/१२.

   (யத்ரா ஸுபர்ணா: அம்ருதஸ்ய பா^{4}க^{3}மநிமேஷம் வித^{3}தா^{2}பிஸ்வரந்தி. இநோ விச்வஸ்ய பு^{4}வநஸ்ய கோ^{3}பா:

ஸமா தீ⁴ர: பாகமத்ராவிவேச (ரிக். 1–164–21). யத்ரா ஸுபர்ணா: ஸுபதநா ஆதி³த்யரச்மய:. 'அம்ருதஸ்ய பா⁴க³ம்' உத³கஸ்ய அநிமிஷந்தோ வேத³நேநாபிஸ்வரந்தி இதிவா, அபி⁴ப்ர யந்தி இதிவா. ஈச்வர: ஸர்வேஷாம் பூ³தாநாம் கோ³பாயிதா ஆதி³த்ய:. ஸமாதீ³ர: பாகமத்ராவிவேச இதி. தீ⁴ரோ தீ³மாந். பாக: பக்தவ்ய: பவதி. விபக்வப்ரஜ்ஞ ஆதி³த்ய: இத்யுபநிஷத்³வர்ணோ ப⁴வதி இத்யதி⁴ தை³வதம். அதா²த்⁴யாத்மம். யத்ரஸுப்ர்ணா: ஸுபததாநீந்தரியாணி அம்ருதஸ்ய பா⁴க³ம் ஜ்ஞாநஸ்யா நிமிஷந்தோ வேத³நேநாபி⁴ஸ்வரந்தி இதிவா, அபி⁴ப்ரயந்தி இதிவா. ஈச்வர: ஸர்வேஷாம் இந்த்³ரியாணாம் கோ³பாயிதா ஆத்மா ஸமாதீ⁴ர: பாகமத்ராவிவேசேதி. தீ⁴ரோ தீ⁴மாந். பாக: பக்தவ்யோ பவதி. விபக்வப்ரஜ்ஞ ஆத்மா இதி ஆத்மகதிமாசஷ்டே)

3. असश्चन्ती भूरिधारे पयस्वती । असज्यमाने इति वा । अव्युदस्यन्त्यौ इति वा । बहुधारे उदकवत्यौ । वनुष्यतिः हन्तिकर्मा । अनवगतसंस्कारः भवति । वनुयाम वनुष्यतः । इति अपि निगमः भवति । दीर्घप्रयज्युम् अति यः वनुष्यति वयं जयेम पृतनासु दूढ्यः ।... ५/२.

(வநுஸ்யதிர் ஹந்திகர்மா. அநவக³த ஸம்ஸ்காரோ ப⁴வதி. வநுஷ்யாம் வநுஷ்யத: (ரிக். 8–40–7) இத்யபி நிக³மோ ப⁴வதி தீ³ர்க⁴ப்ரயஜ்யுமதியோ வநுஷ்யதி வயம் ஜயேம ப்ருதநாஸு தூ³டே⁴ய: (ரிக். 7–82–1).

4. क्षीरं क्षरतेः । घसेः वेरो नामकरणः ।उशीरम् इति यथा । । २.५ ।

(க்ஷீரம் க்ஷரதே: க⁴ஸே: வேரோ நாமகரண: உசீரமிதி யதா³)

5. रातेः वा स्यात् दानकर्मणः । २.१९ ।

(ராதே: வா ஸ்யாத்³ தா³நகர்மண:)

6. इन्द्रा सोमा समघशंसमभ्यघं तपुर्ययस्तु चतुरग्नि व। इव। ब्रह्मद्विषे क्रव्यादे घोरचक्षसे द्वेषो धत्तमनवायं किमीदिने (६/११)

(இந்திரா ஸோமாஸமக⁴ ஸமகசஸம்ஸமப்யக⁴ம் தபுர் யயஸ்து சரு: அக்நிவா இவ. ப்ரஹ்மத³விஷே க்ரவ்யாதே² கோ⁴ரசக்ஷஸே த்³வேஷோத⁴த்தம் அநவாயம் கிமீதிநே (ரிக். 7–104–2).

7. अपागूहन्नमृतां मर्त्येभ्यः कृत्वी सवर्णामददुर्विवस्ते। उताश्विनावभरद्यत्तदासीदजहादु द्वा मिथुना सरण्यूः। अपागूहन्नमृतां मर्त्येभ्यः कृत्वी सवर्णामददुर्विवस्ते।अप्यश्विना वभरत यत्तदासीत। अजहात द्वौ मिथुनौ सरण्यूः ।मध्यमं च माध्मिकां च वाचमिति नैरुक्ताः। यमं च यर्मी चेत्यैतिहासिकाः॥

तत्रेतिहासमाचक्षते। त्वाष्ट्री सरण्यूः विवस्वत आदित्यात यौ मिथुनौ जनयाञ्चकार। सवर्णान्यां . प्रतिनिद्यायाश्वं रूपं कृत्वा प्रदुद्राव। स विविस्वानादित्यः आश्वमेव रुपं कृत्वा तामनुसृत्य संबभूव। ततोश्विनौ जज्ञाते। सवर्णायां मनुः। तदभिवादिन्येषग्भवति ॥ १२.१० ॥

(அபாகூ^{3}ஹந்நம்ருதாம் மர்த்யேப்^{4}ய: க்ருத்வீ ஸவர்ணாமத^{3}து^{3}ர்விவஸ்வதே| உதாச்விநாவப^{4}ரத்^{3}ததா^{3}ஸீதஜ ஹாது^{3} த்^{3}வா மிது^{3}நா ஸரண்யூ:.

அபாகூ^{3}ஹந்நம்ருதாம் மர்த்யேப்^{4}ய: க்ருத்வீ ஸவர்ணாமத^{3}து^{3}ர்விவஸ்வதே. அப்யசவிநாவப^{4}ரத்^{3} யத்ததா^{3}ஸீத். அஜஹாத்^{3} த்^{3}வெள மிது^{2}நெள ஸரண்யூ:. மத்யமம் ச மாத்^{3}யமிகாம் ச வாசமிதி நைருக்தா:. யமம் ச யமீம் சேத்யைதிஹாஸிகா:.

தத்ரேதிஹாஸமாசக்ஷதே. த்வாஷ்ட்ரீ ஸரண்யூ: விவஸ்வத ஆதி^{3}த்யாத்^{3} யமௌ மிது^{2}நெள ஜநயாஞ்சகார. ஸா ஸவர்ணாமந்யாம் ப்ரதிநிதா^{3}யாச்வம் ரூபம் க்ருத்வா ப்ரது^{3}த்^{3}ராவ. ஸ விவஸ்வாநாதி^{3}த்ய: ஆச்வமேவ ரூபம் க்ருத்வா தாமநு ஸ்ருத்யா ஸம்ப^{3}பூ^{4}வ. ததோச்விநெள ஜஜ்ஞாதே ஸவர்ணாயாம்மநு:. தத^{3}பி^{4}வாதிந்யேஷர்க் பவதி^{4})

ஒற்றுமை வேற்றுமை

ஒருசார் தன்மைகொண்ட இரண்டு அல்லது அதற்கு மேற்பட்ட நூல்கள், சில கருத்துகளில் ஒன்றுபட்டும் சில இடங்களில் வேறுபட்டும் அமைவது இயல்பு. அதுபோல, சொற்பொருள் கூறும் நூல் என்ற ஒரே தன்மைகொண்ட நிருக்தம், திவாகரம் ஆகிய நூல்களில் சில ஒற்றுமைகளும் வேற்றுமைகளும் அமைந்துள்ளன. அவ்வாறு அமைந்துள்ளவற்றைக் கீழ்வரும் பிரிவுகளில் விளக்கலாம்.

1. நிருக்தம் – திவாகரம்: ஒற்றுமை
2. நிருக்தம் – திவாகரம்: வேற்றுமை
3. ஒற்றுமை – வேற்றுமை – ஒப்பீடு
4. ஒற்றுமை – வேற்றுமைகளுக்கான காரணம்

நிருக்தம் – திவாகரம்: ஒற்றுமை

ஒரே மாதிரியாய் அமைந்திருக்கும் நூல்களில் ஒற்றுமைக் கூறுகள் ஏதாவதொரு தாக்கத்தின் மூலமாகவோ இயல்பாகவோ அமையப்பெற்றிருக்கும். அந்த வகையில் சில ஒற்றுமைகள் நிருக்தம், திவாகரம் ஆகிய இரு நூல்களில் அமைந்துள்ளன.

- சமஸ்கிருதம், தமிழ் மொழிகளில் தற்பொழுது கிடைக்கப்பெறும் சொற்பொருள் விளக்க, முதல் நூல் என்ற அடிப்படையில் நிருக்தமும், திவாகரமும் ஒத்தமைந்துள்ளன.
- நூலின் அத்தியாயம், தொகுதி ஆகியவற்றின் எண்ணிக்கை அமைப்பில் இரண்டு நூல்களும் ஒன்றாய் அமைந்துள்ளன.
- ஒருபொருள் பலசொல், பலபொருள் ஒருசொல் என்ற விளக்க முறையில் நூலின் தொடக்கமாக, ஒருபொருள் பலசொல்லை இரண்டும் அமைத்துக் கூறுகின்றன.
- முன்னோர் கருத்துகளை இரண்டு நூல் ஆசிரியர்களும் எடுத்துரைக்கின்றனர்.
- உட்பொருட்புலப் பொருண்மை அமைப்புமுறை இரண்டு நூல்களிலும் அமைந்துள்ளது.

நிருக்தம் – திவாகரம்: வேற்றுமை

இரண்டு நூல்களுக்கிடையில் என்னதான் ஒற்றுமை இருந்தாலும் சில வேற்றுமைகளும் அமைந்திருக்கும். அவ்வாறே நிருக்தம், திவாகரம் ஆகிய நூல்களில் சில வேற்றுமைகள் உள்ளன. அவை:

- இரண்டு நூல்களின் தோற்றம் அடிப்படையில் இருவேறு நோக்கங்களையும், தேவைகளையும் கொண்டதாக அமைந்துள்ளது. அதாவது, நிருக்தம், ரிக்வேதச் சொற்களின் பொருள் அறிய, பொருள் விளங்காத அரிதான சொற்களுக்கு விளக்கம் கூறுவதற்கும், திவாகரம், தமிழ்ச்செய்யுள் மற்றும் உலகியல் வழக்குச் சொற்களுக்குப் சொற்பொருள் விளக்கம் கூறுவதற்கும் உருவாக்கப்பட்டுள்ளன.
- நிருக்தம், வேதக்கல்வி மற்றும் வேதம் படிப்போர்களுக்காக இயற்றப்பெற்றுள்ளது. திவாகரம், பொதுத்தன்மையில் அனைவரும் பொருள் அறிந்துகொள்வதற்காக உருவாக்கப் பெற்றுள்ளது.
- நூல்தோற்றுவாயில் இரண்டுநூல்களும் வேறுபட்டுள்ளன. நிருக்தம், நிகண்டுவில் அட்டவணைப்படுத்தப்பட்டுள்ள சொற்களுக்குப் பொருள் கூறுகிறது. நிருக்தத்திற்கு ரிக்வேதச் சொற்களை உள்ளடக்கிய நிகண்டு பொருட்களமே பொருண்மை மூலமாக அமைந்துள்ளது.

திவாகரத்திற்குக் குறிப்பிட்ட ஒரு வரையறை செய்யப்பட்ட மூலநூல் கிடையாது. இது வழக்கிலும், செய்யுளிலும் வழங்கப்பெற்றுவந்த சொற்களைத் தொகுத்துக் கூறுகிறது.

- அமைப்பு முறையில் நிருக்தம், அத்தியாயங்களாய்ப் பொருண்மைகளை உள்ளடக்கியுள்ளது. திவாகரம், தொகுதிகளுள் பொருண்மைகளைக் கொண்டுள்ளது.

- நிருக்தம் அத்தியாயப் பொருட்புலத்தைக் கொண்டிருக்க வில்லை. திவாகரம் தொகுதிப் பொருட்புலத்தைக் கொண்டுள்ளது.

- கருத்து விளக்கமுறையில் நிருக்தத்தின் வேத மந்திரங்களால் சொற்பொருள் விளக்குதல்; சொல்லின் அடிச்சொல் கண்டறிதல்; காரணகாரிய முறையில் பொருள் கூறல்; வலிந்து பொருள் கண்டறிதல்; கதையின் வழிப் பொருள் கூறல்; ஆகிய விளக்கமுறையில் திவாகரம் நிருக்தத்தி லிருந்து வேறுபட்டுள்ளது.

- முன்னோர் கருத்துகளைக் கூறும் இடங்களில் நிருக்தம், குறிப்புப் பெயர்களில் கருத்துகளை எடுத்துரைக்கிறது. திவாகரம், பொதுப்பெயர்களில் கூறுகிறது.

- பொருள் விளக்கம் தருகையில் சில உதாரணக் கதைகள் நிருக்தத்தில் இடம்பெறுகின்றன. திவாகரத்தில் அவ்வாறு இடம்பெறவில்லை.

- நிருக்தம், உரை நூலாக அமைந்துள்ளது. திவாகரம், மூல நூலாக அமைந்துள்ளது.

- நிருக்தம், சொற்களை ஒருபொருள் பலசொல், பலபொருள் ஒருசொல், தெய்வப்பெயர்கள் என்ற வகைப்பாட்டிலும் திவாகரம், ஒருபொருள் பலசொல், பலபொருள் ஒருசொல், பலபொருள் கூட்டத்து ஒருசொல் என்ற வகையிலும் அமைத்துக்கூறுகின்றன.

- பொருள் கூறவரும் சொல்லுக்கின்றி அதனோடு தொடர்புடைய பிற சொல்லுக்கும் பொருள் தருகிறது நிருக்தம். எடுத்துக்கொண்ட சொல்லுக்கு மட்டும் பொருள் கூறுகிறது திவாகரம்.

- நிருக்தத்தைவிடத் திவாகரம், மிகுதியான சொற்களுக்குப் பொருள் விளக்கம் கூறுகின்றது.

- தெய்வப் பெயர்களை நிருக்தம் ஆறு அத்தியாயங்களில் இறுதியாக அமைத்துள்ளது. திவாகரம் ஒரே தொகுதியில் நூலின் தொடக்கப் பகுதியில் அமைத்துக் கூறுகிறது.

- ஒவ்வொரு தொகுதியின் இறுதிப்பாடல்கள், திவாகரரை ஆதரித்த வள்ளல் சேந்தனைப் போற்றிப் பாடப்பட்டவையாக உள்ளன. நிருக்தத்தில் அவ்வாறு இல்லை.
- நிருக்தத்தின் பாடல்கள் சூத்திர யாப்பில் அமைந்துள்ளன. திவாகரப் பாடல்கள் நூற்பா யாப்பில் அமைந்துள்ளன.
- நிருக்தத்தின் பொருட்புலங்கள், ஒழுங்குமுறையில் ஒரு வரையறைக்கு உட்பட்ட நிலையில் அமைந்ததாக இல்லை. திவாகரப் பொருட்புலம் ஒழுங்குமுறையில் அமைந்துள்ளது.
- நிருக்தத்தில், நூலுக்கான முன்னுரை, சொற்பொருள் எவ்வாறு கூறவேண்டும், அதற்கான வரையறைகள் முதலியவை அமைந்துள்ளன. திவாகரத்தில் அவ்வாறு இடம்பெறவில்லை.

ஒற்றுமை வேற்றுமை: ஒப்பீடு

இதுவரை விளக்கப்பட்ட கருத்துகளின் அடிப்படையில் நோக்குகையில் நிருக்தத்திற்கும் திவாகரத்திற்கும் ஒற்றுமைகள் மிகக்குறைவாகவும் வேற்றுமைகள் மிகுதியாகவும் உள்ளன என்பது தெரிகிறது. இரண்டு நூல்களுக்கும் இடையில் மிகுதியான வேற்றுமைகள் இருப்பதற்கு, இரண்டும் வெவ்வேறு மொழிக் குடும்பத்தைச் சேர்ந்தவை; எனவே, இரண்டு மொழிகளின் தன்மைக்கு ஏற்பவும், நூல் உருவாக்கத் தேவைக்கு ஏற்பவும் இயற்றப்பெற்றது காரணமாக அமைகிறது எனலாம். நிருக்தம், மூல நூலையும் வேதச் சொற்களையும் முதன்மையாகக் கொண்டு உருவாக்கப்பட்டதாலேயே பொதுவான சொற்பொருள் விளக்க நூலாக உருவாக்கிய திவாகரத்திலிருந்து பலநிலைகளில் வேறுபட்டு நிற்கிறது. இவ்வாய்வின் முதன்மை ஆய்வுப் பொருளாக அமையும் பொருட்புல வகைப்பாட்டு நிலையில் இரண்டு நூலையும் அணுகிய வகையில் திவாகரம், தொகுதியமைப்புப் பொருட்புலம், உட்பொருட்புலம், தொடர்பு மற்றும் அடுக்குறவு நிலையிலான ஓர் ஒழுங்கு முறை, தெளிவான வகைப்பாட்டு முறை ஆகியவற்றுள் நிருக்தத்திலிருந்து வேறுபட்டு நிற்கிறது. இவ்வாறான திவாகரத்தின் தனிநிலைச் சிறப்புகளுக்கான காரணகாரியத்தை அறிதல் அவசியமாகிறது.

நிருக்தத்துடன் திவாகரப் பொருட்புலப் பகுப்புகள் ஒருசில பகுதிகளில் ஒத்த தன்மை கொண்டதாக அமைந்திருந்தாலும், அவை முழுமையாகவும் வரையறைக்கு உட்பட்டும் வகைப்படுத்தப் பட்ட பொருட்புலப் பாகுபாட்டுடனும் அமைந்ததாகத் தெரியவில்லை. இதனால், திவாகரம், நிருக்தத்தின் பொருட்புல

அமைப்பிலிருந்து வேறுபட்டது என்பது அறியப்பட்டது. இவ்வாறான திவாகரத் தொகுதி மற்றும் உட்பொருட்புல உறவு நிலையிலான அடிப்படை அமைப்புமுறைக்கு மூலமும் அடிப்படையும் எவை என நோக்குதல் இன்றியமையாததாகும்.

தமிழ் நிகண்டின் தோற்றத்திற்குத் தொல்காப்பியம் தோற்றுவாயாக அமைந்திருக்கிறது என்பது தமிழ் நிகண்டாய்வுலகில் இருக்கும் கருத்துகளில் ஒன்றாகும். நிகண்டின் தோற்றம், சொற்றொகுதி வகைப்பாட்டு அமைப்புமுறைக்கு அடிப்படை, தொல்காப்பியம் என்பதைச் சுந்தர சண்முகனார் (1965), மு. அருணாசலம் (1975), மு. சண்முகம் பிள்ளை (1982), வ. ஜெயதேவன் (1985), மா. சற்குணம் (2002) முதலியவர் உரைக்கின்றார்கள். தொல்காப்பியத்தில் உரியியல், இடையியல், மரபியல் முதலிய பகுதிகளில் அருஞ்சொற்களுக்குத் தொல்காப்பியர் பொருள் விளக்கம் அளித்துள்ளார். இதனை, மு. அருணாசலம், "நிகண்டு நூலானது சொற்களின் பொருளை வரையறை செய்வதாய் தொல்காப்பியச் சொல்லதிகார உரியியல், பொருளதிகார உவமையியல், மரபியல் என்பனவற்றுள் பொருள்வரையறை கூறும் நூற்பாக்களின் அடிப்படையைக் கொண்டதாய் எழுந்தது. இங்கு, இம்மூன்று இயல்களிலும் இந்த முறையில் கருதத்தக்க நூற்பாக்கள் 90, 8, 85; பொருளதிகார மரபியல் முழுவதுமே நிகண்டுக்கு அடிப்படை என்று சொல்வதும் ஒருவகையில் பொருந்தும்" என்று எடுத்துக்காட்டுகிறார் (2005:62). 'இவை அகராதியியலுக்கு இன்றியமையாத துணையாக விளங்கும் மொழிப்பொருளியல் (Semantic) கூறுகளையும் உள்ளடக்கியுள்ளன' (வ. ஜெயதேவன், 1985:1).

திவாகர நிகண்டின் பொருட்புல எண்ணப்பாட்டிற்குத் தொல்காப்பியரின் சிந்தனைகளை அடிப்படையாகக் கொள்ளலாம். அதனாலேயே தமிழ் நிகண்டுப் பொருட்புல அமைப்புமுறை, வடமொழி மரபினின்று மாறுபட்டுத் தமிழ் மரபிற்கு ஏற்பச் செம்மையாக அமைந்திருக்கிறது. இதனை, வ. ஜெயதேவன் (1985:67), "அமைப்பு மொழியியலாளர் (Structuralist) ஒரு மொழியின் சொற்றொகையினைப் பல்வேறு பொருட்புலங்களாகப் (Semantic / Conceptual Field) பகுக்க முடியும் என்று கண்டுள்ளனர். ஒருபொருள் அல்லது கருத்துடன் பொருந்தக்கூடிய அல்லது தொடர்புகொண்ட சொற்களை எல்லாம் வெவ்வேறு பொருட்புலங்களாகப் பகுக்கலாம். எடுத்துக்காட்டாக: கிளி, காக்கை, புறா முதலிய சொற்களைப் பறவை எனும் பொருட்புலத்தின் கீழ் வகைப்படுத்தலாம். தமிழ் நிகண்டுகளில் தெய்வம், மக்கள், விலங்கு, மரம் முதலிய பத்துத் தொகுதிகளையும் கொண்ட ஒருபொருள் பல்பெயர்த் தொகுதி

இத்தகு பொருட்புலப் பாகுபாட்டைக் கொண்டது ஆகும்" என்று தமிழ் நிகண்டுப் பொருட்புலம் ஒரு வரையறை கொண்ட தன்மையில் அமைந்துள்ளதை விளக்குகிறார்.

பொருட்புலத்தினைப் பெரும்தொகுதிப்புலம், உட்புலம் என்று வகைப்படுத்தலாம். பல்வேறு உட்பொருட்புலம் தொகுக்கப்பெற்று ஒரு தொகுதியின் கீழ் வகைப்படுத்துதல் பெரும்பொருட்புலம் ஆகும். எடுத்துக்காட்டாக: புத்தன், அருகன், சிவன், திருமால், சரஸ்வதி முதலிய தெய்வங்கள் அனைத்தும், தெய்வப்பெயர்த் தொகுதி எனும் பொருட்புலமாக அமைகிறது. உட்பொருட்புலம் என்பது தொகுதியினுள் அமைந்த குறிப்பிட்ட ஒரு பொருளின் பல்பொருள்களைக் கொண்டு உட்பொருட்புலமாக அமைகிறது. எடுத்துக்காட்டாக,

> கொடுவாரி, உழுவை, குயவரி, வேங்கை,
> வல்லியம், வயமா, சார்த்தூலம், வியாக்கிரம்,
> புல்லு, புண்டரீகம், வயவரி, என்று இவை
> பல்பொறிப் புலியின் பெயர் எனப் பகர்வர் (வில. பெ. தொ. 412)

பல விலங்குகளை உள்ளடக்கிய விலங்கின் பெயர்த் தொகுதியில் புலியெனும் ஒருபொருளைக் குறிக்கப் பல்வேறு சொற்கள் இடம்பெற்று வந்துள்ளன. பெரும்பகுதியில் ஒரு கூற்றை மட்டும் விளக்கிக் கூறுவதால் இது உட்பொருட்புலமாக அமைகிறது.

இது போன்ற பொருட்புல அமைப்பிற்கான சிந்தனையைத் திவாகரத்திற்குத் தொல்காப்பியமும் தமிழ்ச் சூழல் முதலியவையும் உருவாக்கியிருக்கின்றன என்று எண்ண முடிகிறது. இரண்டு வகையான பொருட்புல அமைப்பில் நிருக்தத்தில் உட்பொருட்புல அமைப்புமுறை உள்ளது. இது உரை வடிவில் அமையப்பெற்றுள்ளது. ஆனால், இவற்றை ஒரு கட்டமைப்பிற்குள் தொகுத்து வடிவம் தரும் பெரும்பொருட்புலத் தொகுதி அமைப்பு இல்லை. எடுத்துக்காட்டாக: மக்கட் பெயர் எனும் பொருட்புலத்தில் மநுஷ்ய (மனிதன்) எனும் பெயர்,

> இதற்குமேல் உள்ள 25 சொற்கள் மனிதனுடைய பெயர்கள். மநுஷ்யன் என்ற பெயர் எக்காரணத்தால் ஏற்பட்டது? சிந்தனை செய்து காரியங்களை உருவாக்குகிறான். சிந்தனை செய்யும் ப்ரஜாபதியினால் படைக்கப்பட்டுள்ளான். மநஸ்யதி என்பது மிகவும் மகிழ்ச்சியை அடைந்த நிலையைக் குறிப்பிடுகிறது. இந்த நிலையில் ப்ரஜாபதி மக்களைப் படைத்துள்ளார். மநுவினுடைய மகன் என்ற முறையிலும் மநுஷ்ய:[1] (அத். 3.7).

என்று வந்துள்ளது. ஒருபொருட் பலசொல் (Synonyms): ஒன்றுக்கு மேற்பட்ட வெவ்வேறு சொற்கள் ஒரே பொருளைக் குறித்து

வரின் அது ஒருபொருள் பலசொல் எனப்படும். இதனைத் தொல்காப்பியம்,

    பலசொல் ஒருபொருட் குரிமை தோன்றினும் (உரி. 299:5)

என்று கூறுகிறது.

    தடவும் கயவும் நனியும் எருமை   (உரி. 320)

என்ற ஒருபொருள் பலசொல்லைக் குறிக்கும். இதுபோன்ற ஒருபொருள் பலசொல் குறிக்கும் நூற்பாக்கள் தொல்காப்பியத்தில் காணப்படுகின்றன.

    பலபொருள் ஒருசொல் (Polysemy, Homonyms): 'ஒருசொல் பல்வேறு பொருளைக் கொண்டிருப்பின் அது பொருட்பன்மை எனப்படும். இது பல்பொருட் கிளவி (Polysemy), ஒப்புருச்சொல் (Homonyms) எனப்படும். தொடர்புடைய பலபொருளைக் கொண்டது பல்பொருட்கிளவி என்றும், பொருள் தொடர்பில்லா வெவ்வேறு சொற்கள் உருவ ஒப்புமை கொண்டிருப்பின் அது ஒப்புருச்சொல் என்றும் அழைக்கப்பெறும். இதனைத் தொல்காப்பியம் வேறுபடுத்தாமல் பலபொருள் ஒருசொல் என்றே கொள்கிறது.

    கடியென் கிளவி
    வரைவே கூர்மை காப்பே புதுமை
    அச்சம் முன்றேற்று ஆயீரைந்தும்
    மெய்ப்படத் தோன்றும் பொருட்டாகும்மே   (உரி. 383)

பொருட்பன்மை வளர்ச்சிக்கு வழக்கு மாற்றம் ஒரு காரணம் என்றும் வழங்கும் சூழலுக்கு ஏற்ப சொற்கள் பல்வேறுபட்ட பொருள் கூறுகளைப் பெறுகின்றன. இக்கூறுகள் சில மாறக் கூடியவை; சில நிலைத்த பொருட்கூறுகளாக ஆகின்றன' (வ. ஜெயதேவன், 1985:39-40).

    திவாகரப் பொருள்விளக்க முறையானது நிருக்தத்திலிந்து மாறுபட்டது என்று கருத்து விளக்கமுறைப் பகுதியில் சுட்டிக்காட்டப்பட்டது. இதன் விளக்கமுறை, தமிழ் மரபினையொட்டியதாய் அமைந்துள்ளது. அதாவது, தமிழ் நிகண்டின் சொற்பொருள் விளக்க முறைமை தொல்காப்பியத்தில் தொடங்குகிறது என்பது தெளிவு. சொற்களின் பொதுஇயல்பு என்ன என்பதைத் தொல்காப்பியம் 'எல்லாச் சொல்லும் பொருள்குறித்தனவே' (பெய. 157) என்கிறது. சொல் தன்மையையும் பொருளையும் உணர்த்துதல் எவ்வாறென்று கூறுமிடத்து,

    பொருண்மை தெரிதலும் சொன்மை தெரிதலும்
    சொல்லின் ஆகும் என்மனார் புலவர்   (பெய. 158)

சொற்பொருள் அறிதலும், அதன் தன்மை அறிதலும் என்ற இரண்டும் சொல்லியல்பு ஆகும். அதைப் பொருள்குறித்தல் (semantical or lexical aspect) என்றும் இலக்கணம் சுட்டுதல் (Grammatical of Oral Aspect) என்றும் பொருள் கொள்ளலாம். 'பொருண்மை அறிவு கருதி முதலில் நிகண்டுகளையும், சொன்மை அறிவு கருதிப் பின்னர் இலக்கணங்களையும் பயில்வது தமிழகத்தில் மரபாக இருந்து வந்துள்ளது. தொல்காப்பியத்தில் பெரும்பான்மை சொன்மை விளக்கமும், சிறுபான்மை பொருண்மை விளக்கமும் இடம்பெற்றுள்ளன' (வ. ஜெயதேவன், 1985:36). நிகண்டு கூறுகளான பொருண்மை மரபு, தொல்காப்பியத்தில் இடம்பெற்றுவந்துள்ளது என்பது புலனாகிறது. நிகண்டின் உள்ளமைப்பில் ஒருபொருள் பலசொல் (Synonyms), பலபொருள் ஒருசொல் (Homonyms) வகை உள்ளன. இதனைத் தொல்காப்பியம் சொல் என்பது இவ்வாறு பொருள் கூற வேண்டும் என்ற வரையறையைத் தருகிறது. வருமாறு:

உரிச்சொல் பொது இலக்கணம்

> உரிச்சொற் கிளவி விரிக்குங் காலை
> இசையினும் குறிப்பினும் பண்பினும் தோன்றிப்
> பெயரினும் வினையினும் மெய்தடு மாறி
> ஒருசொற் பலபொருட்கு உரிமை தோன்றினும்
> பலசொல் ஒருபொருட்கு உரிமை தோன்றினும்
> பயிலா தவற்றைப் பயின்றவை சார்த்தித்
> தத்தம் மரபிற் சென்றுநிலை மருங்கின்
> எச்சொல் லாயினும் பொருள்வேறு கிளத்தல் (உரி. 299).

பல சொற்கள் ஒரே பொருளைக் குறிப்பின் அது பலசொல் ஒருபொருள் ஆகும். ஒரே சொல்லிற்குப் பல்வேறு விதமான பொருளைத் தருவது ஒருசொல் பலபொருள் ஆகும். இது பொருட்பன்மை எனப்படும். பலபொருள் கிளவி, ஒப்புருச்சொல் ஒன்றோடொன்று தொடர்புடைய பலபொருள்களைக்கொண்டது ஆகும்.

பொருள் என்பதை எவ்வாறு கூற வேண்டும், அதை எவ்வாறு அமைக்க வேண்டும், என்ற முறை, தமிழில் பழங்காலந்தொட்டு இருந்து வருகின்றது. அது உரியியல் மூலம் வெளிப்படுகிறது.

> மெய் பெறக்கிளந்த உரிச்சொல் எல்லாம்
> முன்னும் பின்னும் வருபவை நாடி
> ஒத்த மொழியாற் புணர்த்தனர் உணர்த்தல்
> தத்தம் மரபில் தோன்றுமன் பொருளே   (உரி. 389)

வழக்கில் காலந்தொட்டு எடுத்துக் கூறப்பட்ட உரிச்சொல் எல்லாம் அவற்றிற்கு முன்னும் பின்னும் வருகின்ற சொற்களுடன் தொடர்புபடப் பொருத்தி ஆராய்ந்து உணரப்படவும்

அவற்றிற்குப் பொருந்திய மொழிகளுடன் கூட்டிப் பொருள் உணர்த்தப்படவும் வேண்டும். அதனால், அவை வழங்கப்பட்ட மரபு முறைப்படி பொருள் விளங்கத் தோன்றும். உரிச்சொல்லானது உடன்வரும் சொல்லுடனே பொருள் உணர்த்த வேண்டும் என்று வரையறுக்கப்பட்டுள்ளது. இதன் அடிப்படையிலேயே நிகண்டுப் பொருள் அமைப்பும் அமைக்கப்பட்டுள்ளது. சான்று: கடிவேல் – கூர்மையான வேல், கடிமரம் – கூர்மையான மரம். மேற்கூறப்பட்ட சொல்லின் பொருள்களைக் குறிக்கும் அச்சொல்லுக்கான வேறுபொருளும் சில சூழலில் வரும். சான்று: கடி முரசு: ஒலிக்கும் முரசு.

பொருள் உணர்த்தல் நெறிமுறை: *பொருட்குப் பொருள் தெரியின் அதுவரம்பின்றே* (தொல். உரி. 391) பொருட்குப் பொருள் தேடிச்சென்றால் அது எல்லையற்றுப் போகும். ஒரு சொல்லுக்கு, இது பொருள் என்பதும் ஏற்புடையதாம். அப்பொருள் கொண்டு அச்சொல்லையே விளங்கிக் கொள்ள வேண்டுமேயன்றிக் கூறப்பட்ட பொருளுக்குப் பொருளென்ன என வினவிக்கொண்டே போதல் கூடாது. எனவே, சொல்லின் தன்மைக்கு ஏற்பவும் வழக்கிற்கு ஏற்பவும் பொருள் தந்து அமைத்தலே முறை. அவ்வாறே வழக்கில் உள்ள பொருள்களைத் தமிழில் விளக்கிக் கூறியுள்ளனர். திரிபின்றித் தெளிவுபடக் கூறல், சொல்லின் பொருள்கள் ஏதேனும் காரணம் கருதியே அமைக்கப்படுதல் முதலியவை வரையறை நெறியாக உள்ளன.

சொல் என்றால் என்ன, அதன் வகை, பொருண்மைச் சுட்டல், அது அமையும் விதம், விளக்கப்படும் முறை, பொருள் கூறும்முறை எனச் சொற்பொருள் விளக்கமுறைக்குத் தொல்காப்பியம் சில வரையறையை அமைத்துத் தந்துள்ளது. சுந்தர சண்முகனார் (2008:24), 'தொல்காப்பிய உரியியலின் வேலையைப் பிற்காலத்தில் திவாகரம், பிங்கலம், சூடாமணி ஆகிய நிகண்டுகள் எடுத்துக்கொண்டன' என்று கூறுவதன் மூலம் நோக்குகையில் தமிழ் நிகண்டுக்கான சொற்பொருள் விளக்க முறையானது தொல்காப்பியத்தைப் பின்பற்றி எழுந்துள்ளது என்று விளங்கிக்கொள்ள முடிகிறது. இதனை அடியொற்றியே திவாகர நிகண்டும் பிற நிகண்டுகளும் அமைக்கப்பெற்றுள்ளன.

திவாகரத்தில் எதிர்பொருள் அமைப்பைக் கொண்ட பொருட்புலங்கள் நிரம்பிக்கிடக்கின்றன. அவை, உயர்திணை, அஃறிணை, ஆண்மை, பெண்மை, இயற்கை, செயற்கை, ஒருமை, பன்மை, சிறியது, பெரியது, புதியது, பழையது முதலியவையாகும். ஒன்றுக்கு எதிர்த்தன்மை கொண்டு அமைவது மற்றொன்றுக்கு எதிர் என்று கூறலாம். அதாவது, மாறுபட்ட நிலையில் இரண்டு

சொற்களுக்கும் இடையே தோன்றும் மாறுபாடு எதிர்ப்பொருள் ஆகும். இத்தன்மை தொல்காப்பியத்தில் உயர்திணை, அஃறிணை, ஆண்மை, பெண்மை, இயற்கை, செயற்கை, ஒருமை, பன்மை முதலிய வடிவில் அமைந்துள்ளது. இவ்வமைப்புச் சிந்தனை, திவாகரர் எதிர்ப்பொருள் அமைக்கும் முறைக்கு வித்தாக இருந்திருக்கலாம் எனலாம்.

மரபுப்பெயர்கள்: மரபுச் சுட்டுவது அகராதிக் கூறுகளில் ஒன்றாக உள்ளது. தொல்காப்பியர், மரபைக் கூறுவதற்கென்றே மரபியலை அமைத்துள்ளார். இதில் பொதுவாக மரபிற்கு உரியவை எனப்படும் இளமைப் பெயர், உயிர்களின் பாகுபாடு, பிறப்பு மரபு, ஆண்பாற் பெயர்கள், பெண்பாற் பெயர்கள், நூலின் மரபு முதலியவற்றை விளக்குகிறார். இந்த மரபுச் சுட்டுதல் முறை திவாகரத்தில் மக்கள், மரம், விலங்கு, பண்பு முதலிய பெயர்களின் தொகுதிகளில் பொருட்புலங்களாக அமைந்துள்ளன. தொல்காப்பியப் பிறப்பியல் ஒலிபற்றிய சிந்தனையைத் தூண்டும் பகுதியாக அமைகின்றது.

சொல்லின் மூலம், வேர்ச்சொல் வரலாறு சுட்டுதல்: 'சொற்களின் மூல வரலாற்றைச் சுட்டுவது அகராதியியல் தன்மையில் ஒன்று. தொல்காப்பியர் சொற்களின் மூல வரலாற்றை எவ்விடத்தும் சுட்டவில்லை. மாறாக மூலவரலாறு சுட்டுதல் இயலாத ஒன்று என்னும் கருத்தினராக அவர் தோன்றுகிறார்' *(வ. ஜெயதேவன், 1985:45)*. இதனால், தொல்காப்பியம் வேர்ச்சொல் வரலாற்றை விளக்கவில்லை என்பதை விளங்கிக்கொள்ள முடிகிறது. நிருக்தம் சொற்களின் மூல வரலாற்றை (வேர்ச்சொல்) விளக்குகிறது. ஆனால், திவாகரம் அவ்வாறு விளக்கவில்லை. தமிழ் இலக்கண நூலான தொல்காப்பியத்தில் இம்மரபு இல்லாததால் திவாகரரும் சொல்வரலாற்றை எடுத்தியம்பாமல் விட்டிருக்காலம் எனக் கருதலாம். மேலும், சொல்லுக்கான பொருளை மட்டும் கூறுவது தமது நோக்கமாகக் கொண்டிருந்ததால் அதனை விளக்காமல் விட்டிருக்கலாம் என்றும் கருத இடமுண்டு. எவ்வாறாயினும், நிருக்தம் போன்று திவாகரம் வேர்ச்சொல்லைக் கூறவில்லை என்பது தெளிவு.

திவாகரம் மற்றும் பிற தமிழ் நிகண்டின் பொருட்புலங்களின் மூன்று பெரும் பிரிவான ஒருபொருள் பலசொல்லுக்கு,

> உறு தவ நனியென வருஉம் மூன்றும்
> மிகுதி செய்யும் பொருளென்ப (தொல். உரி. 301)

என்பனவும், ஒருசொல் பல்பொருளுக்கு,

கடியென் கிளவி
வரைவே கூர்மை காப்பே புதுமை
அச்சம் முன்றேற்று ஆயீரைந்தும்
மெய்ப்படத் தோன்றும் பொருட்டாகும்மே (தொல். உரி. 383)

என்பனவும், பல்பொருள் கூட்டத்து ஒருபெயர்த் தொகுதிக்கு,

ஒன்றறி வதுவே உற்றறி வதுவே
இரண்டறி வதுவே அதனொடு நாவே
மூன்றறி வதுவே அவற்றொடு மூக்கே
நான்கறி வதுவே அவற்றொடு கண்ணே
ஐந்தறி வதுவே அவற்றொடு செவியே
ஆறறி வதுவே அவற்றொடு மனமே
நேரிதின் உணர்ந்தோர் நெறிப்படுத்தினரே (தொல். மர. 571)

என்பன போன்றவையும் அடிப்படை எனக் கொள்ளலாம். இதுபோன்ற சொற்பொருள் கூறும் அமைப்பு முறைக் கூறுகளும், வடிவமும் திவாகரச் சொற்பொருள் விளக்கமுறைக்கு அடிப்படையாய் அமைந்துள்ளன எனலாம். இம்முறையானது பொருட்புலமாக அமையத் தொல்காப்பியமும் அடிப்படையாக இருந்துள்ளது. அதாவது, திவாகரம்: தெய்வம், மக்கள், விலங்கு, மரம், பண்பு முதலிய தொகுதிகளைப் பொருட்புல மூலமாக அமைக்கத் தொல்காப்பியக் கருப்பொருள் அமைப்புமுறை அடிப்படையாக அமைந்திருக்கலாம்.

கருப்பொருள்

தெய்வம் உணாவே மாமரம் புள்பறை
செய்தி யாழின் பகுதியொடு தொகைஇ
இவ்வகை பிறவும் கருவென மொழிப (தொல். அகத். 20)

எனும் நூற்பாவின் அடிப்படையில் திவாகர நிகண்டின் பொருட்புலத் தொகுதிகள் தோன்றியிருக்கலாம் எனத் தெரிகிறது. இதில் தெய்வம், உணவு, மா, மரம், புள், பறவை என ஏழுவகைக் கருப்பொருள்கள் குறிப்பிடப்பட்டுள்ளன. இவற்றில் தெய்வம் என்பது திவாகரத்தில் முதல் பகுதியாக தெய்வப்பெயர்த் தொகுதியாகவும், உணவு என்பது பல்பொருள் தொகுதியாயும், மாவும் புள்ளும் விலங்கின் தொகுதியாகவும், மரம் மரப்பெயர்த் தொகுதியாகவும், பறை, யாழ் செயற்கை வடிவப் பெயர்த் தொகுதியாகவும் அமைந்துள்ளதைக் காணமுடிகிறது. அடுத்து, அகத்திணையில் விளக்கும் நிலைப்பாடும், அந்நிலத்துவாழ் மக்கள் பற்றிய குறிப்புகளும், இடம் மற்றும் மக்கள் பெயர்த் தொகுதிகளாக இடம்பெற்றுள்ளன. அதாவது, தொல்காப்பியச் சொல்லதிகாரத்தில்,

> உரிச்சொல் கிளவி விரிக்குங்காலை
> இசையினும் குறிப்பினும் பண்பினும் தோன்றி
> பெயரினும் வினையினும் மெய்தடு மாறி (தொல். உரி. 299: 1–3)

எனும் பகுதியில் உள்ள பண்பு, பண்பு பற்றிய பெயர்த் தொகுதியாகவும், இசை, ஒலி பற்றிய பெயர்த் தொகுதியாகவும் வினையியல், செயல் பற்றிய தொகுதியாகவும் உருவாகியுள்ளன எனலாம்.

வினைச்சொற்கள் ஒருபொருள் பலபெயராகவும், தொழிற்பெயர் வடிவிலும் அமைந்துள்ளன. 'நிகண்டுகளில் ஒருபொருள் பலபெயர்த் தொகுதிகளுள் ஒன்றாகிய செயல் பற்றிய பெயர்த் தொகுதியானது, ஒருபொருள் பற்றி வரும் வினைச் சொற்களையெல்லாம் தொழிற்பெயர் வடிவில் கொண்டுள்ளது.

> துய்த்தல் அருந்தல் ஆர்தல் துவ்வுதல்
> துற்றல் நுகர்தல் மாந்தல் அயிறல்
> உண்டல் தின்றல் பருகுதல் இவையுணும்
> பண்பிற் றொழிலைப் பகருங் கிளவி   (1570).

இவ்வாறு திவாகரத்தில் வினைச்சொல் அமைந்துள்ளது. இவ்வமைப்பு முறையைப் பின்பற்றியே பிற நிகண்டுகளும் வினைச்சொற்களை அவற்றின் தொழிற்பெயர் வடிவில் விளக்குகின்றன' (வ. ஜெயதேவன், 1985:70)

உரியியல், ஒருசொல் பல்பொருள் பெயர்த் தொகுதிக்கும், அ இ உ அம்மூன்றும் சுட்டு (31), எண்ணைக் குறிக்கும் நூற்பாக்கள் போன்றவை பல்பொருட் கூட்டத்து ஒருபெயர்த் தொகுதிக்கும் அடிப்படையான வழியினை வகுத்துள்ளன. தொல்காப்பிய நூற்பாக்கள் பலவும் திவாகரத்தில் இடம்பெற்றிருப்பதும் தொல்காப்பியம் போல் நூற்பா யாப்பில் அமையப்பெற்றிருப்பதும் இதற்குச் சான்றாகக் கூறலாம். இதனை, மு. அருணாசலம், (2005:63), இக்கருப்பொருளோடு பண்புப் பெயர்களும் சேர்ந்து நிகண்டுக்குரிய பொருளாயிருக்கின்றன என்று தெரிகிறது. பின்னால் சொல்லப்பெறும் திவாகரத் தொகுதிகளின் பெயராகிய தெய்வம், மக்கள், விலங்கு, மரம், இடம், பல்பொருள், செயற்கை, வடிவம், பண்பு, செயல், ஒலி என்ற பத்தையும் இங்கு ஒப்பு நோக்குக. எனவே, கருப்பொருள்களின் பட்டியலே நிகண்டின் தொகுதியமைப்பிற்கு வழிகாட்டியிருக்கிறது என்று கருதுவது பிழையாகாது" என்று கூறுவதன் மூலமும் அறியலாம். மேலும், 'அகத்திணையுள் சொல்லப்படுகின்ற கருப்பொருள்கள் தெய்வம், தலைவர், மாக்கள், புள், விலங்கு, ஊர், நீர், பூ, மரம், உணா, பறை, யாழ், பண், தொழில் ஆகிய பதினான்கைத் திவாகரர்

பத்துத் தொகுதியுள் அமைத்துள்ளார்' (மு. அருணாசலம், 2005:73) என்று கூறுகிறார்.

தொல்காப்பியத்தில் மொழியியலை அடிப்படையாகக் கொண்ட கூறுகள் பரவிக்கிடக்கின்றன. அவை திவாகரப் பொருட்புல வகைப்பாடு உருவாக்கத்திற்குப் பெரிதும் துணை செய்திருக்கின்றன எனலாம். 'தொல்காப்பியர், இலக்கண அமைப்பை விளக்குகையில் சொல் வகைப்பாடு,பொருண்மையியல் ஆகியவற்றை விளக்குகிறார். உரியியலில் பொருண்மையியல், அகராதியியல் பற்றிய கருத்துகளை விளக்குகிறார். எனவே, தொல்காப்பிய அறிவு நிகண்டு உருவாக்கத்திற்குச் சில அடிப்படைகளைப் புலப்படுத்தியிருக்க வேண்டும் என்பதில் சந்தேகம் இல்லை' என்கிறார் செ. வை. சண்முகம் (2012:122–123). இவரே, தொல்காப்பியரின் 'கருப்பொருள்களின் பட்டியலே நிகண்டின் தொகுதி அமைப்பிற்கு வழிகாட்டியிருக்கிறது என்று கூறுவது பிழையாகாது' என்ற மு. அருணாசலத்தின் கருத்தில் அழுத்தம் இல்லை என்று தெரிகிறதெனக் கூறி 'தொல்காப்பியரின் பாகுபாடும் பட்டியலும் முழுமையாகத் திவாகரத்திற்கு வழிகாட்டவில்லை; மாறாகச் சமூக உணர்வுகளும் அறிவு உணர்வு களும் புலப்படும்படி அமைத்த நுட்பம் திவாகரரின் சொந்த சிந்தனையும் அடங்கும்' என்கிறார் (2012:123). மேலும், திவாகரர், 'தொல்காப்பியக் கருப்பொருளில் சிலவற்றை ஒன்றாக்கியும் சிலவற்றை ஒரு தொகுதியின் பகுதியாக்கியும் சிலவற்றைச் சேர்த்தும் பன்னிரண்டு தொகுதியை ஆக்கியதோடு' (2012:123) என்று செ.வை. சண்முகம் கூறும்பொழுது கருப்பொருள் அமைப்பு, திவாகரருக்குத் தொகுதி பொருட்புல வடிவச்சிந்தனையை அளித்திருக்கிறது என்பதை இவர் ஏற்பதாகவே தெரிகிறது. இப்பகுதியிலே செ. வை. சண்முகம் (2012:123), "தொகுதி வைப்பு முறையிலும் தொகுதிக்குள் சூத்திரத்தின் வைப்புப் பொருளிலும் சமூக உணர்வுகளும் அறிவு உணர்வுகளும் வெளிப்படும்படி அமைத்த நுட்பம் திவாகரரின் சொந்தச் சிந்தனையின் ஆழத்தை வெளிப்படுத்தும்" என்று கூறுவது முழுமையும் ஏற்கத்தக்கதன்று. ஏனெனில், தொல்காப்பிய நூற்பாக்கள் '78 திவாகரத்துடன் ஒத்துப்போகின்றன' (வ. ஜெயதேவன், 1985, பின்னிணைப்பு, 3). அடுத்து, தெய்வப்பெயர்த்தொகுதி முதலில் அமைப்பதற்குத் தெய்வத்தை முதன்மைப்படுத்தும் காலச்சூழல் எண்ணமே காரணமாக இருந்திருக்கின்றது.

இதனை "இயற்கைநெறிக் காலமாய்க் கருதப்பெறும் சங்ககாலந்தொட்டே முதன்மைப்படுத்தப்பட்ட தெய்வம் பக்தி இலக்கியக் காலத்தில் எல்லா நிலைகளிலும் முதன்மை பெறுகின்றது. இவ்வடிப்படையில் தெய்வப் பெயர்த்தொகுதி

முன்வைக்கப்படுகிறது” என்று பெ . மாதையன் குறிப்பிடுவதன் மூலம் விளங்கலாம் (2005:202). இங்கு தெய்வத்திற்கு முதன்மை தருவதென்பது வெறும் சமூக உணர்வு மட்டும் சார்ந்ததன்று. இது தமிழ் மரபில் நெடுங்காலமாய் இருந்துவருகின்ற ஒன்றாக அறியமுடிகிறது. சூத்திரப் பொருள்வைப்பில் உயர்திணை, அஃறிணை என்பதும், ஆண், பெண் என்ற வகைப்பாட்டு வைப்பு முறையும் தொல்காப்பியத்தில் அமைந்துள்ளன. இவை திவாகரப் பொருண்மைகளாக வடிவம் பெற்றுள்ளன. திவாகரத்திற்கு முன்னூலாக விளங்கும் தொல்காப்பியத்தில் இவ்வாறான சிந்தனை இருக்கையில் திவாகரத்தின் அறிவு உணர்வும் சொந்தச் சிந்தனையும் காரணம் என்று கொள்வதில் முழுமையில்லை. செ. வை. சண்முகமே கூறியது போல ‘தொல்காப்பிய அறிவு நிகண்டு உருவாக்கத்திற்குச் சில அடிப்படைகளைப் புலப்படுத்தி யிருக்க வேண்டும் என்பதில் சந்தேகம் இல்லை’ என்பதன் மூலம் தொல்காப்பிய (கருப்பொருள்) அடிப்படை ஏன் திவாகரருக்குத் தன் காலத்திற்கான சிந்தனையாக வடிவம் பெற்றிருக்க முடியாது என எண்ணத் தோன்றுகிறது.

தொல்காப்பியம், சொற்பொருள் கூறும் மரபிற்கு முதனூலாக (கிடைக்கப்பெறும் நூல்களில்) அமைவதால் திவாகரம் வழிநூலாகக் கருதப்படுகிறது. தொல்காப்பியம், மூன்று (எழுத்து, சொல், பொருள்) இலக்கணங்களை உடையதாயினும் இதனுள் யாப்பு, அணி, பாட்டியல், நிகண்டு முதலிய பல்பரிணாம இலக்கண வகைகள் பொதிந்துள்ளன. இவை பல்லவர், சோழர் காலத்திலிருந்து தனித்தனியான இலக்கண வகைகளாகத் தோற்றம் பெற்றன. அவ்வாறு உருப்பெற்ற இலக்கண நூல்கள் புறப்பொருள் வெண்பாமாலை, இறையனார் அகப்பொருள், திவாகரம், நம்பியகப்பொருள், தண்டியலங்காரம், பன்னிருபாட்டியல், யாப்பருங்கலம் முதலியவையாகும். இவ்வகை நூல்கள் அனைத்தும் தொல்காப்பியத்தின் வழிநூலாக அமைவதால் தொல்காப்பியத்தை வழிகாட்டி நூல் என்பது பொருந்தும்; அடிப்படை நூல் என்பதும் பொருந்தும். இதன் அடிப்படையில் தொல்காப்பியக் கருப்பொருள் பட்டியலும் அகராதியியல், பொருண்மையியல் கூறுகளின் சிந்தனையும் திவாகரருக்கு வழிகாட்டியிருக்கிறது என்பது ஏற்புடையதாகத் தோன்றுகிறது. ஆக, திவாகரரின் சொந்தச் சிந்தனைக்கு வழிகாட்டுதலும் அடிப்படையும் தொல்காப்பியம் என ஏற்பதே இங்குப் பொருத்தம் எனலாம்.

நிருக்தம், திவாகரத்திற்குச் சொற்பொருள் விளக்கும் தனி நூல் போன்ற தோற்றத்திற்கு முன்மாதிரியாய் அமைந்திருந்தாலும் அதனுள் கூறப்பட்டுள்ள பொருட்புல வகைப்பாடும், அமைப்பும் திவாகரத்தில் பின்பற்றப்படவில்லை. திவாகரத்தின்

பொருட்புலம் ஒரு தொடர்புத் தன்மையிலும் அடுக்குறவு நிலையிலான வரையறை கொண்ட முறையிலும் அமைவதற்குத் தொல்காப்பிய மரபு அடிப்படைக் காரணமாக இருந்திருக்கின்றது. அதனாலேயே கருப்பொருள் அமைப்புமுறை போன்று திவாகரத்தின் தொகுதிப் பொருட்புலம் அமையப்பெற்றுள்ளது எனலாம். இப்படிப்பட்ட ஓர் அமைப்பு, நிகண்டில் இல்லாததால் இதை அடிப்படையாகக் கொண்டு எழுதிய நிருக்தத்திலும் இடம்பெறவில்லை என விளங்க முடிகிறது.

ஒற்றுமை வேற்றுமைகளுக்கான காரணம்

இருவேறு நூல்களின் ஒற்றுமை, வேற்றுமைகளுக்குப் பல்வேறு கூறுகள் காரணமாக அமையலாம். அதுபோல, நிருக்தம், திவாகரம் நூல்களின் ஒற்றுமை, வேற்றுமைகளுக்குக் காரணங்களாக நூல் உருவான காலம், சமூகச் சூழல், இனம் முதலியவை அமைகின்றன. இவை ஆட்சி மாற்றம், சமய எழுச்சி, படைப்புகள், மொழிக்கலப்பு, கல்வி நிலை முதலியவற்றின் மூலம் சமூகத்தில் இயங்குகின்றன.

'இனம், சூழல், கணம் (Moment) ஆகியவற்றின் கூட்டு உற்பத்தியே இலக்கியமாகும். காலமும் சூழலும் இலக்கியப் படைப்பின்மேல் ஓர் உறுதியான தாக்கத்தை உண்டாக்கும்' (வை. சச்சிதானந்தம், 1985:252) என்ற தெயின் (Hippolyte Taine, 1828–1893) கூற்றிற்கேற்பப் படைப்பென்பது அது உருவாகும் காலம், சூழல் முதலியவற்றை வெளிப்படுத்தும் தன்மையதாய் அமையும். தோற்றம் பெறும் படைப்புகளுக்குச் சூழலும் காலமும் மிக முக்கியத்துவம் வாய்ந்த கூறுகளாக அமைகின்றன. இத்தன்மை, ஒரு படைப்பைக் காணும்போது அதில் இயல்பாக இழையோடிக்கிடப்பதை உணரலாம். ஆக, சமூகச்சூழலும் படைப்பு உருவாக்கத்திற்குத் தூண்டுகோலாய் இருக்கின்றது. தமிழில் கி.பி. 8, 9 ஆம் நூற்றாண்டில் தோற்றம் பெற்ற திவாகரத்தில் அக்காலச் சமூகச் சூழல் ஒருவித தாக்கத்தை ஏற்படுத்தியிருக்கிறது. அவற்றை நூலின் உட்பொருள் மூலம் விளங்க முடிகிறது. இதனைத் தெளிவாக அறிவதற்கு எவ்வாறான சமூகச்சூழல் அக்காலத்தில் நிலவியது என்பதை வரலாற்றின் மூலம் நோக்குவது முக்கியமாகும்.

தமிழகத்தில் வடமொழியாளர்களின் தொடர்பு பழங்காலத்திலிருந்து இருந்துவந்துள்ளதை வரலாற்றில் காண முடிகிறது. இவர்களின் செல்வாக்கு தமிழகத்தில் பெருகப் பெருக இவர்களுக்கான ஒரு சமூகச்சூழல் தமிழகத்தில் உருவானது. இந்நிலை இடைக்காலத்தில் சமயம், ஆட்சி, கல்வி முதலியவற்றினூடாக ஊடுருவிப் பரவலாக்கம் பெற்று நிலை கொண்டது. இச்சூழலில் சமஸ்கிருதம், கல்வி நிலையங்களிலும்

இலக்கியங்களிலும் இடம்பெற்றிருந்துள்ளது. குறிப்பாகப் பல்லவர், சோழர் ஆட்சிக் காலங்களில் கோலோச்சியிருந்தது. சமஸ்கிருதம் அறிந்த புலவர்கள், பண்டிதர்கள் சமூகத்தில் பெரும் மதிப்புற்று விளங்கினர். அரசர்களும் இம்மொழியை ஆதரித்தனர். வடமொழிக் கல்லூரிகளில் சமஸ்கிருத மொழி இலக்கியங்களான வேதம், வானசாஸ்திரம், ஜோதிடம், தத்துவம் முதலிய பாடங்களும் முறையாகப் பயிற்றுவிக்கப்பெற்றும், இலக்கணம், இலக்கியம் முதலியவை இம்மொழியில் இயற்றப் பெற்றும் வந்தன.

பிற்காலப் பல்லவர் காலமாக வரலாற்றில் அறியப்பெறும் கி.பி. 500–900 காலவாக்கில் சமஸ்கிருதம், தமிழகத்தில் சிறப்பாக இருந்துள்ளது. அதாவது, பல்லவர் காலத் தமிழகத்தில் சமஸ்கிருதம், பாலி, பிராகிருதம், தமிழ் ஆகிய மொழிகளில் சமஸ்கிருதம் முதன்மையாக இருந்து வந்துள்ளது. இதனை, 'நீதி மன்றங்களிலும் மேல்நிலைக் கல்வியிலும் வடமொழி இருந்தது என்கிறார் சி. மீனாட்சி' என எடுத்துரைத்து, இக்காலகட்டத்தில் வடமொழிக் கல்வி மிகவும் முக்கியத்துவம் பெற்றிருந்தது' என்கிறார் பெ. மாதையன் (2005:30).

தமிழகத்தில் வடமொழிக்கல்வியும் வேதம் கற்பித்தலும் படைப்புகள் படைத்தலும் நிகழ்ந்துள்ளன. 'காஞ்சியில் இருந்த கடிகையில் வேதம் கற்பிக்கப்பட்டது. இதன் நோக்கம் சாமவேதக் கல்வியைக் கற்பிப்பதே ஆகும். சோலிங்கர் மலையில் இருந்த கடிகையில் வைணவப் பிராமணர்கள் இருந்தனர். இங்கு வடமொழிக் கல்வி பயிற்றுவிக்கப்பட்டது. வடமொழி, தமிழ் இரண்டிலுமே இலக்கியப் படைப்புகள் வந்துள்ளன. வடமொழியில் அவந்திசுந்தரி கதை, காவ்யதர்சம், லோகவிபாகம், மத்தவிலாச பிரகசனம், கிராதார்ச்சுனீயம், பாகவத அஜ்ஜுகியம் போன்ற வடமொழி நூல்கள் பலவும் படைக்கப்பட்டுள்ளன' (பெ. மாதையன், 2005:31–38). 'இக்காலத்தில்தான் பல்லவ நாட்டில் வடமொழி சிறப்பாகப் போற்றி வளர்க்கப்பட்டது. வடமொழி மிக்க மறையவர் பல ஊர்களைக் கொடையாகப் பெற்றனர். வடமொழிக் கல்லூரிகளும் தோற்றுவிக்கப்பட்டன. பாரவி, தண்டி முதலிய புலவர்கள் பல்லவ மன்னர்களால் பாராட்டப்பெற்றனர்' (மா. ராசமாணிக்கனார், 1944:74–75).

இவ்வாறான நிலையில் சமஸ்கிருதக் கல்லூரிகளில் மறை நூல் முதலான இலக்கியங்கள் போற்றிக் கற்பிக்கப்பெற்று வந்துள்ளன. தமிழகத்தில் வடமொழிக் கல்விக்கென்று தனிக் கல்வி நிலையங்கள் அமைக்கும் அளவிற்குச் சிறப்பும் அரசாதரவும் பெற்றிருந்த சமஸ்கிருதம், சமூகத்தில் உயர்நிலையில்

மதிக்கப்பெற்றும், புழக்கத்தையும் கொண்டிருந்துள்ளது. 'கதம்ப அரசர் மரபினரான மயூரசன்மன் (கி.பி. 345–370) பல்லவர் காலத்தில் காஞ்சியில் உள்ள வடமொழிக் கல்லூரிக்குக் கற்க வந்தான். நூற்றுக்கணக்கான மாணவர்கள் இங்குக் கற்று வந்தனர். வேதம் படித்தவர்களுக்குரிய ஆராய்ச்சிக் கல்வியும் அளிக்கப்பட்டது. இங்கு வடமொழிப் புலவர் பெருமக்கள் பலர் இருந்துள்ளனர். மயூரசன்மன் பல்லவரால் கல்லூரியிலிருந்து விரட்டப்பட்டான். அடுத்து, பாகூரிலும் ஒரு வடமொழிக் கல்லூரி இருந்துள்ளது. இங்குப் பதினெட்டு வகை வித்தைகள் கற்பிக்கப்பட்டு வந்தன. அவை, நான்கு வேதங்கள், ஆறு அங்கங்கள், மீமாம்சை, நியாயம், தரும சாஸ்திரம், புராணம், மருத்துவம், வில்வித்தை, இசை, பொருள் நூல் என்பனவாகும் (மா. ராசமாணிக்கனார், 1944:247–249). இதிலிருந்து கல்லூரி, பல்லவர்களின் கீழ் இயங்கியது என்பதும், கல்லூரிகளில் ஆறங்கம் கற்பிக்கப்பெற்று வந்துள்ளது என்பதும் தெளிவாகின்றன. இவ்வாறான சமஸ்கிருதச் சூழல் பல்லவர் காலத் தமிழகத்தில் இருந்துள்ளது.

பல்லவர் ஆட்சியின்றிச் சோழர் ஆட்சி காலச் சமூகத்திலும் வடமொழியாளர்கள் சிறந்து விளங்கினர். ஆயிரக்கணக் கான வேதவல்ல வடமொழிப் பிராமணர்கள், சோழ மன்னர்களால் குடியமர்த்தப்பட்டனர். இவர்கள் வாழ்வதற்கு வரியில்லா நிலங்களும் வழங்கப்பட்டன. இவர்கள் சோழ அரசர்களின் அமைச்சர்களாகவும் படைத்தலைவர்களாகவும் அதிகாரிகளாகவும் விளங்கியுள்ளனர்.

பல்லவர் காலத்தில் ஆட்சிமொழி நிலையில் இருந்த சமஸ்கிருத இலக்கிய வளர்ச்சி, சோழர் காலத்திலும் நீடித்துள்ளது. 'ஆட்சிமொழித் தகுதியைப் பெற்ற வடமொழியின் இலக்கிய வளர்ச்சி, சோழர் காலத்திலும் தொடர்ந்தது. இதன் தலைமை மாற்றம் பெற்றுத் தமிழ் மொழிக்கு மாறினாலும் வடமொழியின் இலக்கிய வளர்ச்சி பாதிக்கப்படவில்லை. சோழர்காலத்தில் புலவர்கள் போற்றும் இலக்கிய மொழியாக வடமொழி விளங்கியது. இலக்கியம், அரசியல், சமூகம், கல்வி முதலிய துறைகளில் தனக்குரிய செல்வாக்கினை இம்மொழி பெற்றிருந்தது. வடமொழித் தொடர்பால் தமிழ், செழுமையும், தமிழ்நாடு ஆதரவால் வடமொழி, வளமையும் இக்காலகட்டச் சமூகத்தில் பெற்றிருந்தன' (தமிழ் வளர்ச்சிக் கழகம், 1996:403).

சோழர் காலத்தில் உயர்கல்வி மொழிகளில் ஒன்றாகச் சமஸ்கிருதமும் இருந்துள்ளது. கல்வி நிலையங்களில் சமஸ்கிருதச் செல்வாக்கும், வேதக்கல்வியும் இருந்துள்ளன. இதனைக் கே.ஏ. நீலகண்ட சாஸ்திரி, "சண்டோகக் கிடைப்புரம் என்ற வேதப்

பாடசாலை ஒன்றிற்கு (வட ஆர்க்காடு மாவட்டம் கப்பலூர்) காமப்புல்லூர் கிராமசபை (ஆளுங்கணம்) அங்கத்தினர் ஒருவர் அதற்கு அறக்கட்டளை ஏற்படுத்தியது முதலாவது பராந்தகன், சுந்தர சோழன் ஆகியவருடைய ஆட்சிக்காலங்களால் உண்டான இரு கல்வெட்டுகள் உறுதிப்படுகின்றன" (1989:823). "அளவில் அனியூர் (செங்கற்பட்டு மாவட்டம் ஆசனூர்) மகாசபை, வேதம், இலக்கணம் (அஷ்டாத்தியாயி) முதலிய பாடங்கள் சொல்லிக்கொடுப்பதற்குப் பட்டவிருத்தி ஏற்பாடு செய்திருந்தது. அந்தப் பட்டர், வேதத்தில் ஆழமான புலமை பெற்றிருக்க வேண்டுமென்றும், பாணினி வியாகரணம், அலங்காரம், மீமாம்சத்தில் 20 அதிகாரங்கள் ஆகியவற்றைச் சொல்லிக்கொடுக்கும் திறமை பெற்றவராய் இருக்க வேண்டுமென்றும் விதிகள் வகுக்கப்பெற்றிருந்தன" என்று கூறுகிறார் (1989:824).

மேலும், 'மாணவர்கள் பல்வேறு துறைகளில் பயின்று வந்துள்ளனர். இளநிலை மாணவர்கள் 270, முதுநிலை மாணவர்கள் 70, ஆசிரியர் 14 பேர் இருந்தனர். ரிக் வேதத்தை 75, யஜூர் வேதத்தை 75, வாஜசனேய சாம வேதத்தை 20, சண்டோக சாமவேதத்தை 20, தலவாகர சாம வேதத்தை 20, அதர்வ வேதத்தை 10 பேரும், எஞ்சிய பத்துப் பேர் பௌதாயன கிருஷ்ய சூத்திரம், பௌதாயன கல்ப சூத்திரம், ஞான சூத்திரம் ஆகியவற்றைப் படித்தார்கள். தென்னிந்தியாவில் சமஸ்கிருதக் கல்வி வரலாற்றில் குறிப்பிடத்தக்கனவாக, இராஜேந்திரன் ஆட்சியில் சமஸ்கிருத இலக்கணங்களுக்கு ஓர் அறிமுகமாக ரூபாவதாரம் உபயோகிக்கப்பட்டது; பட்டரின் தத்துவத்தை முற்றிலும் புறக்கணித்த பிரபாகரின் மீமாமிசத்திற்குச் சிறப்பான முறையில் ஆதரவு கொடுக்கப்பட்டது' என்கிறார் கே. ஏ. நீலகண்ட சாஸ்திரி (1989:824–825). சமஸ்கிருதக் கல்வியை வழங்கும் பல கல்லூரிகளும், மடங்களும் இருந்துள்ளன. 'புதுச்சேரிக்கு அருகேயுள்ள திருபுவனையில் ஒரு கல்லூரி நடத்தப்பட்டு வந்தது. இங்கு 260 மாணவர்களும், 12 ஆசிரியர்களும் இருந்தனர். எண்ணாயிரத்தில் சொல்லிக்கொடுக்கப்பட்ட பாடங்களே இங்கும் கற்பிக்கப்பட்டுள்ளன. திருமுக்கூடலில் இருந்த கல்லூரியில் ரிக், யஜுர் வேதங்களும், ரூபாவதாரமும், வியாகரணமும் மட்டும் கற்பிக்கப்பட்டன. திருவாடுதுறை மடத்தில் மருத்துவம், இலக்கணம் பயிலும் மாணவர்களும், வாக்பாதருடைய அஷ்டாங்க இருதயம், சகரக சம்ஹிதை, ரூபாவதாரம் பயின்றுவந்தனர்' (கே.ஏ. நீலகண்ட சாஸ்திரி, 1989:826–827).

பக்தி இயக்கம் நிலைகொண்ட காலகட்டத்தில் தமிழ் மொழியில் தேவாரம், திருவாசகம், திவ்யப்பிரபந்தம் முதலிய

பாசுரங்கள் பாடப்பட்டன. அப்போது சமஸ்கிருதத்திற்கும் வாய்ப்புகள் வழங்கப்பட்டுள்ளன. 'சைவர்களும், வைணவர்களும் கோயில்களில் பக்திப்பாடல்களான பாசுரங்களைத் தமிழில் ஓதியதன்மூலம் சமஸ்கிருத வேதங்களோடு சேர்த்து அவற்றிற்கும் மதிப்புக் கொடுத்தார்கள்' என்கிறார் (கே.ஏ. நீலகண்ட சாஸ்திரி, 1989:838).

கோயில்களில் இரவு நேரங்களில் சமஸ்கிருத இதிகாச புராணங்கள் முதலியவை வாய்மொழியாக மக்களிடத்தில் கூறப்பட்டு வந்துள்ளன. இதனை "அந்நாளில் பார்ப்பனர்கள் வேதங்களிலும், சாத்திரங்களிலும் வல்லுநராயிருந்தமையோடு இரவில் அம்பலங்களிலாதல் திருக்கோயில் மண்டபங்களிலாதல் அமர்ந்து வடமொழியிலுள்ள மகாபாரதம், பதினெண் புராணங்கள் முதலானவற்றைப் படித்துப் பொது மக்கள் உணர்ந்துகொள்ளுமாறு பொருள் விளக்கம் செய்தும் வாழ்ந்து வந்தனரென்று தெரிகிறது" என்று தி.வை. சதாசிவ பண்டாரத்தார் கூறுவதன் மூலம் விளங்க முடிகிறது (1974:562). இவ்வாறு, சோழர்கள் காலத்தில் சமஸ்கிருதம் பல்வேறு வகையில் தமிழகத்தில் நிலைகொண்டு பயன்பாட்டு வழக்கில் இருந்து வந்துள்ளது தெரிகிறது. பக்தி இயக்கத்தின் எழுச்சியால் தமிழும் தழைத்தோங்கி வளர்ந்தெழுந்து கொண்டிருந்தது.

சோழர் காலத்தில் வடமொழித் தலைமை மாற்றம் என்பது தமிழ்மொழியின் மீள் வளர்ச்சியினைக் காட்டுகிறது. இச்சூழலில் தமிழ் நூல்கள் மிகுதியாகத் தோற்றம் பெறுகின்றன. அதில் திவாகரமும் ஒன்று. இந்நூல் தோன்றிய சூழல் சமஸ்கிருத மயமாக இருந்ததால் சமஸ்கிருத மொழியின் அறிவு, தமிழ்ப் புலவர்களுக்கு மிகுதியாக இருந்துள்ளது. கல்லூரிகளில் ஆறங்கம் பயிற்றுவிக்கப்பட்டு வந்ததாலும் வேதங்கள் பயிலப்பட்டு வந்ததாலும் நிகண்டு பற்றிய அறிதல் திவாகரர் காலத்தில் வழக்கிலிருந்துள்ளது தெளிவாகிறது. எனவே, நிகண்டு, நிருக்தம் பற்றிய அறிதல் திவாகரருக்கு இருந்திருக்கிறது எனலாம். இவ்வகை நூல்களின் அறிவு, திவாகரருக்கு ஒருவித முற்சிந்தனையை ஏற்படுத்தியிருக்கிறது எனக் கொள்ளமுடிகிறது.

நிருக்தம், திவாகரம் நூல்களின் பொருட்புலங்களை ஒப்பிடுகையில் நிருக்தத்தின் ஒருபொருள் பலசொல் பகுதியில் உள்ள பொருண்மைகளைப் பல்வேறு பொருட்புலங்களாய்க் கொண்டு கூட்டி இனங்காணவே முடிகிறது. ஆனால், திவாகரத்தில் முறைப்படுத்தப்பட்ட ஓர் அமைப்பு அமைந்திருப்பதைக் காணமுடிகிறது. ஒருசில, நிருக்தத்தின் பொருட்புலமான பண்பு, தெய்வம், செயல், இடம் முதலியவை திவாகரத்துடன்

ஒத்துப்போகும் தன்மை காணப்பட்டாலும், மிகுதியான விளக்கமும், உலகவழக்கு, செய்யுள் வழக்குச் சொற்களுக்கான பொருட்புலம் பெரும்பான்மையாக இதனுள் உள்ளன. திவாகரம், பொருட்புலங்களை உயர்திணை, அஃறிணை, பண்பு, செயல், ஒலி, பல்பொருள் என்ற ஓர் அடுக்குறவு அமைப்பு முறையில் பிரதிபலிக்கிறது. இவ்வமைப்பு நிருக்தத்தில் இல்லை. ஆனால், இவ்வாறான பொருட்புலம் நூலில் சிறிதளவில் பரவிக் கிடக்கிறது. நிருக்தத்தின் தெய்வம், இடம், மக்கள், பண்பு, செயல் முதலிய பொருட்புலக் கூறுகள் திவாகரருக்கு ஒருவித எண்ணவோட்டத்தை ஏற்படுத்தியிருக்கலாம். ஆயினும், அவை அமைப்பாக ஓர் ஒழுங்குமுறைக்கு ஏற்ப உருவாக்குவதற்கும், தமிழ் மரபிற்குரியதாகச் சொற்பொருட் புலங்களையும் விளக்க முறையினையும் அமைப்பதற்கும், நிருக்தத்தின் தாக்கம் காரணமாக அமையவில்லை; தமிழ்ச்சூழலும், தொல்காப்பியமும் அடிப்படையாய் அமைந்திருக்கின்றன. எனவேதான், திவாகரத்தின் பொருட்புல வகைப்பாடு நிருக்தத்திலிருந்து வேறுபட்ட ஒன்றாய் விளங்குகிறது.

அடிக்குறிப்புகள்

1. मनुष्यनामानि उत्तराणि पञ्चविंशतिः । मनुष्याः कस्मात् । मत्वा कर्माणि सीव्यन्ति । मनस्यमानेन सृष्टाः । मनस्यतिः पुनः मनस्वीभावे । मनोः अपत्यम् । मनुषः वा । तत्र पञ्चजनाः इति एतस्य निगमाः भवन्ति। ३.७ ।

   (மநுஷ்ய நாமாநி உத்ராணி பஞ்சவிம்சதி:. மநுஷ்யா: கஸ்மாத்? மத்வா கர்மாணி ஸீவ்யந்தி. மநஸ்ய மாநேந ஸ்ருஷ்டா:. மநஸ்யதி: புந: மநஸ்வீபாவே. மநோ: அபத்யம் மநுஷோ வா. தத்ர பஞ்சஜநா: இத்யேதஸ்ய நிக³மா: ப⁴வந்தி (அத். 3.7).)

ச. பால்ராஜ்

துணைநூற் பட்டியல்

தமிழ்

அகத்தியலிங்கம், எஸ்., (2000). *இந்திய மொழிகள்*. சென்னை: மெய்யப்பன் பதிப்பகம்.

அம்பேத்கர் பவுண்டேஷன் சமூக நீதி மற்றும் அதிகாரமளிப்பு அமைச்சகம். (2000). *டாக்டர் பாபாசாகேப் அம்பேத்கர்: பேச்சும் எழுத்தும்* (தொ. 8). சென்னை: நியூ செஞ்சுரி புக் ஹவுஸ்.

அயோத்திதாசர், க., (1913, மார்ச் 5). நமது கருணைத் தங்கிய கவர்ன்மென்றார் தமிழ் பாஷையை விருத்திசெய்ய வேண்டு மென்னும் நன்னோக்கத்தால் இலட்சம் ரூபாய் செலவிட்டு பலபெயர் விளங்கத்தக்க வோர் நிகண்டு வெளியிடுவதாக கேள்வியுற்று ஆனந்தமடைந்தோம். *தமிழன்*, 6(39), ப.3.

அருணாசலம், மு., (2005). *தமிழ் இலக்கிய வரலாறு – ஒன்பதாம் நூற்றாண்டு* (தொ. 1). சென்னை: தி பார்க்கர் பதிப்பகம். (முதற்பதிப்பு, 1975. திருச்சிற்றம்பலம்: காந்தி வித்தியாலயம்)

அலாய்சியஸ், ஞான., (தொ.ஆ.). (1999). *அயோத்திதாசர் சிந்தனைகள்* (தொ–1). பாளையங்கோட்டை: நாட்டார் வழக்காற்றியல்.

இராசமாணிக்கனார், மா. (1944). *பல்லவர் வரலாறு*. சென்னை: தென்னிந்திய சைவ சித்தாந்த நூற்பதிப்புக் கழகம்.

இராமானுஜ தாதாசாரியர். (ப.ஆ). (1973). *யாஸ்க நிருக்தம்* (தொகு. 1–2). தஞ்சாவூர்: சரஸ்வதி மஹால் நூலகம்.

இளம்பூரணர். (1967). *தொல்காப்பியம் – பொருளதிகாரம்*. சென்னை: தென்னிந்திய சைவ சித்தாந்த நூற்பதிப்புக் கழகம்.

கால்டுவெல், ராபர்ட். (1992). *திராவிட மொழிகளின் ஒப்பிலக்கணம்* (கா. கோவிந்தன் & க. ரத்னம், மொ.ஆ.). சென்னை: திருமகள் நிலையம்.

கைலாசநாதக் குருக்கள், கா., (1981). *வடமொழி இலக்கிய வரலாறு*. சென்னை: நர்மதா பதிப்பகம்.

சச்சிதானந்தம், வை., (1985). *ஒப்பிலக்கியம் ஓர் அறிமுகம்.* சென்னை: ஆக்ஸ்போர்டு யுனிவர்சிடி பிரஸ்.

சண்முகம் பிள்ளை, மு., (1982). *நிகண்டுச் சொற்பொருட் கோவை.* மதுரை: மதுரை காமராஜர் பல்கலைக்கழகம்.

சண்முகம் பிள்ளை, மு., & சுந்தரமூர்த்தி, இ. (ப.ஆ.). (1990–93). *திவாகரம்* (தொகு. 1–2). சென்னை: சென்னைப் பல்கலைக் கழகம்.

சண்முகம், செ., (1989). *பொருண்மையியல்.* சிதம்பரம்: அனைத்திந்தியத் தமிழ் மொழியியற் கழகம்.

சண்முகம், செ. வை., (2012). *இலக்கண உருவாக்கம்* (இரண்டாம் பதிப்பு). திருச்சி: அடையாளம் பதிப்பகம்.

சதாசிவ பண்டாரத்தார், டி. வி., (1974). *பிற்காலச் சோழர் வரலாறு.* சிதம்பரம்: அண்ணாமலைப் பல்கலைக்கழகம்.

சர்மா, ஆர்.எஸ்., (2008). *பண்டைக் கால இந்தியா* (ரா. ரங்கசாமி [மாஜினி], மொ.ஆ.). சென்னை: நியூ செஞ்சுரி புக் ஹவுஸ்.

சற்குணம், மா., (2002). *தமிழ் நிகண்டுகள் ஆய்வு.* சென்னை: இளவழகன் பதிப்பகம்.

சுந்தரசண்முகனார். (1965). *தமிழ் அகராதிக்கலை.* புதுச்சேரி: புதுவைப் பைந்தமிழ்ப் பதிப்பகம்.

சுந்தர மூர்த்தி, இ., (2010). *பதிப்பியல் சிந்தனை.* சென்னை: நியூசெஞ்சுரி புக் ஹவுஸ்.

சுந்தரம், இராம., (1993). *பேராசிரியர் வையாபுரிப்பிள்ளை.* நியூ டெல்லி: சாகித்திய அகாதெமி,

சுப்பிரமணியன், ச.வே., (ப.ஆ.). (2008). *தமிழ் நிகண்டுகள்* (தொகு. 1–2). சென்னை: மெய்யப்பன் பதிப்பகம்.

சொக்கலிங்கம், வீ., (ப.ஆ.). (1975). *ஆசிரிய நிகண்டு.* தஞ்சாவூர்: சரஸ்வதி மஹால் நூலகம்.

சோமசுந்தரனார், பொ. வே., (உ.ஆ.). (1971) *மணிமேகலை.* சென்னை: தென்னிந்திய சைவ சித்தாந்த நூற்பதிப்புக் கழகம்.

தமிழ் வளர்ச்சி இயக்ககம். (1998). *தமிழ்நாட்டு வரலாறு சோழப் பெருவேந்தர் காலம்* (இரண்டாம் பகுதி). சென்னை: இயக்குநர், தமிழ் வளர்ச்சித்துறை.

தாமோதரம் பிள்ளை, சி.வை., (ப.ஆ.). (1892). *தொல்காப்பியம் சொல்லதிகாரம்.* சென்னை: விக்டோரியா ஜூப்லி யந்திர சாலை.

திவாகரமுனிவர். (1958). *சேந்தன் திவாகரம்*. திருநெல்வேலி: தென்னிந்திய சைவ சித்தாந்த நூற்பதிப்புக் கழகம்.

தெ. பொ. மீ. (2007). *தமிழ் மொழி வரலாறு*. சென்னை: முல்லை நிலையம்.

தென்னிந்திய சைவ சித்தாந்த நூற்பதிப்புக் கழகம். (1992). *நன்னூல் காண்டிகையுரை – சொல்லதிகாரம்*. சென்னை: திருநெல்வேலி, தென்னிந்திய சைவசித்தாந்த நூற்பதிப்புக் கழகம் லிமிடெட்.

நீலகண்ட சாஸ்திரி, கே.ஏ., (1989). *சோழர்கள்*. நியுடெல்லி: இந்தியன் கவுன்ஸில் ஆப் ஹிஸ்டாரிகல் ரிசர்ச் & சென்னை: நியூ செஞ்சுரி புக் ஹவுஸ்பிரைவேட் லிமிடெட்.

நீலாம்பிகை அம்மையார், தி., (1938). *வடசொல் தமிழ் அகர வரிசைச் சுருக்கம்*. சென்னை: தமிழ்ப் பாதுகாப்புக் கழகம்.

பால்ராஜ், ச., (2012, செப்டம்பர் – அக்டோபர்). தமிழ் – வடமொழி நிகண்டுத் தோற்றப் பின்புலம், *மணற்கேணி*, 14, பக். 73–77.

.... (2015, அக்டோபர்). தமிழ்ப் பேரகராதி (TAMIL LEXICON) குறித்த க. அயோத்திதாசரின் கருத்தாக்கம். *செந்தலைக் குருவி*, 10, பக். 61–65.

.... (2016, ஜனவரி – பிப்ரவரி & மார்ச் – ஏப்ரல்). தமிழ் நிகண்டுகளில் எண்குணன், *மணற்கேணி*, 33, பக். 16–27.

.... (2016, ஏப்ரல் – ஆகஸ்ட்). பொருட்புல வகைப்பாட்டு நோக்கில் திவாகர நிகண்டின் தெய்வப்பெயர் அமைவு. *பெயல்*, 2(2), பக். 73–82.

பிரேம்நாத் பசாஸ். (2004). *இந்திய வரலாற்றில் பகவத் கீதை* (கே. சுப்பிரமணியன், மொ.ஆ.). கோயம்புத்தூர்: விடியல் பதிப்பகம்.

மாதையன், பெ., (2005). *தமிழ் நிகண்டுகள் வரலாற்றுப் பார்வை*. தஞ்சாவூர்: தமிழ்ப் பல்கலைக்கழகம்.

மீனாட்சி, கு., (1998). *பாணினியின் அஷ்டாத்தியாயி* (தொ. 1). சென்னை: உலகத் தமிழாராய்ச்சி நிறுவனம்.

ராகவன், வே., (1954). கலைக்களஞ்சியம், *நிகண்டு* (தொ. 6, பக். 437–441). சென்னை: தமிழ் வளர்ச்சிக் கழகம்.

ராகுல சாங்கிருத்தியாயன். (2011). *ரிக் வேதகால ஆரியர்கள்* (ஏ.ஜி. எத்திராஜுலு, மொ.ஆ.). சென்னை: நியூ செஞ்சுரி புக் ஹவுஸ்.

ராமையா, பு.ஏ., (ப.கு.). (2005). *செந்தமிழ்ச் சொற்பிறப்பியல் பேரகரமுதலி* (ஆறாம் மடலம், இரண்டாம் பாகம்). சென்னை: செந்தமிழ்ச் சொற்பிறப்பியல் அகரமுதலித் திட்ட இயக்ககம்.

விமலானந்தம், மது. ச., (2011). *தமிழ் இலக்கிய வரலாறு*. சென்னை: அபிராமி பதிப்பகம்.

வேங்கடசாமி, மயிலை சீனி. (2002). *சமயங்கள் வளர்த்த தமிழ்.* சென்னை: வெற்றியரசி வெளியீடு.

வையாபுரிப்பிள்ளை, எஸ்., (ப.ஆ.). (1982). *தமிழ்ப் பேரகராதி* (தொகு. 1–7) சென்னை: சென்னைப் பல்கலைக்கழகம். (மூலபதிப்பு, 1926–1936, சென்னை: சென்னைப் பல்கலைக்கழகம்).

.... (1985). *நாமதீப நிகண்டு.* தஞ்சாவூர்: தமிழ்ப் பல்கலைக்கழகம். (முதற்பதிப்பு, 1930).

.... (2010). *சொற்கலை விருந்து*. சென்னை: பாரி நிலையம்.

ஜெயதேவன், வ. (1985). *தமிழ் அகராதியியல் வளர்ச்சி வரலாறு.* சென்னை: ஐந்திணைப் பதிப்பகம்.

ஸ்ரீநிவாசன், என். (ப.ஆ). (2006). *அமரகோசம்* (தமிழ்க் குறிப்புடன்) (தொ. 1). தஞ்சாவூர்: சரசுவதி மஹால் நூலகம்.

சமஸ்கிருதம்

राजवाडे, वैजनाथ काशिनाथ. (Ed.). (1940). *यास्क निरुक्तम्* (Vols. 1-2). पुणे : भाण्डारकर प्राच्य विद्या संशोधन मन्दिर. (Reprint From, 1862)

राजा राधाकान्त देव. (1987). *शब्दकल्पद्रुमः* (पाँच खण्ड). नई दिल्ली : राष्ट्रिय संस्कृत संस्थान.

वामनशिवराम आप्टे. (2002). *संस्कृत-हिन्दी कोश.* दिल्ली: नाग पब्लिशर्स.

हरिणा, महादेवसुनू. (Ed.). (1985). *निरुक्तम्. पुणे* : भाण्डारकर प्राच्य विद्या मन्दिर. (Reprint From, 1907/1985)

ज्ञान प्रकाश शास्त्री, डा. (2000). *वैदिकनिर्वचनकोषः.* नई दिल्ली: परिमल पब्लिकेशन्स.

ஹிந்தி

उमा शंकर शर्मा ऋषि. (Trans.). (1961). *यास्क निरुक्त* (Chap, 1-7). वाराणसी: चौखम्बा विद्या भवन.

ஆங்கிலம்

Belvalkar, S.K., (2004). *System of Sanskrit Grammar*. Delhi: Bharatiya Vidya Prakashan.

Bhattacharya, B., (1958). *Yaska's Nirukta and the science of Etymology*. Calcutta: Firma K. L. Mukhopadhyay.

Bhattacharya, J.N., & Nilanjana Sarkar. (Eds.). (2004). *Encyclopedic dictionary of Sanskrit. Literature* (Vol. 3). Delhi: Global Vision Publishing.

Bluck, R.S., (2013). *Plato's Life and Thought with a translation of seventh Letter* (Vol. 4). London: Rutledge & Kegan Paul LTD.

Burrow, T., & Emeneau, M. B. (1984). *A Dravidian etymological dictionary* (2nd ed.). Retrieved from http://www.the Digital Dictionaries of South Asia. dsal. uchicago. du/dictionaries/ burrow/.

Games, Gregory. (1989, December). A Typological Scheme for the Nikantu Tradition, *Journal of Tamil Studies*, 36, pp. 28-32.

Kandawala, S.G., (1986). *A Dictionary of Sanskrit Grammar*. Baroda: M.S. University publication.

Kane, P.V., (1994). *History of Sanskrit Poetics*. Delhi: Motilal Banarsidass.

Mecdonell, A., (1928). *A History of Sanskrit literature*. London: William Heinemann.

Muller, Max. (1859). *A History of Ancient Sanskrit literature*. London: Williams and Nargate.

Murugan, V., (Ed.). (2009). *English - English – Tamil Dictionary*. India: Oxford University Press.

Patkar, M., Madukar. (1981). *History of Sanskrit Lexicography*. Delhi: Munshiram Manoharlal Publication.

Rajvade, V. K., (Ed., & Trans.). (1935). *Translation of Nirukta into Marathi*. Poona: Anand Asram Sanskrit Series.

Roth, Rudolph. (1919). *Introduction to the Nirukta and the Literature related it* (D. Mackichan, Trans.). Bombay: University of Bombay.

Sarma, Ramavatara. (Ed.). (1928). *Kalpadrukosa of Kesava* (Vol.1). Baroda: Oriental Institute.

Sarup, Lakshman. (Ed., & Trans.). (1920). *The Nighantu and the Nirukta*. Delhi: Motilal Banarsidass.

Vogel, Claus (1979). A History of Indian Literature. in Jan Gonda (Ed.), *Indian Lexicography* (Vol. 5, pp. 303-401). Wiesbaden: Otto Harrassowitz.

Williams Monier. (1899). *A Sanskrit - English Dictionary*, London: The University of Oxford .

காலச்சுவடு பப்ளிகேஷன்ஸ் (பி) லிட்.
Published by Kalachuvadu Publications Pvt. Ltd.,
669, K.P. Road, Nagercoil 629001, India
Phone: 91-4652-278525
e-mail: publications@kalachuvadu.com

12/2022/S.No. 1149, kcp 3927, 18.6 (1) ass